பண்டைத்தமிழர்

நல்லூர் சுவாமி ஞானப்பிரகாசரின்
ஆய்வுக்கட்டுரைகள்

பண்டைத்தமிழர்

நல்லூர் சுவாமி ஞானப்பிரகாசரின் ஆய்வுக்கட்டுரைகள்

ஈழத்தில் தோன்றிய மொழிவல்லுனர் தமிழ் பேரறிஞர் சுவாமி ஞானப்பிரகாசர் அவர்கள் தமிழுக்கும் தான் சேர்ந்திருந்த கிறிஸ்தவ சமயத்துக்கும் அளப்பரிய தொண்டுகள் ஆற்றியவராவர். தமிழ்மொழியின் தொன்மையையும் தனித்துவத்தையும் விளக்கிப் பல கட்டுரைகள் எழுதியவர். 72 மொழிகளை அறிந்திருந்த அவர் 12 மொழிகளில் புலமை பெற்றிருந்தார். தமிழ்மொழியின் தொன்மையையும் மேன்மையையும் தனித்துவத்தையும் எடுத்துக்காட்டும் 'சொற்பிறப்பு ஒப்பியல்' என்னும் அகராதியைத் தன்னந்தனியாக ஆக்கி ஆறு பாகங்களை வெளியிட்டிருந்தார். மொழியியலில் மாத்திரமின்றிச் சரித்திரம், தத்துவம், சமயம் முதலியவற்றிலும் ஆழ்ந்த அறிவு பெற்றிருந்த ஞானப்பிரகாசர், விஞ்ஞான முறைப்படி யாழ்ப்பாணச் சரித்திரத்தை முதன்முதலாக எழுதியதுடன் சைவ சமயத்தைப் பற்றிச் 'சைவ சித்தாந்தம்' என்ற நூலை எழுதியதுடன் 'செகராசசேகரன்' என்ற ஒரு நாவலையும் கூட எழுதியிருப்பதாக அறிய முடிகின்றது.

1875 ஆம் ஆண்டு ஆகஸ்ட் மாதம் 30 ஆம் திகதி யாழ்ப்பாணத்திலுள்ள மானிப்பாய் என்னும் ஊரில் பிறந்த அவர்; தம் 72 ஆம் வயதில் 1947 ஆம் ஆண்டு ஜனவரி மாதம் 22 ஆம் திகதி அதே ஊரிலுள்ள மானிப்பாய் மருத்துவமனையில் மரணமானார். எட்டாவது பரராசசேகரின் பரம்பரையில் சைவக்குடும்பத்தில் பிறந்த சுவாமி ஞானப்பிரகாசரின் இயற்பெயர் வைத்திலிங்கம் என்பதாகும். இவருடைய தந்தையார் இராசசிங்கம் சுவாமிநாதன்பிள்ளை. தாயார் தங்கமுத்து. வளர்ப்புத் தந்தையார் கவிஞர் தம்பிமுத்து அவர்களிடம் தமிழறிவைப் பெற்ற ஞானப்பிரகாசர், தமது கல்வியை யாழ்/சம்பத்திரிசியார் கல்லூரியில் கற்றுக்கொண்டார். 1901 ஆம் ஆண்டு கத்தோலிக்க குருவானவராகத் திருநிலைப்படுத்தப்பட்டார். இவரது ஆய்வுகளை மதித்து 1939 ஆம் ஆண்டில் அவருடைய வாழ்நாளிலேயே அவருடைய உருவத்துடன் ஒரு முத்திரையை வெளியிட்டு ஜேர்மனி அரசு அவரைக் கௌரவித்தது. இலங்கை அரசாங்கம் 1981 ஆம் ஆண்டு மே மாதம் 22 ஆம் திகதி அவருடைய நினைவாக ஒரு முத்திரையை வெளியிட்டிருந்தது.

நிதிக்கொடையாளர்

சுஜன் சண்முகசிங்கம்

Sujan Shan [B.Eng]

www.newreleasecondo.com

கனடாவில் Real Estate துறையில் முன்னணி வகிக்கும் மீசாலையைச் சேர்ந்த சுஜன் சண்முகசிங்கம் அவர்களின் முழுமையான பொருளுதவியில் எழுநா நிதிக்கொடை மீள்பதிப்பு வெளியீட்டுத் திட்டத்தின் கீழ் இந்நூல் வெளியாகிறது. சுஜன் சண்முகசிங்கம் அவர்கள் இலங்கைத் தமிழ் பேசும் சமூகங்களின் கலை இலக்கிய பண்பாட்டு அறிவுக் களஞ்சியங்கள் முறையாக ஆவணப்படுத்தப்பட வேண்டுமென்ற நோக்கும் ஆர்வமும் உடையவர். இந் நூலுக்கான அவரது முழுமையான நிதிப்பங்களிப்பிற்கு எழுநா ஊடக நிறுவனம் தனது நன்றியைத் தெரிவித்துக் கொள்கிறது.

தொகுப்பாசிரியர்
முனைவர் ஜெ. அரங்கராஜ்

அண்ணாமலைப் பல்கலைக்கழகப் பட்டதாரியான இவரின் முதுதத்துவமாணி ஆய்வு தமிழ்ப் பாடநூல்கள் தொடர்பானதாக அமைந்தது. இவர் தஞ்சாவூர் தமிழ்ப் பல்கலைக்கழகத்திலிருந்து தனது கலாநிதிப் பட்டத்தினைப் பெற்றுக்கொண்டார். சென்னையில் உள்ள செம்மொழித் தமிழ் மத்திய நிறுவகம் இவருக்கு கலாநிதிப் பட்டத்துக்குப் பிந்திய புத்தாய்வுப் பதவி ஒன்றினை 2010ஆம் ஆண்டில் வழங்கியது. மதுரைத் தமிழ்ச்சங்கத்தினால் வெளியிடப்படும் ''செந்தமிழ்'' என்ற மாதாந்த ஆய்விதழின் உதவி ஆசிரியராக இவர் பணியாற்றியுள்ளார். இரண்டு நூல்களை எழுதியுள்ள இவர், ''சுவாமி விபுலானந்தரின் பேச்சுக்கள் மற்றும் எழுத்துக்கள்'' மற்றும் ''சுவாமி ஞானப்பிரகாசரின் ஆய்வுக் கட்டுரைகள்'' என்ற இரு நூல்களின் பதிப்பாசிரியர் ஆவார்.

NOOLAHAM
FOUNDATION

பண்டைத்தமிழர்

நல்லூர் சுவாமி ஞானப்பிரகாசரின் ஆய்வுக்கட்டுரைகள்

தொகுப்பாசிரியர்

முனைவர் ஜெ. அரங்கராஜ்

எழுநா வெளியீடு

பண்டைத்தமிழர் ✦ ஆசிரியர் : சுவாமி ஞானப்பிரகாசர் ✦ © எழுநா ஊடக நிறுவனம் ✦ பக்கம்: 200 ✦ முதல் பதிப்பு : யூன் 2013 ✦ வெளியீடு : எழுநா ஊடக நிறுவனம், No:4, Kettering Road, Isham, Kettering, NN141HQ United Kingdom, நூலகம் நிறுவனம், No 7, 57th Lane, Colombo-06, SriLanka ✦ தொலைபேசி : 0044 79 155 55 458, 0094 11 236 32 61 ✦ மின்னஞ்சல் : info@ezhunamedia.org, noolahamfoundation@gmail.com ✦ அட்டை வடிவமைப்பு : சத்யன் ✦ நூலாக்க வடிவமைப்பு : ஏபிஎம் மீடியா, வாழைச்சேனை, இலங்கை ✦ அச்சாக்க ஒருங்கிணைப்பு : சுவடி, சென்னை- 5

எழுநா ஊடக நிறுவன வெளியீடு : 12
PRICE : 12 USD, 10 EURO, 120 INRS

paNdaithamilar ✦ Author: Swamy Gnanapragasar ✦ © Ezhuna Media ✦ Pages: 200 ✦ First Editon: June 2013 ✦ Published by Ezhuna Media Foundation, No:4, Kettering Road, Isham, Kettering, NN141HQ United Kingdom, Noolaham Foundation No 7, 57th Lane, Colombo-06, SriLanka ✦ Phone: 0044 79 155 55 458, 0094 11 236 32 61 ✦ e-mail: info@ezhunamedia.org, noolahamfoundation@gmail.com ✦ Cover Design: Sathyan ✦ Layout Design: abm-media, Valaichenai, Srilanka ✦ Printing Co-odination: Chuvadi, Chennai - 5

Selling rights in India :
Discovery Book Palace (P) Ltd
No.6, Magavir Comlex, 1st Floor, Munusamy Salai,
K K Nagar West, Chennai - 600078
Phone: 0091 44 65157525
Mail: discoverybookpalace@gmail.com

ஈழப் போரில் உயிர் நீத்த
தமிழ் அறிவுப் புலத்திற்கு..

இந்நூலின் உரைப்பகுதி Creative Commons Attribution-NonCommercial-ShareAlike 3.0 Unported (CC BY-NC-SA 3.0) உரிமத்தின் கீழ் வெளியாகிறது. அதனை விட உரிமை கூடிய விதத்தில் பயன்படுத்த விரும்புவோர் பதிப்பாளரைத் தொடர்பு கொள்ளலாம். இந்நூலின் தளக்கோலமும் வடிவமைப்பும் 2015 டிசம்பர் வரை முழுப் பதிப்புரிமைக்கு உட்படுகிறது. 2016 இல் இந்நூலின் தளக்கோலமும் வடிவமைப்பும் Creative Commons Attribution-NonCommercial-NoDerivs 3.0 Unported (CC BY-NC-ND 3.0) உரிமத்திற்கு மாற்றம் பெறுவதோடு, திறந்த அணுக்கத்தில் வெளியாகும்.

The Text within this book is available under the Creative Commons Attribution-NonCommercial-ShareAlike 3.0 Unported (CC BY-NC-SA 3.0) licence. If anyone wants to use the content of the book with less copyright restrictions, please contact the publisher. The design and layout of the book are under copyright upto December 2015. In 2016, layout and design will accommodate to Creative Commons Attribution-NonCommercial-NoDerivs 3.0 Unported (CC BY-NC-ND 3.0) and a digital copy of this book will be made available sans access restrictions.

For more information :
http://creativecommons.org/licenses/by-nc-sa/3.0/
http://creativecommons.org/licenses/by-nc-nd/3.0/

நன்றி

தெளிவத்தை ஜோசப்
பேரா.பா.அருளி
பேரா.மனோன்மணி சண்முகதாஸ்
திருமதி யாழினி சதீஸ்வரன்
எஸ்.சத்யதேவன்
சரவணன் தண்டபாணி

பதிப்புரை

பத்தொன்பதாம் நூற்றாண்டிலும் 20 ஆம் நூற்றாண்டின் தொடக்கக் காலப் பகுதிகளிலும் தமிழியல் துறைசார்ந்த ஆய்வுகள் பெருகலாயின. அவ்வாய்வு முன்னோடிகளில் ஈழத்தறிஞர்களின் ஆய்வுகள் சிறப்பிடம் பெறுவனவாயின. தமிழ் மொழியியல் ஆய்வுகளின் முன்னோடியாகக் கண்டியில் வாழ்ந்த மாகறல் கார்த்திகேய முதலியார் நமக்கு முன்னின்றார். வேர்ச்சொல் ஆய்வுகளில் பல தமிழியல் அறிஞர்களுக்கு முன்னோடியாக விளங்கியவர் சுவாமி ஞானப்பிரகாசர்.

மதுரைத் தமிழ்ச்சங்கச் 'செந்தமிழ்' இதழில் வெளியான கட்டுரைகளைத் தொகுக்கும் பணியில் நான் ஈடுபட்டிருந்த வேளையில் சுவாமி ஞானப்பிரகாசரின் கட்டுரைகளைப் படிக்கும் வாய்ப்பு ஏற்பட்டது. அதில் இன்றைய ஆய்வுச் சூழலுக்கு ஏற்பில்லாத பல முரண்பட்ட கருத்துக்கள் இருந்தபோதும் தமிழியல் ஆய்வின் வரலாற்றுப் போக்குகளில் அவை தவிர்க்க முடியாத நிலையில் அமைந்துள்ளதை அவதானிக்கக் கூடியதாயிருந்தது. எனவே இக்கட்டுரைகளைத் தொகுக்கலானேன்.

இக்கட்டுரைகளில் இன்றைய ஆய்வு நிலைக்கு முரண்பட்டதாய்த் தமிழர்களின் தோற்றுவாய் குறித்துப் பல்வேறு வகையான கருதுகோள்கள் உண்டு. தமிழர்கள் நடுநிலக்கடல் பகுதிகளில் இருந்து கைபர், போலன் கணவாய்களைக் கடந்து சிந்துவெளியில் பரவி, அங்கு மிகப்பெரும் நாகரிக வளர்ச்சியை எட்டிய பின் மெல்ல மெல்லத் தென்னகம் போந்தனர் என்பது தமிழர்களின் தொடக்கக்காலத் தோற்றுவாய் குறித்த ஆய்வுக் கருதுகோள்களில் ஒன்றாக அமைகிறது.

இன்றைக்குத் தமிழியல் சூழலில் கிடைக்கக்கூடிய ஆய்வுத்தரவுகளின் வழியும் ஆய்வியல் மேம்பாட்டின் வழியும் இக்கருத்துகள் ஏற்புடையனவாகா. தொடர்ச்சியான நாகரிகத்தினையும் அதனையொட்டிக் கிடைக்கின்ற வரலாற்றுச் சான்றுகளையும் திராவிட மொழிகளின் வடக்கிலிருந்து தெற்கு நோக்கிய செம்மையினையும்

நோக்கும் போது தென்னகத்தில் செழிப்புற்று வாழ்ந்த இனக்குழுக்களோடு சில இனக்குழுக்கள் வந்து இணைந்தனவாக இருக்கலாமேயல்லாமல், புதியதாய் ஒரு கட்டமைவே பிறிதோர் இடத்திலிருந்து வந்தவர்களால் ஏற்படுத்தப்பட்டது எனும் கருத்தியலை ஏற்கலாகா. இதே கருதுகோளினை அடிப்படையாகக் கொண்டு சிந்துவெளியினை ஆய்ந்த அறிஞர் ஹிராஸ் பாதிரியார் அவர்களின் நட்பும் ஞானப்பிரகாசருக்கு இக்கருத்தியல் உருவாகக் காரணமாக அமைந்திருக்கலாம். ஆயினும் தமிழியல் ஆய்வுப் போக்குகள் அனைத்தினையும் அறிதல் ஆய்வாளர்களுக்கு இன்றியமையாதது. அதுவும் இத்தொகுப்பின் தேவையாகிறது.

யாழ்ப்பாணத்தின் பழங்குடிகள் குறித்ததாய் இவரது கருத்துக்களும் ஏற்புடையனவாகா. ஆயினும் தமிழில் வந்த இடப்பெயர் ஆய்வுகளிலும் இவரது ஆய்வுகள் இன்றியமையாததாக அமைகின்றன. மொழிநடை என்பது தமிழில் பல்வேறு வகையான மாறுபாடுகளைக் கொண்டதாக அமையும். அதில் ஞானப்பிரகாசரின் மொழிநடைக்குச் சிறந்ததொரு இடமுண்டு.

இவரின் பரந்துபட்ட பன்மொழி அறிவினை ஒட்டிக் காட்டப்படும் மேற்கோள்கள் இவரது வேர்ச்சொல் ஆய்வின் திறத்தினை விளக்குவனவாக அமைகின்றன. இதுவே இவரைத் தேவநேயப் பாவாணர் முதலாய வேர்ச்சொல் ஆய்வாளர்களின் முன்னோடியாகக் காட்டுகிறது. பல்சமயத் தொன்மங்கள் குறித்த இவரது பார்வை இவரது ஆய்வுப் போக்கின் பண்பட்ட தரவியல் தன்மையைக் காட்டுவதாக அமைகிறது. இவை போன்ற காரணங்களின் பொருட்டு இப்பதிப்பு இன்றியமையாததாக அமையும்.

இப்பதிப்புக்கு அணிந்துரை வழங்கிய தமிழகத்தைச் சேர்ந்த பேராசிரியர் ப. அருளி அவர்களுக்கும் ஈழத்தைச் சேர்ந்த பேராசிரியர் மனோன்மணி சண்முகதாஸ் அவர்களுக்கும் என்னுடைய நெஞ்சார்ந்த நன்றியை உரித்தாக்குகிறேன். இந்த நூலினைத் தட்டச்சு செய்து உதவிய யாழினி சதீஸ்வரன் அவர்களுக்கும் எனது நன்றியைத் தெரிவிக்கின்றேன். இந்த நூல் வருவதற்கு ஊக்கம் வழங்கிய சற்குணம் சத்தியதேவனுக்கு எனது நன்றியைத் தெரிவித்துக் கொள்கிறேன்.

ஜெ. அரங்கராஜ்

அணிந்துரை

கலாநிதி மனோன்மணி சண்முகதாஸ்
சிரேஷ்ட விரிவுரையாளர்
தமிழ்த்துறை
யாழ்ப்பாணப் பல்கலைக்கழகம்

மக்களிடையே தற்போது வாசிப்புப் பழக்கம் மிகவும் அருகியுள்ளது. விஞ்ஞானத்தின் வேகமான வளர்ச்சியும் தொழில் நுட்பத்தின் முன்னேற்றமும் கணினியின் கையாட்சியும் இதற்கு முக்கியக் காரணங்கள் எனக் கருதப்படுகிறது. அச்சுப்பதிப்பில் வெளியாகும் நூல்களைக் கையில் எடுத்துப் படிப்பதை விடக் கணினியில் பதிவிறக்கம் செய்து பார்ப்பதுதான் நாகரிகமாகி விட்டது. மனிதனின் அறிவு வளர்ச்சியால் இது ஏற்பட்டாலும் நமது முன்னோருடைய காலத்தில் ஏட்டு வடிவிலே நூல்கள் எழுதப்பட்ட போது இருந்த தேடல் நிலை இப்போது இல்லையென்றே கூறவேண்டும். எனவே அச்சில் வந்த நூல்களையும் புறந்தள்ளும் போக்கும் தோன்றிவிட்டது.

இந்நிலையில் தொகுப்பு நூல்களை வெளியிடும் முயற்சியில் சிலர் ஈடுபட்டுள்ளனர். இவர்களில் அரங்கராஜனும் இனம் காணப்படுகிறார். தமிழகத்திலே அச்சுக்கலை வளர்ச்சியுற்ற காலத்தில் ஏட்டுவடிவிலே இருந்த செய்திகளையும் தகவல்களையும் தொகுத்து நூல்களாக அச்சு வடிவில் கொணரும் முயற்சிகள் நடைபெற்றுள்ளன. அம்மரபின் வளர்ச்சி நிலையாகச் சஞ்சிகைகளிலே பிரசுரிக்கப்பட்ட கட்டுரைகளைத் தொகுத்து நூல் வடிவாக்கும் முறைமையும் தோற்றம் பெற்றது. இப்பணியையே இந்நூல் தொகுப்பாளரும் செய்துள்ளார். ஒரு காலத்துச் சஞ்சிகைகளிலே பிரசுரமானவற்றை இப்போது தேடி எடுப்பது கடினமான வேலையாகும். மேலும் அவற்றை ஓரிடத்திலே கொண்டு வந்து வைப்பதும் எளிதன்று. சஞ்சிகையிலே குறிப்பாக ஒருவருடைய கட்டுரைகளைப் படிப்பதற்கு அவற்றைத் தொகுத்து ஒரு

நூலாக அமைப்பதே நன்று.

இத்தகையதொரு பயனுள்ள பணியின் நிறைவாகவே இத்தொகுப்பு நூல் உருவாக்கம் பெற்றுள்ளது. ஈழத்துத் தமிழ்ச் சான்றோர் வரிசையில் சிறப்பிடம் வகிக்கும் சுவாமி ஞானப்பிரகாசரால் எழுதப்பட்ட கட்டுரைகள் இந்நூலில் தொகுக்கப்பட்டுள்ளன. சுவாமி ஞானப்பிரகாசர் வாழ்ந்த காலம் 1875 - 1947 வரையாகும். பிறப்பினால் சைவர். பின்னர்க் கத்தோலிக்க மதத்தைச் சார்ந்தவர். அதனால் வைத்திலிங்கம் என்ற இயற்பெயர் மறைய ஞானப்பிரகாசர் என்ற பெயரைப் பெற்றார். இவருடைய தாயார் தந்தை இறந்த பின் மறுமணம் செய்து கொண்டார். மணம் செய்து கொண்ட தம்பிமுத்துப்பிள்ளை சிறந்த தமிழறிஞராகவும் பதிப்பாசிரியராகவும், எழுத்தாளராகவும், புலவராகவும், பத்திரிகையாசிரியராகவும் விளங்கியவர். 'வச்சியந்திரசாலை' என்னும் பெயரில் ஓர் அச்சகமும் வைத்திருந்தார். 'சன்மார்க்க போதினி' என்னும் பத்திரிகையை 47 ஆண்டுகளாக வெளியிட்டவர். இத்தகைய வாழ்வியற் சூழல் ஞானப்பிரகாசரையும் தமிழ்ப் பணியிலே ஈடுபட வைத்தது. ஆங்கில மொழியறிவும் பெற்றுச் சிறப்படைந்தார். 1896 இல் குரு மடத்திலே சேர்ந்து 6 ஆண்டு வேத சாஸ்திரங்களை முறையாகக் கற்றார். 1901 இல் குருப்பட்டம் பெற்று சுவாமி ஞானப்பிரகாசர் ஆனார். 43 ஆண்டுகள் நல்லூரிலே வாழ்ந்தமையால் 'நல்லூர் ஞானப்பிரகாச சுவாமிகள்' என்ற சிறப்புப் பெயரையும் பெற்றார். இவருடைய வாசிப்புப் பழக்கம் சிறப்பான பண்பு நலனாக இருந்தது. அவர் தேடிக் கொண்ட பன்மொழி அறிவு அவருடைய தொண்டுகளுக்குப் பேருதவியாக இருந்தது. பிரஞ்சு, சமஸ்கிருதம், கன்னடம், தெலுங்கு, மலையாளம், பாளி, சிங்களம், சுமேரியம் போன்ற மொழிகளை நன்கு அறிந்திருந்தார்.

மேலும் சுவாமிகள் சிறந்ததொரு நூலகத்தையும் வைத்திருந்தார். பல்வேறு மொழிகளில் எழுதப்பட்ட நூல்களையும் சேகரித்து வைத்திருந்தார். உலகின் பிரதான மொழிகளில் எழுதப்பட்ட மொழியாராய்ச்சி, மொழிவரலாறு, விமர்சனம், தத்துவம், வரலாறு தொடர்பான நூல்களும் அவருடைய நூலகத்திலே இருந்தன. 1903இல் ஊர்காவற்றுறையிலே குருவாகக் கடமையாற்றிய போது திரு இருதய வாசிகசாலை என ஒரு வாசிகசாலையை நிறுவியுள்ளார். அக்காலத்தில் தமிழில் வெளிவந்த நூல்களை அங்கு வைத்து இரவல் வழங்கும் ஒழுங்கையும் ஏற்படுத்தியிருந்தார்.

தமிழ் மொழியின் வரலாற்றை ஆராய்வதில் ஈடுபாடு கொண்ட

சுவாமிகள் அதற்கு ஆதாரமாக அறிஞர் பலரது மொழி தொடர்பான நூல்களையெல்லாம் படித்தார். மாக்ஸ் முல்லர், கால்டுவெல் ஐயர், பீம்ஸ், குண்டார்ட், சுப்பிரமணிய ஐயர் போன்றோர் எழுதிய ஆய்வு நூல்களையெல்லாம் நுணுகி ஆராய்ந்தார். தனது கருத்துகளைக் கட்டுரைகளாக எழுதி அச்சிலே வெளியிட்டார். அக்காலத்திலே நூல்களை வாசிப்பவர்களை விடப் பத்திரிகைகளை வாசிப்போரின் எண்ணிக்கையே அதிகமாயிருந்தது. மேலும், பொதுமக்களால் பத்திரிகையே விரும்பி வாசிக்கப்பட்டது. அதனால் ஞானப்பிரகாசர் தமது ஆய்வுக் கருத்துகளைச் சான்றாதாரங்களுடன் பத்திரிகைகளிலே கட்டுரைகளாகத் தொடர்ந்து எழுதினார்.

இவ்வாறே மதுரைத் தமிழ்ச் சங்கம் வெளியிட்ட செந்தமிழ் என்னும் இதழிலும் தொடர்ச்சியாகக் கட்டுரைகளை எழுதி வந்தார். மத்திய தரை நாடுகளில் தமிழர் முன்னேற்றம், பழங்கால எழுத்துமுறை, ஒத்த தெய்வ வழிபாடு, மேற்காசியாவில் தமிழ் இடப் பெயர்கள் முதலிய கட்டுரைகளின் தொகுப்பு 'தமிழரின் ஆதி இருப்பிடமும் பழஞ்சீர் திருத்தமும்' என்னும் நூலாக அமைந்துள்ளது. இத்தொகுப்பிலே இடம் பெறாத கட்டுரைகளை இப்போது அரங்கராஜன் தொகுத்து நூலாக வெளிவரச் செய்துள்ளார்.

இத்தொகுப்பிலே உள்ள கட்டுரைகள், சுவாமிகளது தமிழ்ப்புலமையையும் ஆற்றலையும் இன்றைய தலைமுறைகள் அறிய வாய்ப்பளிக்கும். சுவாமிகள் மறைந்து ஏறக்குறைய 65 ஆண்டுகள் கடந்துவிட்ட நிலையில் அவரைப் பற்றிய நினைவூட்டல் பணியாக இத்தொகுப்பு நூல் அமைகிறது. சுவாமிகள் வாழ்ந்த காலத்தில் தமிழர் வரலாறு பற்றியும் தமிழ்மொழி பற்றியும் ஆவணப்படுத்த வேண்டும் என்ற முனைப்புத் தோன்றியுள்ளது. அதே போன்று இன்றும் தமிழ் பற்றிய தேடல் தேவையாக உள்ளது. அது அமைப்புற்ற வரலாற்றையும் பிறமொழிகளோடு அது தொடர்புற்றிருந்த நிலையையும் தமிழருக்கே அறிவிக்க வேண்டியுள்ளது. குறிப்பாகப் புலம் பெயர்ந்த தமிழரின் தலைமுறைகளின் வாழிட மொழியோடு தமிழ் மொழியை ஒப்பிட்டுப் பார்க்கும் நிலை உருவாகியுள்ளது. எனவே அதற்கான தகவல்களையும் செய்திகளையும் ஒரு பார்வையில் காண்பதற்கு இத்தொகுப்புப் பெரிதும் உதவும்.

நிறைவாகத் தொகுப்பாளர் பற்றிய சிறப்பையும் கூற வேண்டும். தமிழகத்தில் இவர் பெற்ற தமிழ்க்கல்வியே இத்தகையதொரு பணியைச் செய்வதற்குத் தூண்டியுள்ளது. இளைஞராக இருந்த போதும்

தமிழ் மூதறிஞர் பணிகளைப் பற்றிய தேடுதலில் இவர் ஈடுபட்டிருப்பது இவரைத் தனித்துவப்படுத்திக் காட்டுகிறது. முன்னர் தொகுக்கப்படாத கட்டுரைகளைத் தேடி ஒரு நூல்வடிவில் கொணரும் இலக்கிய முயற்சி ஒரு காலம் அறிந்த நற்பணியாகும். இன்னும் அடுத்த தலைமுறையினருக்குத் தேவையானவற்றை வாழும் காலத்திலேயே தேடி வைத்துவிட வேண்டும் என்ற வாழ்வியற் கடமையையும் இத்தொகுப்பு எல்லோருக்கும் நினைவூட்டும். மேலும் இளைய தலைமுறையை இவ்வழியே செல்லத் தூண்டும். மிகுந்த பொறுமை தமிழார்வம், ஓயாத உழைப்பு என்பவற்றைத் துணையாகக் கொண்டு இப்பணியைச் செய்து முடித்த அரங்கராஜன் பாராட்டுக்குரியவர். அவர் பணியின் செம்மை கண்டு மனம் மகிழ்கிறது. தமிழன்னைக்கு நூல் பல செய்து அழகு பார்க்கும் இளம் உள்ளங்கள் பல உருவாக இத்தொகுப்பு வழிகாட்டும் என்பதில் ஐயமில்லை.

தோழமையுடன்

கலாநிதி மனோன்மணி சண்முகதாஸ்

அருளியுரை

பேராசிரியர் பா. அருளி
முன்னாள் தலைவர்
தூய தமிழ்ச் சொல்லாக்க அகரமுதலித் துறை
தமிழ்ப் பல்கலைக் கழகம், தஞ்சாவூர்

ஞான ஒளியவர் எனும்
ஞானப் பிரகாச அடிகளாரின்
ஞான விளக்கங்களில் ஒன்று, இது!
இவ்வொளியில் தெளிவும் பொலிவும் பெறுவோமாக!

'யாழ்ப்பாணம் - வரலாற்றுக் கழகத் தலைவர்', 'யாழ்ப்பாணம் - கீழ்த்திசை ஆய்வுகள் கழகத் துணைத் தலைவர்', 'ஆசிய அரையஞ்சார் கழகவுறுப்பினர்' - 'கலா நிலையத்தின் மதிப்புறு உறுப்பினர்' என்னும் பல்வேறு அறிவமைப்புக்களின் உறுப்பாண்மையராக விளங்கிய ஞானப்பிரகாச அடிகளார் முக்கால் நூற்றாண்டிற்கும் முன்னீடாகவே தமிழ் ஆராய்ச்சியுலகில் மேம்பட்ட நிலையில் உலாவந்த ஓர் அகராதியியலர் என்பது, 1938-இல் அவரால் வெளிப்படுத்தப்பெற்ற சொற்பிறப்பு - ஒப்பியல் தமிழ் அகராதி (An Etymological and comparative Lexion of the Tamil Language) அக்கால அறிஞர்களுக்கிடையில் ஒரு பெரும் புரட்சியைத் தோற்றுவித்தது!

1912-இல் சென்னைப் பல்கலைக்கழகத்தில் தமிழ்த்துறையில் தொடங்கிய தமிழ்ப் பேரகராதித் தொகுப்பும் - பதிப்பும் முற்ற முடிவெய்திய பின்னர்ச் - சுடச்சுட வெளிப்படுத்தப் பெற்றதே திரு. ஞானப்பிரகாச அடிகளின் அரியதான முதல் தொகுதி!

வேர்ச்சொல் அறிவியலின்பால் சற்றும் நம்பிக்கையற்ற அத் தமிழ்ப் பேரகராதித் தொகுப்பாளர்களின் கருத்துக்களில் - குற்றச் சாட்டுக்களில் உண்மையில்லை என்பதை மெய்ப்பிக்கவே தாம் இதனை முயன்று உருவாக்கியுள்ளதாக ஞானப்பிரகாச அடிகள் தெரிவித்தார்.

பரந்துபட்ட - ஆழங்காற்பட்ட - நுண்ணிய மதித்திற ஆராய்ச்சியாளராக இவர் மலர்ந்திருந்தமையைத் தொகுதியின் மிகப் பல்லிடங்களிற் கண்டு அக்கால அறிஞர்கள் பலர் மலைத்தனர்; வியந்தனர்; பாராட்டினர்!

தாம் செய்த மொழியியல் வேரியல் ஆராய்ச்சிகளுக்குத் தாமே உரிய நெறிமுறைகளை வகுத்துக்கொண்டு - அவற்றிற்கேற்ற விளக்கங்களையும் உடன் வரைந்த பெருமகன், இவர்! தமிழ்ச் சொற்பிறப்பாராய்ச்சி - தமிழ் அமைப்புற்ற வரலாறு ஆகிய நூல்கள் இந் நிலைகளை நமக்கு விளக்கி நிற்பனவாகும்!

சொற்பிறப்பு - ஒப்பியல் தமிழ் அகராதியின் முதல் தொகுதியின் முகப்புப் பகுதியில் - தாம் உரியவாகக் கண்ட நெறிமுறைகளைக் கட்டளைகளாகவே பதிவு செய்திருந்தார். 364 பெரும் பக்கங்களுள் அடைவுபட்டிருந்த முதல் தொகுதியுள் இந்தோ - ஐரோப்பிய மொழிகளின் ஒப்பீட்டுச் சொற்குவியல்கள் ஆங்காங்கும் கொட்டப்பெற்றுப் பதிவு செய்யப்பட்டிருந்தன.

அக்கால கட்டத்துள் காட்சிக்கும் கருத்துக்குமாகப் புலப்பட்ட மேலைநாட்டு வேரியல்சார் நூல்களிலும் - உலக வரலாற்று நூல்களிலும் தமிழியல்சார் நூல்கள் பலவற்றிலும் இப் பெருமகனார் ஆழ்ந்த கவனமும் ஆர்வமும் செலுத்தி அவற்றை உள்வாங்கியுள்ளார்!

சென்னை - வேப்பேரி - கிருத்துவக் கல்லூரித் தமிழ்ப் பேராசிரியர் மாகறல் கார்த்திகேயனார் தமிழ் ஆராய்ச்சியுலகில் தொடங்கி வைத்த அரும்பணியை (1907) ஆழமாகக் கருத்திற் கொண்டு விரிவாக அதனுள் தோய்வுற்று நீந்திக் கரைகண்ட பெருமகனார், இவர்!

சொற்பிறப்பு - தமிழ் ஒப்பியல் அகராதி வெளிவந்த பின்னர் - 'தமிழ்ப்பொழில்' இதழில் தொடர்ந்து இவர் எழுதி வந்த அரிய ஆராய்ச்சிக் கட்டுரைகளின் தொகுப்பு இங்கு நம் முன் நூலாக வைக்கப்பெற்றுள்ளது. இத்தகு பேரரும் முயற்சியினை மேற்கொண்டு வெற்றியாகச் சமைத்து முடித்துள்ள முனைவர் அரங்கராசன் அவர்கள் நம் அனைவரின் போற்றுதலுக்கும் உரியவராகிறார்!

பண்டைத் தமிழர் - தமிழரின் முன்னைய இருப்பிடக் கொள்கைகள் - நடுவண் தரைக் கடலைச் சூழ்ந்த நாடுகளில் தமிழரின் முன்னோர்கள் - பழங்கால எழுத்துமுறை - மேற்கு ஆசியாவிலும் ஐரோப்பாவிலும் உள்ள தமிழ் இடப் பெயர்கள் - என்றவாறுள்ள ஆய்வுக் களங்களிலெல்லாம் ஆழமாக உள்ளிறங்கி ஆய்ந்துள்ளார், நம்

அடிகளார்! அக்கால கட்டத்துள் எழுந்த 'இலக்கியம் - இலக்கணம் இவை தமிழ்தாமா?' என்பது போன்ற சொல்லாராய்ச்சிப் போர்களிலும் ஈடுபட்டுத் தாமும் தம் கருத்தைத் தெரிவித்துள்ளார்!

இவர் தமிழ்ப் பொழிலுள் இக்கட்டுரைத் தொடரினை எழுதத் தொடங்குவதற்கும் முந்தைய கால கட்டத்துள், 'திராவிடர்' எனுஞ் சொல் எப்படித் தோன்றியது என்னும் கருத்து பற்றிய சிக்கல் அறிஞர்களுக்கிடையே மிகப் பரவலாக எதிரும் புதிருமாக ஊடாடியுள்ளமையைத் தொடரின் தொடக்கத்திலேயே நம்மால் விளங்கிக்கொள்ள முடிகின்றது!

இவ்வகைச் சிக்கல்கள் உறழாட்டுப் பெறுகையில் - 'மொழி ஞாயிறு' - தேவநேயப் பாவாணர் அவர்களின் 'ஒப்பியல் மொழிநூல்', அறிஞர் பெருமக்களிடையே தெள்ளிய துலக்கத்தினையும் - தமிழ் முதன்மை பற்றிய அறிவு விளக்கத்தினையும் முன்வைத்தது! தமிழியல் எதிரிகளின் குசும்புகளையும் - அறிவார்ந்தனபோல் அவர் வெற்றாக எழுப்பிய வீண் வினாக்களையும் எதிர் நிறுத்தி அவற்றை முறியடித்து முன்நின்றது! பாவாணர் பெருமகனாரும் ஞானப்பிரகாச அடிகளின் கருத்துரைப்புகளைத் தொடர்ந்து தெளிவாகக் கவனித்து வந்துள்ளார்.

'தமிழ்' எனும் சொல் தோற்றம் பற்றிய கருத்துக்கள் பல நூற்றாண்டுகளாகப் பலராலும் பலவாறு முன்வைக்கப் பெற்றுள்ளன! அவற்றையெல்லாம் நம் ஞானப் பிரகாச அடிகளார் நன்கு கருத்திற் கொண்டுள்ளார்.

தம் + உள் எனும் இரு சொற்களின் கூட்டாலேயே 'தமிழ்' என்றாயினது, என்றனர் சிலர்! இனிமை என்னும் பொருட்பாட்டின் வழியே 'தமிழ்' எனும் சொல் தோன்றியுள்ளது என்றனர், உரிநூல்கள் தொகுப்பாளர்! (நிகண்டு - ஆசிரியர்கள்). தாமம் (கதிரவன்) எல்லாம் (இலங்கை) ஆகிய சொற்களின் கூட்டு வழியாகவே 'தாம் ஈழம்' என மருவித் 'தமிழ்' ஆகியது என்றார், கந்தையா! 'தமி' (தனித்தது) என முற்பட்ட சொல் கொண்டு ஒப்பற்றது எனும் பொருளில் 'தமிழ்' எனும் சொல் தோன்றியது என்றார், தாமோதரம்! 'தமிரலித்தி' என்னும் இந்திய வடகீழ்த் திசைப் பட்டினப் பெயர் வழியே 'தமிழ்' எனும் சொல் தோன்றியது என்றார், கனகசபை! (நூல்: 1800 ஆண்டுகட்கு முற்பட்ட தமிழர்). 'வடமொழி' என்றவாறான வழக்குப் போன்று - அதற்குரிய எதிரிடைச் சொல்லாகத் 'தென்மொழி' என வழங்கப் பெற்று தெம்மொழி > தெமிழ் என்றவாறாக மருவலுற்று இறுதியில் 'தமிழ்' என்றவாறு நின்றது என்றார், போப்பையர்!

தம் + இல் > தமிழர் தம் இல்லத்துள் (தம் இல்லங்களுக்குள்) பேசுவதற்கென உருவாகிய மொழியே தமில் > தமிள் > தமிழ் என ஆயிற்று என்றார், மாகறல் கார்த்திகேயனார்! (நூல்: மொழிநூல். 1907).

(திர் (திரை) + (ம்) + இல் (குடி) + அர் (பலர்பாலீறு) > திரமிலர் = கடற்கரையில் குடி கொண்டவர்) - இத் 'திரமிலர்' என்பதுவே 'தமிழர்' எனத் திரிபெய்தியது என்பதுவும் - இத் 'தமிழர்' எனும் சொல்லினின்றே இவர்கள் பேசும் மொழி 'தமிழ்' எனும் பெயர் பெற்றது என்பதுவும் ஞானப்பிரகாச அடிகளாரின் கருத்துக்கள்!

கிரேக்க வரலாற்று ஆசிரியர்களின் தந்தை எனப் போற்றப் பெறுகின்ற 'எறோடோத்தசு' என்னும் வரலாற்று அறிஞரின் குறிப்புக்களையெல்லாம் அகப்படுத்திக்கொண்டு, அடிகளார் இவ்வாறாகத் தம் கட்டுரை நூலுள் கருத்துரைத்துள்ளார்!

'இல்' என்பது வீட்டையும் - குடியையும் - ஊரையும் உணர்த்தும்! (காண்க: 'இற் பிறந்தார்' (குறள்: 915) (= குடிப் பிறந்தார். அன்பில் - கிடங்கில் - பொருந்தில் என்பன ஊர்ப்பெயர்கள். (தம் + இல்) தம் இல் மொழியாவது, தம் வீட்டில் அல்லது நாட்டில் பேசும் மொழி! 'தம்மில்' என்பது 'தமில்' எனத் தொக்குத் 'தமிழ்' எனத் திரிந்திருக்கலாம் என்றார், 'மொழிஞாயிறு' - பாவாணர்! (நூல்: தமிழ்வரலாறு - முதல் தொகுதி: பக்கம்: 35). (பாவாணரின் இக் கருத்து, மாகறல் கார்த்திகேயனாரின் முடிபினை அடியொற்றியதாகும்!)

'திரவிடம்' எனும் சொல்லே 'தமிழ்' என்றவாறு திரிந்தது எனக் கால்டுவெல் அவர்கள் கருத்துரைத்தார்! (அறிஞர் கிரையர்சன் இதனை ஏற்காது, திருத்தமுரைத்தார்!)

'தமிழ் வரலாறு' என்னும் நூலின் முன்னுரைப் பகுதியில் பாவாணர், அவர்கள், 'தமிழ்' எனும் சொல் தோற்றத்து முடிபாக இவ்வாறு இறுதியுரைத்துச் சென்றார்!

'இதுகாறுங் கூறியவற்றால், 'தமிழ்' என்னும் பெயருக்குக் கூறப்பட்ட பொருட் கரணியங்கள் எல்லாவற்றுள்ளும் தனியாக ழகரத்தையுடையது: தந் நாட்டு மொழி (தம் + இல்) என்னும் இரண்டே பொருத்தமானவை என்றும், இவற்றினும் சிறந்தது தோன்றும் வரை இவையே கொள்ளத் தக்கன என்றும் எண்ணிக் கொள்க!' (பக்கம்: 39. தமிழ் வரலாறு).

பாவாணர் பெருமகனார் மறைவெய்திய 1981 முதலாந் திங்கள் முன்னீடாக அவர் வரைந்து புறந்தந்த ஆய்வுச்செய்திகள் அனைத்திலும்

ஆழ மூழ்கித் தோய்ந்து படிந்து உறைந்து உரம்பெற்று மறமேறிய அருளியாகிய நான், அவர்க்குப் பிறகு முப்பானாண்டுகட்கும் மேலாக அவற்றினுக்கும் மேம்பட்ட ஆராய்ச்சிகளில் தொடர்ந்து துருவித் தேடி மிகப் பன்னிலைத் துலக்கங்களை எய்தினேன் (அவற்றுள் இரண்டு அல்லது மூன்று விழுக்காட்டளவு ஆய்வுப் பகுதிகளே, புறவுலகுக்குப் புலப்பாடு கொண்டுள்ளன!). ஆய்வு நிலைகள் படிநிலைகளிலாக மேம்படுவன என்னும் உண்மையும் எனக்குத் தெளிவாகியது!

'தமிழ்' என்னும் சொல் தோற்றம் பற்றிய நம் தெளிவுக் கருத்து:

'மொழி' 'முய்' = (கூடுதற்கருத்து) வேர்ச்சொல்.

முய் + அக்கு > முயக்கு = தழுவுகை, சேர்கை, புணர்ச்சி.

முயக்கு > மொயக்கு । மயக்கு. மயக்கு + அம் । மயக்கம் = சேர்க்கை

முய் > முய்ல் > முல். முல்+து > முற்று (முற்றும் = முழுவதும்)

முய் > முய்+உ > முயு > முழு = பருத்த; முற்றிய.

முழு > முழு+இ > முழி > மொழி = சொற்களின் திரட்சிக்கூறு.

தமிழுக்கு முதன் முதலில் வழங்கிய பெயர், 'மொழி' என்பதுவே!

தம் + மொழி > தம்மொழி > தமொழி > தமிழ்

தமிழுக்குள்ளேயே மொழி 'மொழி' என்பதுவும் உட்செறிவார்ந்துள்ளமையை உணரவியலாவாறு காலப்பழமை மிகு தொலைவிற் சென்றமையின், நாம் மீண்டும் அதனுடன் மொழியை நட்டித் தமிழ்மொழி என்கின்றோம். (காண்க : 'நம் செம்மொழி' பக்கம்: 37 - 39)

தமிழ் + அம் । தமிழம்.

தமிழம் > த்ரமிள > த்ரமிட > த்ரவிட > திரவிட > திராவிட (திராவிடம்).

தமிழே திராவிடமாகியது! பாவாணர் பெருமகனாரின் கருத்தும் இஃதொத்ததே!

அண்ணல் அம்பேத்கர் அவர்களின் தெளிவும் இவ்விடத்திற் கருதிப் பார்க்கத் தக்கது. (நூல்: 'மண்ணின் மைந்தர்களின் மறைக்கப்பட்ட வரலாறு' பக்கம்:74. (1948).

'திராவிடா' எனும் சொல், ஒரு மூலச் சொல் அன்று! 'தமிழ்' என்பதன் சமற்கிருத வடிவமே, அது! 'தமிலா' (*Damila*) > தமில்லா (*Damilla*) > த்ரமிடா (*Dramida*) > 'திராவிட' என்றவாறு படிப்படியாக மருவியுள்ளது! 'திராவிட' என்பது ஒரு மொழியின் பெயரைக் குறிப்பது! ஒரு மக்களினத்தைக் குறிப்பதன்று! 'தமிழ்' அல்லது

‘திராவிடா’ என்ற மொழியானது தென்னிந்தியாவில் மட்டும் பேசப்பட்ட மொழி அன்று! ஆரியர்களின் வருகைக்கு முன் அனைத்திந்திய அளவிலும் காசுமீர் முதல் கன்னியாகுமரி வரை பேசப்பட்ட மொழியாகும். (இம் மொழிக்குச் சொந்தக்காரர்களே இந்தியா முழுமையிலும் நிறைந்து வாழ்ந்த முன்னோர்கள்!)

பேரறிஞர் ஞானப்பிரகாச அடிகளாரின் இக் கட்டுரைத் தொகுதி நூல் - தமிழ் மொழி - இன - நாட்டு வரலாற்றுப் பகுதிகளுக்குள்ளாக ஆழங்காற்பட ஆய்வு செய்யப் பெற்றுள்ள அருநூற் பேழையாகும். உலக வரலாறுகளின் சாறுகளும் ஆங்காங்கும் பிழிந்து வடித்தெடுத்து உரியநிலையில் முன்வைக்கப் பெற்றுள்ளன! அக்கால கட்டத்தின் புத்தம் புதுக் கருத்தோட்டங்களை முன்வைத்துத் தமிழியல் அறிஞர் உலகத்தை ஆய்வுத் தெளிவு நோக்கி இட்டுச் சென்ற சிந்தனைக் கருவூலமாக இருந்துள்ளது! மொழி வரலாறு - இனவரலாறு - சொல் வரலாறு ஆகியன உணர்தற்கென விருப்பார்ந்த அறிவுத்துறையினர் இதனுள் இறங்கி மேலும் துருவி உண்மைகாண ஒல்லும்!

இப்பழைய பெரு முயற்சிகள் காலச் சுழற்சிகட்கிடையில் மட்கிப் போய் - மங்கிப் போய் - மழுங்கலுற்று மறைந்து விடாதவாறு மீட்டெடுத்து முன்வைத்துப் பயன்பரப்பியுள்ள அறிவுத்திறவோர் முனைவர் அரங்கராசன் அவர்கள் நம் நெஞ்சினிக்கும் அன்புக்கும் - வணக்கத்திற்கும் - வாழ்த்துதலுக்கும் - பாராட்டுதலுக்கும் - போற்றுதலுக்கும் உரியவராகிறார்! அவரின் சீரிய முயற்சிகள் மேன்மேலும் சிறந்து மிக்கோங்குக!

அன்பன்

ப. அருளி

பொருளடக்கம்

1. பண்டைத் தமிழர் 29

(அ) ஒரு புதிய கொள்கை 29

(ஆ) தமிழரின் முன்னைய இருப்பிடக் கொள்கைகள் 37

(இ) மத்திய தரைக்கடலைச் சூழ்ந்த நாடுகளில் தமிழரின் முன்னோர் 46

(ஈ) ஒத்த ஐதீகங்களும் பழக்கவழக்கங்களும் 56

(உ) பழங்கால எழுத்துமுறை 66

(ஊ) மேற்காசியாவிலும் ஐரோப்பாவிலும் தமிழ் இடப்பெயர்கள் 74

(எ) குறிப்பான தெய்வ வழிபாடுகள் 91

(ஏ) பணியர்களும் பண்டு தேசமும் 101

(ஐ) பரத கண்ட தமிழர் நாகரீகம் 106

2. பூனையும் பூசையும் 123

3. பனையின் பெயர்கள் 129

4. தண்ணீரும் எண்ணெயும் 134

5. 2000 ஆண்டுகளுக்கு முன்னிருந்த தமிழ்நாட்டெல்லை 140

6. தமிழ்ப் பாஷையின் விசித்திரங்கள் 143

7. தமிழில் உள்ள நிறச் சொற்கள் 152

8. தவறான மனப்பதிவைத்தரும் சரித்திரக் குறிப்புக்கள் 163

9. பழையவற்றில் பழைய குறள் வெண்பாக்கள் 168

10. பண்டைய மக்களின் பொது இருப்பிடம் 174

11. குடஞ்சுட்டு 188

12. இலக்கணமும் இலக்கியமும் 194

1. பண்டைத் தமிழர்

[அ] ஒரு புதிய கொள்கை

'பழையன கழிதலும் புதியன புகுதலும்
வழுவல கால வகையி னானே'

தமிழர் எனும் சொல் இக்காலம் தமிழ்மொழியைப் பயிலுவோரை மட்டிற் குறிக்கும். இங்கே நாம் இப்பெயரீட்டினுள் இதனை ஒத்ததாகிய திராவிடர் எனும் சொல் சுட்டுகின்ற கன்னடர், தெலுங்கர், மலையாளிகள், துளுவர், தொடுவர், குடகர், குறூக்கர் ஆகிய குலங்களாய் ஆறுகோடிக்குமேற்பட்டவராய் உள்ள அனைவரையும் அடக்கிப் பேசுகின்றோம். உள்ளபடி 'தமிழர்' 'திராவிடர்' எனும் இருசொற்களும் ஒருசொல்லின் இரு உருவ பேதங்களே என்பர் ஆராய்ச்சி நிரம்பினோர். இவருள் 'தமிழர்' திராவிடர் எனத் திரிந்தது என முடிப்பர் ஒருசாரார். திராவிடர் எனும் சொல்லே தமிழர் என்றாயிற்று எனக் கூறுவர் மற்றொரு சாரார்.

இவ்வாதத்தை ஒருவாறு தீர்க்கும்பொருட்டுப் பரதகண்டத்துக்கு வெளியே தமிழருக்குப் பண்டைநாளில் இடப்பட்ட பெயரை நோக்குவோமாயின் 'திரமிலர்' என்ற பெயரும் நம் தமிழருடைய பழக்கவழக்கங்களும் உள்ள ஒருகுலத்தார், தற்காலம் கிரேக்கர் வசிக்கின்ற பாகங்களிலே இருந்தனராகக் கிரேக்க சரித்திர ஆசிரியர்களின் பிதா எனப் போற்றப்படுகின்ற எறோடோத்துஸ் என்பவருடைய நூலால் அறிகின்றோம். எறோடோத்துஸ் கி.மு. ஐந்தாம் நூற்றாண்டில் வாழ்ந்தவர். பழங்கால வரலாறுகளை ஆராய்ந்து தமது நூலில் எழுதி வைத்தவர். அவர் கிரேக்க தேசத்திலுள்ள லீசியா எனும் பிரிவின் பண்டைக்குடிகளைப் பற்றிச் சொல்லுமிடத்து லீசியர் முன்னாளில் தெர்மிலே! (தெர்மிலர்) என்ற பெயர் உடையோராய் இருந்தனரெனவும், தம் காலத்தில் அன்னோர் தங்களை லீசியர் என்று சொல்லிக் கொண்டபோதிலும் பிறர் அவர்களைத் தெர்மிலர் என்றே அழைத்து வந்தனரெனவும் கூறுகின்றார். இன்னும் அவர் கூற்றுப்படி,

இத்தெர்மிலர் முன் கிறேத்தா எனும் தீவில் வசித்தவர்கள். அத்தீவில் இருந்தோரெல்லாம் இவர்களைப்போன்ற மிலேச்சர்களே. அங்கு மீனொஸ், சர்பேடொன் எனும் இரு சகோதரர்களுக்கிடையில் அரசுரிமையைப் பற்றிப் போர் மூண்டபோது, மீனொஸ் சர்பேடோனை வென்றதினால் இச் சர்பேடொனும் இவனைச் சார்ந்து போராடிய தெர்மிலரும் அந்நாளில் மீலியஸ் என்று அழைக்கப்பட்ட நாட்டில் வந்து குடியேறினர். மீலியஸ் நாடே பின் லீசியாவாயிற்று. தெர்மிலரே லீசியராயினர். இவர்களுடைய பழக்கவழக்கங்களுள் ஒன்று வேறு எந்தச் சாதி சனங்களுள்ளும் காணப்படாதது. அது யாதெனில், இவர்கள் தங்கள் வழிமுறையைத் தந்தையில் நின்றன்று, தாயில் நின்று எடுத்துச் சொல்லுகின்றவர்கள்; ஒருவனிடம் அவன் குலவழியைக் கேட்டால், தகப்பனின் வமிசாவழியை அல்ல, தாய்வமிசாவழியையே எடுத்துக்கூறுவான். ஒரு குலமகள் அடிமை மகனை விவாகஞ்செய்துகொள்ளின் இருவர்க்கும் பிறந்த பிள்ளை மேற்குலத்ததாக எண்ணப்படும். அடிமை குலமகளை மணந்தாலோ சந்ததி அடிமையாக மதிக்கப்படும் என்கின்றார்.

தமிழருள் இன்றைக்கும் பெண் தலையிடம் பெற்றிருத்தலைக் காணலாம். பிளினி எனும் உரோம நூலாசிரியர் பாண்டியர்களுள் *(Pandai)* மட்டும் பெண்கள் அரசாளும் வழக்கம் இருந்ததெனக் கூறியதும் இங்கு நோக்கத்தக்கது. இன்றைக்கும் மலையாளத்தில் பெண்களுக்கே ஆண்களிலும் கூடிய உரிமைகள் உள. அதன் ஒரு பாகத்தில் மருமக்கட்டாயம் வழங்கியதால் அது நாரீசேரம் எனப் பெயர் அடைந்ததையும் நோக்குக. யாழ்ப்பாணத்தில் முக்காற் பங்கு நிலம் பெண்களுடையது. பெண்ணரசு தமிழகத்தில் விளங்கிய காலங்களும் உள. பெற்றோரைக் குறிக்குமிடத்து, தந்தை தாய் என்றன்றுத் தாய் தந்தை, அன்னையும் பிதாவும் எனக் கூறும் வழக்கத்தையும் காண்க. கடவுளை ஆதித்தமிழர் பெண்ணுருவாகச் சொல்லியதும் ஒன்று. ஆகவே, தெர்மிலர் பெண்வழியைப்போற்றிய வழக்கம் இக்காலத் தமிழருடையதை ஒத்திருக்கக் காணலாம். கிறேத்தா தீவைத் தெர்மிலருடைய வாசத்தானமாகப் பழைய சரித்திராசிரியர் காட்டியதற்கு இணங்க, அத்தீவின் பழைய பெயரும் த்ரிமிலி என்றிருந்ததையும், லீசியர் தங்கள் பிரேதக்குழிக் கல்வெட்டுக்களில் தங்களுக்குத் திரிமிலி என்றே பெயர்பொறித்து வந்ததையும் நோக்குக. அத்தீவின் பழைய நாகரிகமும் தமிழ் நாகரிகமும் ஒன்று என்பது இன்றைக்கு நன்றாய் நிலைநாட்டப்பட்ட ஒரு உண்மை. இதனைச் சுட்டிய குறிப்புக்களை மேல்வரும் அதிகாரங்களுள் காண்க. அதனால்

அத்தீவின் பழங்குடிகளாகிய தெர்மிலர் தமிழரே என்பது வலியுறுவதாகும்.

கல்லியா (*Gallia*) எனும் பிராஞ்சிலும், பிரித்தானியா (*Britannia*) எனும் இங்கிலாந்திலும் முற்காலம் இருந்த துரூயிதர் (*Druids*) எனும் சாதியர் பிந்திவந்த பிராஞ்சிய ஆங்கிலச் சாதிகளின் வேறானவர்கள் என்பது சரித்திரசம்மதம். இந்தத் துரூயிதரைக் கயெலிக் எனும் ஆதி ஐரிஷ் மொழியில் திறஇட் (*Dravidh*) என்பர். இவர்கள் பிற்காலம் சமய ஆசாரியர்களாகவும் மாயவித்தைக்காரராகவும் கணிக்கப்பட்ட போதிலும், எல்லோரும் அத்தொழிலுடையவர்களல்லர். ஆதிக்குடிகளான பொது ஜனங்கள் சகலருமே துரூயிதர் எனப்பட்டனர். இவர்களுள், சமய ஆசாரியத் தொழிலை நிகழ்த்தியவர்களைப் பற்றி வரலாறுகள் மட்டும் உரோம சரித்திராசிரியர்களால் அக்காலம் வரைந்து வைக்கப்பட்டன. இச்சரித்திராசிரியர்களிலிருந்து நாம் அறிகின்ற துரூயிதர் கல்லியாவிலும் பிரித்தானியாவிலும் பின் வந்து குடியேறியோர்கள் அறியாத தத்துவசாத்திரக் கொள்கைகள் உள்ளவர்கள்; வானசாத்திரவுணர்ச்சியில் மேம்பட்டவர்கள்; மறுபிறப்பு உண்டென்றவர்கள்; தங்கள் சீடருக்கு உவமைகளால் போதித்தவர்கள்; மத்திய தரைக் கடலை அடுத்தநிலத்து வாழ்ந்த பழைய இருண்ட நிறமுள்ள சனங்களின் தெய்வங்களையே தொழுதவர்கள்; மரத்தோப்புக்களில் தங்கள் சமயக்கிரியைகளை நடத்தியவர்கள்; மரவழிபாடும் உள்ளவர்கள். இவ்விவரங்களாலும் திறஇட் எனும் அவர்கள் ஆதிப்பெயராலும் இவர்கள் திராவிடர் எனும் தெர்மிலர் வகுப்பைச் சேர்ந்தவர்களே எனத் தோன்றுகிறது. இவர்கள்பெயர் திரசிடர் (*Drasidae*), தசிடர் (*Dacidae*) என ஓர்பால் மருவி வந்தது எனவும், இஸ்பானியாதேசத்துத் திரகனர் (*Draganes*) என்பவர்களும் இவர்கள் வகுப்பைச் சேர்ந்தவர்களே எனவும் பாதர் ஹிறஸ் கூறுவர்.

தமிழர் பரதகண்டத்திலேயும் முற்காலத்தில் 'திரமிளர்' என அழைக்கப்பட்டமையை இனி நோக்குவோம். தமிழ் நூலாசிரியர்களுள் முதன்முதல் இதற்குச் சாட்சியானவர் இன்றைக்கு முந்நூறு வருஷங்களின்முன் 'பிரயோகவிவேகம்' எனும் நூலை இயற்றிய சுப்பிரமணியதீக்ஷிதர். இவர் 'த்ரமிள' எனும் வடமொழிப்பெயர்தான் 'தமிழ்' எனச் சிதைந்து வந்தது எனச் செப்பினர். இப்பெயர் வடமொழி நூல்களுள் 'திரவிடம்', 'திராவிடம்' எனச் சிறிது திரித்துவழங்கப் பட்டதைக் கிறிஸ்துவுக்கு முன் உள்ள மனுஸ்மிருதியிலும், பிற்பட்ட வடமொழிப் புராணங்களிலும் காண்கின்றோம். சில இடங்களில் தென்னாட்டார் அனைவரையும் பொதுவாய்க் குறித்த இப்பெயரீடு

தமிழருக்கே சிறப்பாய்ப் பொருந்துவது என்றதைக் கி.பி 7 அல்லது 8 ஆம் நூற்றாண்டைச்சேர்ந்த குமாரிலபட்டர் 'ஆந்த்ர த்ராவிட பாஷா' என்று வகுத்துக் கூறியதனால் விளங்கவைத்தார். ஆந்திரம் என்றது தெலுங்கு. கன்னடத்தை இவர் தெலுங்கோடு சேர்த்தார் போலும். அக்காலம் மலையாளம் தமிழிலிருந்து முற்றாகப் பிரிபடாது நின்றமையால் அது தமிழுள் அடங்கும். உள்ளபடி தமிழர், கன்னடர், தெலுங்கர், மலையாளர் எல்லாம் ஆதித்திரமிளருள் அடங்கியவர்களே. பிற்காலம் மட்டும் தமிழர் எனச் சிறப்பித்துக் கூறப்பட்ட தென்னாட்டாருக்குத் 'திரமிளர்' எனும் பெயர் வேறு கூறப்பட்டது. இவர்களுடைய மொழிதான் 'திரமிளம்' எனச் சிறப்புப்பெயர் அடைந்தது. தமிழ் வடநாட்டாரால் திராவிடம் என வழங்கப்பட்டதற்குக் குமாரிலபட்டர் கூற்று ஒரு நற்சான்று.

'திரமிலர்' எனும் பெயர் தென்னாட்டில் 'தமிழர்' என மருவி வழங்க, வடமொழி நாடகங்களிலும் சமண நூல்களிலும் அது 'தவிட, தபிள' என மாறுவதாயிற்று. ஆயினும், கி.பி. ஆறாம் நூற்றாண்டிலேதான் வராகமிகிரரின் நூலின் பழங் கையெழுத்துப் பிரதிகளில் 'த்ரமிட' எனும் உருவம் காணப்பட்டது. அந்நூற்றாண்டிலேயே மங்கலேச அரசன் சாசனங்களில் 'திரமில' என்று வருகின்றது. தென்னிந்தியத் தமிழரை அறிந்த கிரேக்க ஆசிரியர்கள் தங்கள் நூல்களில் 'தமிழர்' என்ற பிற்கால உருவத்தைத்தான் வெவ்வேறுவகையாய்த் திரித்து எழுதினர். பெரிப்புளூஸ் எனும் (கி.மு.4 ஆம் நூற்றாண்டு) நூல் அவர்களைத் 'தமேராய்' *(Tamiarai)* என்றும், அவர்கள் நாட்டை 'லிமுரிகே' *(Limyrike)* என்றும் வழங்குகின்றது. 'லிமுரிகே' தமிழகம்போலும். இப்பெயர்தான் தோலேமியின் (கி.பி.2 ஆம் நூற்றாண்டு) நூலில் லுமிரிகே *(Lymirike)* என்றும், கி.மு மூன்றாம் நூற்றாண்டின் பெயுத்துங்கெர் அட்டவணையில் *(Peutingerian Table)* ஸ்கூத்திய - துமிரிசே *(Scythia Dymirice)* என்றும் வருகின்றது. 'திரமிளம்' தான் 'தமிழ்' என மாறிற்றென்பதைத் திராவிடப்பிரகாசிகை நூலுடையாரான யாழ்ப்பாணத்துச் சபாபதிநாவலர், மறுத்துரைத்து முதன்மையுடைய இம்மொழிக்குப் பிறபாஷைச் சொல்லாற் பெயரீடு உண்டாயிருத்தல் பொருந்தாது என முடித்தார். இவரது கொள்கையே தற்காலத்துப் பண்டிதர் பலருடையதுமாம். நாமும் பெருவழக்காயிருந்த இக் கொள்கையைத் தழுவித் 'திராவிடம் எனும் ஸம்ஸ்கிருதச்சொல் தமிழ் எனும் சொல்லினின்றே மருவிப் பிறந்திருத்தல் வேண்டும். அன்றி, திராவிடமே தமிழ் எனத் திரிந்தது எனல் எவ்வாற்றினாலும் ஒவ்வாது' எனப் பல ஆண்டுகளின்முன் எமது 'தமிழரின் பூர்வ சரித்திரமும்

சமயமும்' எனும் நூலில் வரைந்திருந்தோம். இப்பெயரீடு பிறபாஷைச் சொல்லன்று, தமிழ்ச்சொல்லே என்பது விளக்கப்படும். ஆராய்ச்சி நிரம்பி வருகின்ற இக்காலத்திற் பழையகொள்கைகள் மாறவேண்டி வருதலில் இழுக்கொன்றும் இல்லை.

'தமிழர்', 'தமிழ்' எனுஞ் சொற்களின் பண்டைநிலையை நோக்காதோரெல்லாம் அச்சொற்கட்குப் பலவாறாய்ப் பொருத்தமற்ற உற்பத்திகளைக் கற்பிப்பர். 'தமிழ்' என்பது 'தம்உள்' அதாவது ஒரு கூட்டத்தார் தமக்குட் பேசிய மொழியாம் என்பர் ஒருசாரார். 'தமிழ்' எனும் சொல் 'இனிமை' எனும் பொருளில் பிற்கால நூல்களுள் வழங்கியிருக்கிறமையால் இனிமையான ஒரு மொழியைப் பேசியவரே தமிழர் என்பர் ஒருசாரார். 'சூரியன்' எனப் பொருள்படுகிற 'தாமம்' எனுஞ் சொல்லே 'தமிழ்' என மருவிவந்ததென்பர் ஒருசாரார். சூரியன் பெயர் இம்மொழிக்கு உண்டானமை எவ்வாறென அன்னோரை வினவுங்கால், அனுமான் சூரியனிடத்து இலக்கணங் கற்றமையாலும் கலைமகள் கீழ்த்திசையைநோக்கி வீற்றிருக்கின்றமையாலும் சூரியனே வித்தியாபதி என்பர். சிலர் தமிழ் எனுஞ் சொல்லை 'த், அ, ம், இ, ழ்' என ஐந்து உறுப்புக்களாகப் பிரித்துப் பஞ்சாட்சரத்தையுடையதாகிய சைவசித்தாந்தத்தைக் கூறும் மொழியே என்பர்.

ஸ்ரீ.சி.வை. தாமோதரம்பிள்ளை 'தமி' என்றது 'தனித்தது', 'தனக்கு இணையில்லாதது' எனும் அடியாற் பிறந்து, 'இமிழ்' 'உமிழ்' முதலிய சொற்களிற்போல 'ழ்' விகுதிபெற்று வந்ததே 'தமிழ்' என முடித்தார். 'தமிரலிற்றி' எனும் இந்திய வடகீழ்த்திசைப் பட்டினப் பெயர்தான் 'தமிழ்' என வந்தது என்றார் '1800 ஆண்டுகட்கு முற்பட்ட தமிழர்' எனும் நுலாசிரியரான ஸ்ரீ கனகசபைப்பிள்ளை. போப்பையர் எனும் பண்டிதர் வடநாட்டாருடைய பாஷை 'வடமொழி' எனப்பட்டது போல, தென்னாட்டாருடையது 'தென்மொழி' எனப்பட்டுத் 'தெம்மொழி', 'தெமிழ்', 'தமிழ்' என மருவியிருக்கலாம் என ஊகித்தார்.

இவையெல்லாம் சரித்திர ஆராய்ச்சியோடும் மொழி ஆராய்ச்சியோடும் ஒட்டாமல் ஊகமாத்திரையாய்ச் சொல்லிய உற்பத்திகளே. 'தமி', 'தனி', தனக்கிணையில்லாதது எனத் தமிழ்ப்பெயர் வந்ததாயின், அதன் இலக்கண இலக்கியங்களை நன்கு ஆராய்ந்து பிறமொழியிலக்கண இலக்கியங்களோடு ஒப்பிட்டுப் பார்த்த பின்பே அப்பெயர் வரலாம். ஆதலால் அது பொருந்தாது. இவ்வாறே 'தமிழ்' என்ற சொல்லுக்கு இனிமை என்ற பொருள் பின் வந்ததேயன்றி

இனிமையானது எது; அது தமிழ் எனக் கூற அமையாது. அது 'திரமிலர்' என்பதிலிருந்து மருவிவந்த இயற்சொல்லாயன்றி இனிமையென்ற கருத்துள்ள யாதோர் அடியினின்றும் பிறந்ததாகத் தோன்றவில்லை. தமிழ்மொழி செவிக்கினிமையானது எனப்பட்டமையால் 'தமிழ்' எனுஞ் சொல்லும் இனிமைப்பொருள்பெற்றதுபோலும்! 'தென்மொழி' என்ற பெயர் வடமொழியோடுவைத்து ஒப்பிட்ட பின்னே எழத்தக்கது. இவ்வாறே அவரவர் மதிநுட்பத்தாற் கற்பித்த உற்பத்தியெல்லாம் பிழைபட்டுப்போகப் பண்டைக்காலத்தில் இருந்த திரமிலர் என்போர் தமது இருப்பிடத்தின் இயற்கையை ஒட்டிப் பூண்டுகொண்டபெயர் தமிழர் என வந்தது, அன்னோர் பயின்ற மொழிக்கும் பெயராயிற்று என்பதே பொருத்தமாகின்றது.

இவ்வாறாயின், 'தெர்மிலர்' அல்லது 'திரமிலர்' எனும் சொல்லின் பொருள் யாது? பழஞ்சொல் ஆராய்ச்சியாளர் கருதுகின்றபடி 'திர' என்பது தற்காலத் 'திரை' அல்லது 'கடல்' ஆகும். மலையாளத்தில் இச்சொல் சிறிது வேறுபட்ட பொருளோடு 'திர' என்றே காணப்படுகிறது. 'இல்' என்பது குடி. இரு சொற்களுக்கும் இடைநின்ற மகரம் இக்காலத்து வகரத்தை ஒத்த பழையநாளின் உடம்படுமெய் என்ப. இன்றைக்கும் 'என்னவோ' (என்ன + வ் + ஓ) என்பது 'என்னமோ' (என்ன + ம் + ஓ) என்றும் நிற்பதைக் காண்க. பிற்காலத் தமிழில் வகர உடம்படுமெய்யோடு நகர அல்லது ஞகர உடம்படுமெய்யும் காணப்படுகின்றது. உதாரணம் உழுநன், கிளைஞன். ஆயின், நகர ஞகரங்கள் வகரமாய் மாறுதல் எளிதிற் பெறப்படாது; மகரமே வகரமாகத்திரிதல் இயல்பு; மறுபால், மகரம் நகரமாய்த் திரிதலும் எளிது. ஆதலால் மகரந்தான் ஆதி உடம்படுமெய்யாய்நின்று, ஒருபால் நகர ஞகரங்களாயும், மறுபால் வகரமாயும் மருவிற்று எனலாம். இவ்வாறே ஆதியில் 'திர + இல் + அர் என்பது 'திரமிலர்' என்றாயிற்று. இதனையே கிரேக்கர் 'தெர்மில் + ஏ' அதாவது, 'தெர்மிலர்' எனத் திரித்து உச்சரித்தார். 'கடலில், அல்லது கடற்கரையிற் குடி கொண்டவர்' என்பது இதன் கருத்து.

தமிழர் ஆதியிலே கடல்மேல் வலிபடைத்தோராய் இருந்தனர் என்றமை பல எழுத்துக்களாலும் பெறப்படும். இதனாலேதான் போலும் அவர்களுள் பிற்காலத்திலும் பரவர், திரையர், திரமிலர், மீனர் எனும் முக்கியப் பிரிவாய் இருக்கக் காண்கிறோம். பரவர் பரவையின் மீது செல்வோர். இவர்கள் சிந்துவெளியில் மிக்கிருந்ததை அவ்விடத்துக் கண்டெடுத்த சித்திரலிபிச்சாசனங்கள் காட்டும் என்ப. 'திரையர்' எனுஞ்சொல் 'திரமிலர்' என்பதைப்போலத் திர எனும்

அடியாய்ப் பிறந்து, நெய்தல்நிலத்தலைவரைக் குறிப்பது திமிலரும் நெய்தல் நிலமக்களே. 'திமில்' என்பது கட்டுமரம், மீன்படகு. இது கடற்றொழிலாளரையே குறிக்கும். பாண்டியன் மீன்கொடியுயர்த்தியதும் அவன் மீனவர் தலைவன் என்றமையினாற் போலும். கிறேத்தாதீவின் மீனொஸ் எனுந் தலைவனையும் இங்கு நினைக்கத்தகும். அவன் பெயர் மீனவன்போலும். அத்தீவில் கடலோடு சம்பந்தம்பூண்டிருந்த சாதியர் திரமிலர் என்று வழங்கப்பட்டமை மிகப்பொருத்தமுள்ளதே ஆகின்றது. தமிழர் பண்டுதொட்டுக் கடற்செயலிற் சிறந்தவர்கள் என்பதற்கு அன்னாருடைய மொழியில் 'கடல், பரவை, புணரி, ஆர்கலி, முந்நீர்' எனச் சமுத்திரத்தையும் கலம், தோணி, மிதவை, கப்பல் என மரக்கலத்தையும் குறிக்கும் பழந்தமிழ்ச்சொற்கள் இருத்தலும் சான்று.

'திரமிலர்' எனும் சொல்லுற்பத்தி இவ்வாறாயிருக்க வடமொழியில் அதற்கு வேறொரு பொருள்கொள்ளலானது எப்படி? பின்னாளில் வடஇந்தியாவில் வந்திறங்கிய ஆரியர் தம்மோடு போர் முனைந்து முதுகுகொடுத்துத் தென்னாட்டை அடைந்திருந்தோரின் பழைய பெயரையே 'திரமிளர்' என்றும், அப்பால் 'திரவிடர்', திராவிடர்' என்றும் படிப்படியாய் மாற்றியமைத்துக்கொண்டு, அன்னோர் தோற்று ஓடியதை அவர்களது பெயரோடு பொருத்தி, 'த்று' (துரத்து) எனும் அடியாய்ப் பிறந்ததே 'திராவிடம்' எனும் சொல் என்றனர் போலும். இது பின்னெண்ணத்தால் எழுந்த சொற்பிறப்பே என்பது வெளிப்படை. ஸம்ஸ்கிருதத்திலே தமிழினின்றும் சென்றடைந்த வேறு பலசொற்களுக்கும் இவ்வாறே அம்மொழியாளர் பொருந்தாத சப்தோற்பத்திசெய்திருத்தல் பிரசித்தம் என்பதை எமது சொற்பிறப்பொப்பியலகராதியில் ஆங்காங்குக் கண்டு கொள்க.

எவ்வாறாயினும், 'திரமிலர் என்ற சொல்லில் இருந்து தமிழரின் பெயர்வந்தது' என்றதே பொருத்தமாகும்; பொதுவாய் இடப்பெயர்களில் நின்று சனங்களின் பெயரும், சனங்கள் பெயரிலிருந்து பாஷைப் பெயரும் வந்திருக்கின்றமைக்குப் பல எடுத்துக்காட்டுகள் உள. நமக்கு அயலில் இருக்கின்ற மலையாளம், கன்னடம், தெலுங்கு, சிங்களம் எனும் பெயர்களிலும் இதைக் காணலாம். மலைசெறிந்தநாடு மலையாளம்; அந்நாட்டார் மலையாளிகள்; அவர் மொழி மலையாளம். கருமணல் கொண்டநாடு கன்னடதேசம்; அத்தேசத்தார் கன்னடர்; அவர் பாஷை கன்னடம். 'தெல்லு' என்பது வயற்பாத்தி; தெலுங்கம் அப்பாத்திகள் விரவிய நாடு; அந்நாட்டவர் தெலுங்கர்; அவர் பேசும்மொழி தெலுங்கு. 'சிங்களம்'

என்பது சிறீ ஈழம் எனும் தீவு ('ஈழம் என்பது இலங்குவது இலங்கை அரங்கம், அதாவது தீவு). அத்தீவார் சிங்களர்; அவர் மொழி சிங்களம். இங்ஙனமே திரமிலர் கடலோடு சம்பந்தம் பூண்டவர்; அவர்மொழி 'திரமிலம்' அதாவது 'தமிழ்' என வருதலை உய்த்துணர்க.

இனி, தமிழரின் முன்னைய இருப்பிடக்கொள்கைகள், ஒத்த ஐதிகங்கள், பழக்கவழக்கங்கள், எழுத்து முறையும் மொழியொப்புமையும், தெய்வவழிபாடு, ஆதிநாகரிகம் ஆகிய துறைகள் எடுத்து ஆராயப்படும்.

[ஆ] தமிழரின் முன்னைய இருப்பிடக் கொள்கைகள்

இன்றைக்குத் தென்னிந்தியாவைத் தங்கள் முக்கிய உறைவிடமாகக் கொள்ளுகின்ற தமிழர் ஏட்டினுக்கெட்டாத பண்டை நாட்களிற் பூமியின் பிறபாகங்களிலிருந்து வந்து இங்கு குடியேறியவர்கள் என்பது தற்காலத்துச் சிறந்த ஆராய்ச்சியாளர் பல்லோரது முடிபு. மிகப் பிற்பட்ட காலத் தமிழ்நூல்களில்,

'வடவேங்கடம் தென்குமரியாயிடைத்
தமிழ்கூறு நல்லுலகம்'

என்றதுபோன்ற கூற்றுக்கள் ஒன்றையொன்று தழுவியவைகளாய்க் கேட்கப்படுதலைக் கொண்டு, பண்டுதொட்டுத் தென்னிந்தியாவே தமிழரது தாயகமாம் என முடித்தல் அமையாது எங்ஙனமெனில், தமிழ் நூல்கள் கூறும் எல்லைகள் ஆரியர் வடநாட்டைப் பற்றிக்கொண்ட பின்னரே ஏற்பட்டவைகள் என்பது மலையிலக்கு. நமது கைக்கெட்டியிருக்கும் தமிழ்நூல்களெல்லாம் பெரும்பாலும் இரண்டாயிரம் ஆண்டுகட்கு மேற்படாதவைகளாய்க் கிடைத்தலால், இவை பிறகாலத்துத் தமிழகத்தின் எல்லையை மட்டும் வரையறுத்துக் கூறத்தக்கன. இவற்றில் தமிழர் ஓர்காலம் வேறோரிடத்தில் வதிந்தவர்கள் என்ற குறிப்புக் காணப்படாமையைக்கொண்டு, நாம், அன்னோர் என்றும் தென்னிந்தியாவிலே வாழ்ந்தனர் என நிச்சயித்தல்கூடாது. பிறநாடுகளை, அவற்றிலுள்ள மிருகாதிகளை, தட்பவெட்ப நிலைகளைச் சுட்டும் சொற்கள் இக்காலத் தமிழிற் காணப்படவில்லையே என்றதை முன்னிட்டு நியாயம்முடித்தலும் ஒவ்வாது. நமக்கு ஓர் ஐயாயிரம் ஆண்டுகளுக்கு முற்பட்டதும் ஒரு தமிழ் நூலிலேனும் கல்வெட்டிலேனும் குறிக்கப்பட்டிராததுமான சிந்துவெளித் தமிழ் நாகரிகம் இன்றைக்கு அறியப்பட்டிருக்கின்றது. தமிழர் ஓர்காலம் இந்தியா முழுவதும் பரந்திருந்தார், சிந்துவெளியிற் சீர்திருத்தத்தின் கொடுமுடியை அடைந்திருந்தார் என்பதற்கு எந்தத் தமிழ்நூல் ஓர் மங்கலான எழிலாவது காட்டுகின்றது? ஐயாயிரம்

ஆண்டுகளுக்கு முற்பட்ட வரலாறுகளைப் பற்றிய ஒருகுறிப்புமில்லாத இடைக்காலத் தமிழ்களில், நாம், அதற்கு முன்னும் பல்லாயிர ஆண்டுப் பழமைகொண்டசெய்திகளைக் காண எதிர்பார்க்கலாமா?

1. லெமூரியாக் கொள்கை

இக்கால இந்தியாவைச் சேர்ந்ததாய்த் தெற்கே ஆஸ்திரேலியாவோடும் மேற்கே ஆபிரிக்காவோடும் கிழக்கே மலாய்த்தீவுகளை அடக்கிச் சீனாவோடும் இணைந்ததாய்ப் பரந்திருந்த லெமூரியா எனும் பெரிய கண்டத்தில் தமிழர் பெருகியிருந்தார்களென்றும், அது இந்து சமுத்திரத்தில் மூழ்கிப்போவதன் முன்னரே அன்னோர் புறம்போந்து தென்னிந்தியாவைச் சேர்ந்துகொண்டார்களென்றும் ஏனெஸ்ற்ஹைக்கல் ஆதியோர் ஒருசிலர் ஊகித்ததுண்டு. இக் கொள்கைக்கு ஆதாரம் இல்லை. தரைநூலோர் காட்டுகின்ற சில முடிவுகளைக்கொண்டுதான் இவ்வாறு ஊகிக்கலாம். மனிதன் பூமியில் தோன்றுமுன் நமது கோளம் பலபல மாற்றங்களை அடைந்துள்ளது என்பது நிச்சயம். எரிமலைக் குழப்பங்களின் பயனாய்ப் பூகோளத்தின் மேற்றோடு அங்கங்கே உள்ளடங்குவதாலும், கடற்பெருக்குக்களாலும் கடந்துபோன இலட்சக்கணக்கான ஆண்டுகளில் நிலப்பரப்பு நீர்ப்பரப்பாகவும் நீர்ப்பரப்பு நிலப்பரப்பாகவும் மாறிமாறிவந்தே தற்காலம் மனிதர் வாழத்தக்க கண்டங்களாய்த் திகழுகின்ற கட்டாந்தரை உண்டாயிற்று. இன்றைக்கும் சில சிறு தீவுகள் மறைவதும் கிளம்புவதும் உண்டு. மானிடர் தோன்றுமுன் கடற்பிராணிகளும் கரைப்பிராணிகளும் படிப்படியாகத் தோன்றின என்பது சரித்திரச்சித்தம். பூமியின் மேற்பரப்பில் பெரும்மாற்றங்கள் நிகழ்ந்து அது மானிட வாழ்க்கைக்கு ஏற்றதான பின்பு, ஈற்றில் மனிதன் தோன்றினவனானான். கடையூழியிற்றோன்றிய மனிதன் தனக்கு முன் பூகோளமானது ஆயத்தமடைந்து கொண்டுவந்த ஊழிகளிலும் வாழ்ந்தானென்பது அசம்பாவிதமாகும். ஆகவே லெமூரியா எனச் சிலர் பெயரிட்டு வழங்கும் பாகமெல்லாம் திடராயிருந்து பின் சமுத்திரத்தில் மூழ்கிப்போனமை தரைநூலோர் கூறும் ஆதிஊழிகளிலேயே ஆதலால், அதைக்கொண்டு முடிக்கும் நியாயம் பொருந்துமாறில்லை.

1934 ஆம் ஆண்டில் புரோபசர் காடினர் என்பவரை உள்ளிட்ட ஆங்கிலேய விஞ்ஞான சாத்திரிகள் குழாம் ஒன்று இந்து சமுத்திரத்தின் மேற்குப்பாகத்தில் கொண்டவனநாடு என்ற பழங்காலத் தரையைப்

பற்றி ஒரு விஞ்ஞான முறையான ஆராய்ச்சி நடந்திற்று. இவ்வாராய்ச்சியினாற் சில உண்மைகள் வெளிப்பட்டன. அந்த ஆராய்ச்சியாளர் லெமூரியாக் கண்டத்தைக் கண்டுகொண்டனரோ என்ற கேள்விக்கு புரோபசர் காடினர் கொடுத்த மறுமொழியாவது: ''பசிபிக் சமுத்திரத்திலாதல் இந்துசமுத்திரத்திலாதல் முன்னாளில் மனிதன் வாழ்ந்த ஒரு கண்டம் இருந்ததாக எனக்குத் தோன்றவில்லை. நாங்கள் ஆராய்ந்தது கொண்டவனநாடு இருந்த இடத்தைப் பற்றியேயன்றி லெமூரியாவைப் பற்றியல்ல. கொண்டவனநாடு தரைநூலின் மிக முற்பட்ட பேரூழிகளில் இருந்தது. அது மனிதன் நமது பூகோளத்தில் தோன்றுமுன், ஊரும் பிராணிகளின் காலத்தில் நீரில் மூழ்கிப் போய்விட்டது. லெமூரியா என (மனிதர் வாழ்ந்த) ஓர் கண்டம் இருந்ததாக நம்புவதற்கு எவ்வித ஏதுவையும் காணேன். பசிபிக் சமுத்திரத்தீவுகளில் கண்டங்கள் மூழ்கிப்போனதைப் பற்றிச் சொல்லப்படும் கட்டுக்கதைகள், எரிமலைத் தீவுகள் கடலில் அடிக்கடி தோன்றியும் மறைந்தும் போவதைக் கண்டதினாலும் கேட்டதினாலும் எழுந்திருக்கலாம். பெரிய தீவுகள் என்று சொல்லப்படத் தக்கவைகள் சில சென்ற நூற்றாண்டிலும் மறைந்துபோயின' என்றார்.

லெமூரியாக் கண்டத்தில் தமிழர் இருந்தனர் என்ற கொள்கை, தரைநூலோர் காட்டும் முந்தியவூழிகளின் நிலப்பரப்பெல்லாம் மனிதர் உறையத்தக்கன என்ற தப்பான எண்ணத்தால் எழுந்தது. இவ்வாறே, விந்தியமலைக்கு வடக்கிலும் இமயமலைக்குத் தெற்கிலும் உள்ள நிலப்பாகம் முன்னொருநாள் கடலாயிருந்தது என்பர் தரைநூலோர். இமயமலைதானும் பூர்வ யுகங்களில் சமுத்திரத்திலிருந்து கிளப்பி விடப்பட்டது என்பதற்கு அதன்சாரல்களில் காணப்படும் நீர்வாழுயிர்களின் என்புக்கூடுகள் சான்று. இதைக்கொண்டு இமயமலைக்கும் விந்திய மலைக்குமிடையில் நீர்நிலையம் இருந்த காலத்தில் அதற்கு வடக்கே ஆரியர் வசித்திருந்தார் என ஒரு நுலாசிரியர் கூறுகின்றார் . இது பொருந்தாத கூற்றாம். உயிர்வாழ்வன பல விளங்கிய காலத்திலும் மனிதன் பூமியில் தோன்றாதிருந்தான் என்ற உண்மையை மறந்துபோவோரே இன்ன இடத்தில் பூர்வம் ஒரு கண்டம் இருந்தமையால் அக்கண்டத்தில் மனிதரும் வாழ்ந்தனர் என மயங்கிக் கூறுவர்.

இந்நிலவுலகில் மனிதசீவியம் எல்லையில்லாத காலமாய் நடந்தது என்று எண்ணிக் கொள்ளுதலும் அம்மயக்கத்திற்குக் காரணமாகலாம். மனிதன் கோடாகோடி ஆண்டுகளாய் உலகில் வாழ்கிறான் எனச்சிலர், உண்மைநிகழ்ச்சிகளின் ஆதரவின்றி உரைப்பர். தாவர வருக்கங்கள்,

கிருமி கீடவருக்கங்கள், பட்சி மிருக வருக்கங்களின் பின்னே மனிதத் தோற்றம் உண்டாயிற்று என்பது விஞ்ஞானிகள் எல்லோர்க்கும் ஒத்த துணிபு. மனிதரைப் பழைய கற்காலத்தவர், புதிய கற்காலத்தவர், உலோக காலத்தவர் என மக்கள் நூலோர் உலகசீவியத்தைச்சார்ந்த சீர்திருத்தத்தின் படிகளை நோக்கி வகுப்பர். ஆதியிலிருந்த கற்கால மனிதர் புதை பொருட்களாய்க் காணப்படுகின்ற இடைக்காலத்துப் பெரியமிருகங்களின் ஊழிக்குரியவர்களேயன்றி அப்பாற்பட்டவர்களல்லர். ஜாவாவிலுள்ள சேர்வோ ஆற்றங்கரையில் 1894 ஆம் ஆண்டு கண்டெடுத்த மண்டையோடும் இருதொடையென்புகளும் இரு கொடுப்புப் பற்களும் ஒருவகை மனிதனுடையவைகளே என்று சிலர் சொல்லப் பலர் அவைகள் மனிதனுடையவைகளல்ல என நிச்சயிக்கின்றனர். இவ்வாறே சீனாவிலுள்ள பீக்கிங்நகரில் அகப்பட்ட என்புகளும் பிறவுமாம். குரங்கே மனிதனாயிற்று என்னும் குழறுபடையான கொள்கையாளர்தாம் வானரம் போன்ற ஓர்விலங்கின் மீதிகளை மனித என்பாதிகள் எனக் காட்டி விட மாய்ச்சறப்படுவர். மனிதன் ஆதிதொட்டு மனிதனேயன்றிக் குரங்குவர்க்கத்திலிருந்து மாறினவனல்லன். 'பாகற்கொட்டை புதைக்கச் சுரக்காய் முளைக்குமா?' என்ற நாடோடி முதுமொழியில் அடங்கிய உண்மையை நோக்குக. அவ்வவ்விதை அவ்வவ்வருக்கத்தையே பிறப்பித்தல் படைப்பில் எங்கனுங் கண்ட முறை. குரங்குவிந்து குரங்கும் மனிதவிந்து மனிதனுமே என்றது முறைபிறழாத ஒரு இயற்கைநெறி. ஓரறிவுமுதலாய் மேலும்மேலும் அறிவு கூடிய உயிர்கள் உலகிற் படிப்படியாய்க் காணப்படுகின்றமையால் ஒரு கீழ் வருக்கத்தினின்று வேறொரு மேல்வருக்கம் உண்டாயிற்று எனத் துணிதல் ஒவ்வாது. ஒவ்வொரு வருக்கத்தினுள்ளும் சிறிது மாற்றம் ஏற்படக்காண்கின்றோமேயன்றி ஒன்று மற்றொன்றாய் மாறுதலை யாண்டும் கண்டிலோம். இற்றைக்கு ஐயாயிரம் ஆறாயிரம் ஆண்டுகளாய் எழுத்துச் சாசனங்களால் நாம் அறிந்த மிருகாதிகளும் மனிதரும் அந்த அந்தப் படியில் மாறாமல் இருக்கின்றனர். எழுத்துச் சாசனங்களால் அறியப்படாத புதைபொருள்களையும் பூவகசாத்திரத்தால் அறிகின்றோமே. அப் புதைபொருள்களுள்ளும் ஒன்று மற்றொன்றாக மாறியிருத்தலைக் காணோம். புதையுண்டு கல்லாய்ப்போன மிருகாதிகளின்மீதிகள் வெவ்வேறான முழுமுழுப்பிராணிகளாகவேயன்றி, அரைத்திட்டம் காற்றிட்டமாய், ஒன்று மற்றொன்றாக வளர்ந்து வருவனவாய்க் காணப்படுவனவல்ல. வருக்கம் மாறாமையே இயற்கையாம் எனும் சமநிலையான கொள்கையாளர் தரைநூலையும் மக்கள்நூலையும்

மொழிநூலையும் ஒட்டி, மனிதன் காலம் அலகில்லாத பேரூழிகளிலல்ல, பல்லாயிரம் ஆண்டுகளின் முன்தான் உள்ளதென்பர். தடைப்படாத மனக்கற்பனையுள்ள (ஆகத் தலைகீழான) விஞ்ஞான சாஸ்திரிகளேயும் மனிதனின் காலம் இற்றைக்கு ஐம்பதினாயிர ஆண்டுகளுக்கு மேற்பட்டதல்ல என்பர். அன்னோருடைய கணக்கு மிதமிஞ்சியதென உணரும் பிற விஞ்ஞானிகள் வேறுவேறு கணக்குப்பூட்டுவர். சிலர் அது பதினையாயிரம் என்பர் *(Sollas)*; சிலர் பதினையாயிரத்துக்கும் இருபதாயிரத்துக்கும் இடையில் என்பர் *(Waldameyer)*; சிலர் பதினாயிரம் என்பர் *(Boulay)*; இன்னும் சிலர் ஏழாயிரத்துக்கும் பிற்பட என்பர் *(Holst)*. இவ்வாறு விஞ்ஞானிகளிடையிலுள்ள அபிப்பிராயபேதம் இவ்விசயத்தில் எதையும் நிச்சயித்துக்கூறுதல் கூடாதெனக் காட்டுகின்றது. மனிதன் பூவுலகில் தோன்றி எவ்வளவு காலந்தானாயினும், அவன் அச்சு மாறாதிருத்தலோ திறம்பாத ஒரு உண்மையாம். மொழிநூலின் முடிபுகளைச் சுட்டிப் பின்னோர் இடத்திற் பேசுவோம்.

இதுகாறும் கூறியவற்றால் லெமூரியாவினின்று தமிழர் புறம்போந்தனர் எனும் ஊகத்திற்கு ஆதரவில்லாமற்போகின்றது. லெமூரியா எனும் இப்பெயரும் லெமூரியாக் கண்ட மனிதர் எனும் கொள்கையும் தங்கு தங்கு ஒரேயொரு ஆதாரமாய் எடுத்தாளப்படுவது என்னவெனில், லெமூர் எனும் தேவாங்கு இன்றைக்கு ஆபிரிக்காவை அடுத்த மடகஸ்கார் தீவிலும் இந்து சமுத்திரத்தின் தீவுகளிலும் உள்ளது ஆதலால், இந்நிலப்பரப்புக்களெல்லாம் ஒன்றாய் இணைக்கப்பட்டிருந்த காலமும் ஒன்று உளதாதல் வேண்டும் என்பதுதான். ஆயின், இப்போது லெமூர் வேறிடங்களில் உயிர்வாழாவிடினும், அப்பிராணி உலகம் முழுவதிலும் ஆங்காங்கே ஓர்காலம் இருந்ததைப் புதையுண்ட என்புக்கூடுகள் காட்டுகின்றன. லெமூர் பூகோளமெங்கும் ஓர்காலம் காணப்பட்டதாகவே, மேற்சொல்லிய நியாயத்தின்படி, ஓர்காலம் உலகம் முழுவதும் நீர்நிலை இடைவிடாது ஒரே கண்டமாயிருந்தது எனவும் வேண்டுமன்றோ? ஆதலால் அது ஒவ்வாது என்க.

லெமூரியா என மாந்தர் வாழ்ந்த ஒரு கண்டம் இருந்ததில்லை எனினும், குமரிமுனைக்குத் தென்பாகத்தில் வெகுதூர நிலம் கடலால் அள்ளுண்டுபோன வரலாறு உண்மை நிகழ்ச்சியாகலாம். இது குமரிக்கண்டக்கொள்கை. ஆயின் குமரிக்கண்டம் எனச் சொல்லப்படும் இந்தியாவின் தென்கோடியிலுள்ள பாகம் கடலுள் மூழ்கியது தரைநூற்பேரூழிகளிலல்ல, பிற்பட்டகாலத்தில் என்பது எல்லா

நூலாசிரியர்களுக்கும் சம்மதம். அன்னோர் கருத்தின்படி, குமரிக்ககண்டத்தைக் கடல் கொண்டது முடத்திருமாறன் எனும் பாண்டின் காலத்திலாம். ஆதலால், அங்கு தமிழர்தாமே குடியிருந்தனர் எனக் கூறுதலும் இயையும். இக் கடல்கோளையே,

''மலிதிரை யூர்ந்துதன் மண்கடல் வெளவலின்
மெலிவின்றி மேற்சென்று மேவார்நாடு இடம்படப்
புலியொடு வில்நீக்கிப் புகழ்பொறித்த கிளர்கெண்டை
வலியினான் வணக்கிய வாடாச்சீர்த் தென்னவன்''

என்று தமிழ்ப்பழநூலொன்று விவரித்தது (கலித்.104,1:4). அதற்கு விசேடவுரை ''அங்ஙனமாகிய நிலக்குறைக்குச் சோழ நாட்டெல்லையிலே முத்தூர்க்கூற்றமும் சேரமானாட்டுக் குண்டூர்க் கூற்றமும் என்னும் இவற்றை இழந்த நாட்டிற்காக ஆண்ட தென்னவன்'' என்றிருத்தலால், கடல் கொண்ட நாடு அத்துணைப் பெரும் பரப்பன்று எனவும் தோன்றும். பின்,

''வடிவே லெறிந்த வான்பகை பொறாது
பஃறுளி யாற்றுடன் பன்மலை யடுக்கத்துக்
குமரிக் கோடுங் கொடுங்கடல் கொள்ள''

எனச் சிலப்பதிகாரம் வருணித்ததும், உரையாசிரியர் பின்னும் சில வர்ணனை கூட்டி, ''தென்பாலிமுகத்திற்கு வடவெல்லையாகிய பஃறுளியென்னுமாற்றிற்கும் குமரியாற்றிற்குமிடையே எழுநூற்றுக்காதவாறும், இவற்றின் நீர்மலிவானெனமலிந்த ஏழ்தெங்கநாடும், ஏழ்மதுரைநாடும், ஏழ்முன்பாலைநாடும், ஏழ்பின்பாலைநாடும், ஏழ்குன்றநாடும், ஏழ்குணகாரைநாடும், ஏழ்குறும்பனைநாடு மென்னும் இந்த நாற்பத்தொன்பதுநாடும், குமரி கொல்லம் முதலிய பன்மலைநாடும் காடும் நதியும் பதியும் தடநீர்க்குமரி வடபெருங்கோட்டின்காறும் கடல்கொண்டது'' எனவுரைத்ததும், அக்காலத்து மலிந்திருந்த புராணக் கற்பனையின் போக்கைப் பின்பற்றிப்போலும்.

இலங்கையின் இராசாவலிநூல் எடுத்துச்சொல்லும் வரலாறும் இக்கடல்கோளையே பாராட்டியுரைத்த கூற்றாகலாம். அதுகூறுவது: ''துவாபரயுகத்திலே இராவணனது துட்டத்தனத்தின் பயனாக அவன் கோட்டையையும் 25 மாளிகைகளையும் மன்னாருக்கும் தூத்துக்குடிக்கும் இடைப்பட்ட 400,000 வீதிகளையும் கடல்கொண்டது. இக்காலத்தில் கெலனித்தீசன் என்பவனின் துர்நடத்தை காரணமாக 100,000 துறைப்பட்டணங்களும் 970 மீன்பிடிகாரர் குப்பங்களும்

முத்துக்குளிப்போரின் 470 குறிச்சிகளுமாக இலங்கையின் பன்னிரண்டில் பதினொருபாகம் பெருங்கடலில் ஆழ்ந்தது. மன்னார் இந்த அழிவுக்குத் தப்பிக் கொண்டது. கரைத்துறைப் பட்டணங்களுள் கட்டுப்பிட்டியும் மாதம்பையும் காக்கப் பெற்றன'' என்பது.

ஆகவே லெமூரியா தமிழரது பிறப்பிடம் எனக்கொள்ளுதல் பொருந்தாததாகி, சரித்திர காலத்திலே குமரிக்கண்டத்தில் தமிழர் வாழ்ந்திருந்தனர் என்றதுதான் மீந்திருக்கின்றது. ஆயின், அவர்கள் அங்குதான் உற்பத்தியாயினர் என்றதற்கு ஒருசான்றும் இல்லை. அன்னோரின் உண்மைப் பழம்பதியை ஆராயுமுன் வேறு சில ஒவ்வாக் கொள்கைகளையும் எடுத்துக்காட்டுவோம்.

2. ஸ்கீத்திய உற்பத்தி

மத்திய ஆசியாவில் வாழ்ந்தோரும் தூரானிய வகுப்பைச் சேர்ந்தோருமான ஸ்கீத்தியர் இந்தியாவின் வடமேற்குக் கணவாய்களினூடு வந்திறங்கித் தமிழராயினர் என்பது பிஷப் கால்டுவெலின் கொள்கை. இதற்கு ஆதாரமாய் அவர் காட்டுவது: ஸ்கீத்தியருடைய மொழியும் தமிழ்மொழியும் ஆகிய இரண்டின் இலக்கணப்போக்குக்கும் இடையில்தோன்றும் சில ஒப்புமைகளாம். ஆயின் குலம்வேறு மொழிவேறு என்றதை இங்கு நாம் மனத்தில் தரித்துக் கொள்ளுதல் வேண்டும். ஒருகுலம் வேறொரு குலத்தின் பாஷையை முற்றாக மேற்கொண்டிருத்தலைச் சரித்திரவாயிலாய் ஆங்காங்கு அறிந்திருக்கின்றோம். வட இந்தியாவிலே பல திராவிடக் குலங்கள் ஆரியருடைய மொழியைத் தமது மொழியோடு கலந்து மேற்கொண்டமை உலகறிந்தது. இலங்கையின் மேற்குக் கரையோரங்களிலே இருக்கும் தமிழ்க்குலங்கள் இன்று சிங்களம் பேசுகின்றன. ஒரு குலம் வேறொரு குலத்தின் பாஷையை முழுவதும் மேற்கொள்ளலும் காணப்படும். ஆகவே இருகுலங்கள்பேசும் பாஷையில் சில ஒப்புமைகள் இருத்தல் ஒன்றைக்கொண்டு அவை இரண்டும் ஒரே குலமாம் என முடித்தல் அமையாது. அவ் ஒப்புமைகளோடு உடற்கூறு பழக்கவழக்கங்கள் சமயக்கொள்கைகள் முதலியவற்றிலும் ஒற்றுமையிருத்தல் இன்றியமையாதது. பின்னும் இருவகுப்பாரும் முன் ஓர் காலம் ஒரேயிடத்தில் வதிந்தமைக்குப் போதிய சரித்திரச் சான்றுகளும் வேண்டப்படும். இவைகளிலெல்லாம் ஸ்கீத்தியரும் தமிழரும் வேறுபடுகின்றனர் என்பது ஆன்றோரின் ஆராய்ச்சியால் முடிந்த முடிபு. பர்சியாவிலுள்ள பகிஸ்தான் என்னும்

மலையிலே கி.மு. 5ஆம் நூற்றாண்டில் மூன்று பாஷைகளில் பொறித்துள்ள கல்வெட்டுக்களைக் கொண்டே பிஷப் கால்டுவெல் ஸ்கீத்தியருடைய பழைய மொழிக்கும் தமிழுக்கும் இடையில் ஒற்றுமைகாட்டத் தேடினார். இவ்வொற்றுமைகளுள் பல தமிழுக்கு அப்பாஷையோடு மட்டுமல்ல, தமிழினத்தைச் சேராத வேறுமொழிகளோடும் இருத்தலால் அவர் எடுத்துக் காட்டும் நியாயம் பொருந்தாது. அன்றியும் ஸ்கீத்தியமொழிக்கும் தமிழுக்கும் வசனக்கட்டளவில் வெகுதூர வேற்றுமை இருக்கின்றமையும் கணிக்கத்தக்கது. ஸ்கீத்திய வகுப்பாருள் கியூனர் (அவுணர்) என்போர் சந்திரகுப்த விக்கிரமாதித்தியன் காலமுதல் (கி.பி. 6 ஆம் நூற்றாண்டு) வடஇந்தியாவினுள் நுழைந்தமை சரித்திரசம்பவமாகும். அன்றி, தென்னாட்டில் வாழ்ந்த பண்டைத் தமிழர் எல்லாம் ஸ்கீத்தியரே என்றதற்கு ஒரு சான்றும் இல்லை.

3. தமிழர் மங்கோலியாவிலிருந்து வடகிழக்குக் கணவாய்களினூடு வந்திறங்கிய மஞ்சள்நிற மக்களிலிருந்து உண்டானவர்கள் என்ற கொள்கை

இக் கொள்கை சீனபாஷையில் தமிழையொத்த சில சொற்கள் இருக்கின்றமையை மட்டும் ஒரு ஏதுவாகக்கொண்டு ஸ்ரீகனகசபைபிள்ளை தமது '1800 ஆண்டுகட்கு முற்பட்ட தமிழர்' எனும் நூலில் எடுத்துச் சொல்லிய ஊகமாகும். சீனபாஷையிற்போல உலகிலுள்ள எல்லா மொழிகளிலும் தமிழ் அடிகள் காணப்படுகின்றமை இக்கால ஆராய்ச்சியாற் பெறப்படுகிறது. இது தமிழ்மொழியின் பெரும் பழமையை வலியுறுத்துமேயாயினும், இதனால் அவ்வப் பாஷையாளரெல்லாம் தமிழருக்கு மூதாதையர்கள் என்று முடிக்கவராது. முன்சொல்லிய ஸ்கீத்தியரைப்போல் மங்கோலியரும் இடைக்காலத்தில் தமிழரோடு வந்து கலந்து கொண்டனர் என்பதுதான் உண்மையாகும். வடகிழக்கு இந்தியாவின் நாகர்கள் அம்மங்கோலியரிலிருந்து உண்டானவர்கள் என்ப.

4. ஆஸ்திரேலியப் பழங்குடிகளும் தமிழரும் ஒரு சாதியார் என்ற கொள்கை

இவர் இருசாராருடையவும் ஒற்றுமைக்குச் சிலர் எடுத்துக்காட்டும் ஏதுக்கள் எவையெனில், ஒன்று, ஆஸ்திரேலியப் பழமொழிக்கும்

தமிழுக்கும் சில சொற்களில் உள்ள பொதுமையாம். இது போதிய சான்றல்ல என்பது முன்னர்த் தெரிவிக்கப்பட்டது. பூமெறங் எனும் வளை தடியை இரு பாலாரும் வழங்கியது மற்றொன்று. இவ்வழக்கம் பிற்காலத்தில் ஓரிடத்திலிருந்து மற்ற இடத்திற்குபோயிருக்கலாம். அல்லது இருபகுதியாரும் இயற்கையறிவைக் கொண்டு அக்கருவியைக் கண்டுபிடித்திருக்கலாம். ஆதலால், இந்த ஏதுவும் பொருந்தாது. இரு சனங்களுக்குமிடையில் முகரேகையின் ஒற்றுமையையும் எடுத்துக்காட்டுவர். ஆயின் சேர் உவில்லியம் ஹன்றர் செய்த ஆராய்ச்சியால் இந்த ஒற்றுமை மிகச் சிறியதாயிருத்தலால் சாதி ஒற்றுமையைத் தாபித்தற்குப் போதாது என விளங்குகின்றது.

தமிழரின் முன்னைய இருப்பிடம் மத்திய தரைக்கடலைச்சார்ந்த பிரதேசங்களே என்பதும், அவர்கள் மிகப்புராதனமான ஒருகாலத்தில் அங்கிருந்து கடல்மார்க்கமாகவோ கரைப்பாதையாகவோ வந்து பரதகண்டம் முழுதும் பரந்து குடியேறினர் என்பதும், அன்னோர் இந்தியாவிலிருந்து உயர்தர நாகரிகம் அடைந்துகொண்ட பின்னர் மேற்கிலும் கிழக்கிலும் சென்று தமது நாகரிகத்தை நாட்டினர் என்பதும் இனிச் சிறிது சிறிதாக விளக்கப்படும்.

(இ) மத்திய தரைக் கடலைச் சூழ்ந்த நாடுகளில் தமிழரின் முன்னோர்

பூர்வகாலம் மத்திய தரைக் கடலைச் சார்ந்திருந்த குலங்களோடு ஒற்றுமைபூண்டோரே தமிழர் என்பது இந்நாட்களில் முன்னணியில் நிற்கும் குலநூல் ஆராய்ச்சியாளர்களுட் பெருவழக்கான துணிபாகின்றது. இதனையுணர்தற்கு நாம் உடற்கூற்று அல்லது அங்கவமைப்பு எனும் சாத்திரத்துறையைப் பற்றி ஒரு சிறிது அறிந்து கொள்ளுதல் அவசியம்.

மக்கட்படைப்பு ஒன்றே என்பது இன்றைக்கு எல்லா உண்மை விஞ்ஞான சாத்திரிகளும் ஒப்புக்கொண்ட ஒரு உண்மை.

குலமொன்றாய் நீ படைத்த குறியை அறியாமல் யான்
மலபாண்டத் துள்ளிருந்து மயங்கினேன் பூரணமே

என்றபடி, நாத்திகர்கள் சிலர் பல ஆதிமனுக்குலங்கள் இருந்தன என்று மயங்கிய காலம் போய்விட்டது. இதுதான் என்று நிச்சயமாய்ச் சொல்லக்கூடாத ஓர் இடத்தில் ஆதி ஆணும் பெண்ணும் உண்டாக்கப்பெற்று, அவ்விருவரிடத்துமிருந்தே மனுக்குலம் முழுதும் பல்கிப் பெருகிற்று என்ற உண்மையை மேல்நாட்டிலும் புதிய உலகம் எனும் அமெரிக்காவிலும் இருந்த பழஞ்சனங்களெல்லாரும் ஒரே வாக்காய்க் கூறிப்போயினர். இந்தப் பழைய உண்மை இன்று யாதொரு சமயச்சார்புமில்லாத விஞ்ஞானிகளாலும் கண்டுபிடிக்கப் பட்டிருக்கின்றது. இனி, ஒரு குடும்பம் போல் ஓரிடத்தில் வாழ்ந்து வந்த ஆதிமனிதர் வேட்டையாடுவதற்கோ மந்தைகளை மேய்த்தற்கோ வாய்ப்பான புதுப்புதுப் பிரதேசங்களைத் தேடிப்போவோரும், குடும்பக்கலகங்கள் காரணமாய் இடம்பெயருவோரும், மீன்பிடிக்குந் தொழில் ஆகியவற்றின் மேற்சென்று அயல்நாடுகளிற் கரைபிடிப்போருமாய்ச் சிறிது சிறிதாகப் பூலோகம் எங்கும் பரந்த காலையில், அவ்வத்தேச தட்ப வெட்ப நிலைக்கும் அவரவர் மேற்கொண்ட தொழில்வகைக்கும் உணவின் வேற்றுமைக்கும் ஏற்ற

ஏற்றபடி, அன்னோரது உடற்கூற்று விகற்பித்தும் பாஷை மாறுதலடைந்தும் மக்கள் பல்வேறு குலங்களாய்ப் பிரிந்தனர் என்பது குலவேறுபாட்டு நூலின் உண்மைக்கொள்கையாகும்.

"...பிரசமலர்ப்
புங்கவன் றன்னருளாற்போந்தமனுப் பூண் ஊண்
தங்கருமத்தாற்சாதிதான்"

என்ற தமிழ்வாக்கு இங்கு நினைக்கத்தக்கது.

தொடக்கத்தில், மனிதகுலம் ஒருவகையில் இளமை பொருந்தியதாயிருந்த காலத்தில், குலவேறுபாடு விரைவில் நடந்திருப்பது இயல்பென்றும், அவ்வக்குலங்கள் ஒவ்வோரிடத்தில் நெடுங்காலம் வாழ்ந்து அவற்றின் உடற்கூறு ஒருவகையில் இறுகித் தடித்துக்கொண்டபின், அதில் வேறு மாற்றம் நிகழ்வதற்கு அதிக காலம் பிடிப்பதாகும் என்றும் கற்றோர்கள் கருதுகின்றனர். மனுக்குலத்தின் இளமைக்காலத்திற் பூமியின் அவ்வப்பாகங்களின் தட்ப வெப்பநிலை வேறாயிருந்தமையும், அக்காலத்து மானுடர் தற்காலத்தாரைக் காட்டிலும் அதிகம் நீண்ட ஆயுள்படைத்து வாழ்ந்திருந்தனர் என எல்லாக் குலங்களிலும் பாரம்பரியம் கூறுகின்றமையும் இங்கு நோக்கத்தக்கன. இறுகித்தடித்த உடற்கூறு என நாம் பெயரிட்ட தேகநிலைமை ஏற்பட்டபின், இன்னகுலம் இன்னஇடத்திற்குரியது என்று பார்த்தவுடனேயே சொல்லிவிடத்தக்கதாய் விளங்குதல் எளிதன்றோ? இவ்வாறே, விஞ்ஞானிகள் உடற்கூற்றைக் கொண்டு தமிழரது ஆதியிருப்பிடத்தை நிச்சயிப்பர். இதைச்சுட்டித் தலையிடத்திற் சில வெளிப்படைகளைத் தருதல் நன்றாகும்.

உடற்கூற்றால் உண்டாகும் சாட்சி:

மனித உடற்கூற்றின் வேறுபாடுகளுள் தலையைச் சார்ந்ததே முக்கியம் என்பர். சில குலங்கள் நீண்ட தலையுள்ளவை, சில வட்டமான தலையுள்ளவை, நீண்ட தலைக்குலங்களின் மண்டையோடு குறுக்களவைக்காட்டிலும் நீட்டளவு மிகக்கூடியதாயிருக்கும். வட்டமான தலைக்குலங்களின் மண்டையோடோ குறுக்களவுக்கு ஒரு சிறிது மட்டும் மேற்பட்ட நீட்டளவு கொண்டிருக்கும். இவ்வேறுபாடு எப்படி உண்டாவதெனில், இயற்கையில் அமைந்துள்ள ஏதுக்களால் தாய்வயிற்றிலே குழந்தையின் மண்டையோட்டு என்புகள் ஒன்றோடொன்று பொருந்தும் நாளையில்,

நெடும்பொருத்துக்கள் ஒன்றாவதற்கு முன் குறும்பொருத்துக்கள் போய் ஒன்றிக்கொண்டால் மண்டையோடு நீண்டு காட்டும். இதற்கு எதிராய் நடைபெறும்போது குறுகிக்காட்டும். ஆட்களின் உயரமும் பெரும்பாலும் மண்டையோட்டுக்குத் தக்கதாகி, நீண்டதலையுள்ளோர் நெட்டையராவர்; வட்டமான தலையுள்ளோர் குட்டையராவர். ஆயினும், நெடுமையும் குறுமையும் பலமுறை உடற்போஷிப்பின் தன்மையைப் பொறுத்ததாகும். இளமையில் நல்ல உணவுகொண்டு வாழ்வோர் பெரும்பாலும் நெடியவராவதுண்டு. முன் குட்டையராயிருந்த சிலர், காட்டுக் குலத்தவர்கள், ஐரோப்பிய நாகரிகத்தை அடைந்தபின் நன்றாய்ப் போஷிக்கப்பட்டதனால், நெட்டையர்களாய் வந்துள்ளனர் என்ப. ஆகவே நெடுமையும் குறுமையும் குலவேறுபாட்டுக்குத் தவறாத அறிகுறியெனவராது.

முகத்தின் தாடை என்புருவமும் குலவேறுபாட்டைக் குறிக்கும் என்ப. சீர்திருந்தாத குலங்களில் இவ்வென்புகள் அதிகம் புடைத்து நிற்கும்; மோவாய்க்கட்டை மிகச்சிறுத்திருக்கும். இத்தன்மை, மனவேலைதணிந்து உண்ணும் வேலையும் உடல் வலியும் மிகுந்திருப்பதால் உண்டாவது என்ப. சுவாசமுயற்சியின் அதிகப்பாட்டால் நாசி விரிவதும் இதற்கு உபகாரமாகுமாம். தாடையென்புகள் புறப்பாடாயுள்ள குலங்களில் புத்தி தீட்சணியம் மிகுந்தோரும் இருக்கலாம். ஆயின், தனித்தனி ஆட்களையன்றிக் குலம் முழுவதையும் நோக்கியே இங்கு பேசப்படுகின்றது. அகன்று உயர்ந்த நெற்றியும் பின்வாங்கிப்போகும் நெற்றியும் இவ்வாறே மனவிருத்திக்கும் அதன் குறைவுக்கும் அடையாளமாம் என்பது நன்கறியப்பட்டதொன்று. உதடுகளிலும் குலத்துக்குக் குலம் கொண்ட வேற்றுமையைக் காணலாம்.

அப்பாலும் குலவேற்றுமையை வெளிப்படுத்துவது கண்ணும் மூக்கும் எனப்படும். சில அநாகரிக குலங்களின் மூக்கு சப்பட்டையாயும் நாசித்துவாரம் மிக விரிந்தும் இருக்கக் காண்கிறோம். மூக்குத்துவாரம் விரிவாயோ ஒடுக்கமாயோ இருப்பது சுவாசம் விட்டு வாங்குமிடத்துச் சீதோஷ்ணபேதத்தினால் ஏற்படும் நிலைமை பற்றியாம் என்பர் விஞ்ஞானிகள்.

கண்ணின் உருவத்தைக்கொண்டும் குலம் நிச்சயிக்கப்படும். வாங்கலான உருண்ட கண்கள் சீனர் ஜப்பானியர்களுக்கு விசேட அறிகுறியாவதை அறிவோமன்றோ? கண்களின் நிறம் குலத்திற்குக் குலம் வேறுபடுவதும் ஒன்று. டாக்டர் வேட்டு என்பவர்

தாபித்திருக்கிறபடி, கண்களிற்படும் வெளிச்சத்தின் அளவாக அவைகள் பேதப்படுகின்றன என்றும், மந்தாரமான வானத்தின்கீழ் நடமாடும் குலங்களுக்குக் கண்களைச்சார்ந்த நிறப்பசை குறைவுபடுகின்றமையால் அவைகள் நீலவர்ணம் அடைந்துவிடுகின்றன என்றும், வெயிலொளி மிகுந்த பிரதேசங்களிலேயோ, அவைகளது காப்புக்கு அவசியமான நிறப்பசை மேற்பட்டு, அவைகள் கறுத்த அல்லது கபிலநிறமுள்ளவைகளாகின்றன என்றும் கூறுவர். மயிரின் உருவமும் நிறமும் இதனையொத்த காரணங்களாலேயே மாறிவரும் என்பர்.

இனி, அங்கவமைப்பு நூலின்படி தென்னிந்தியாவின் தமிழரை நோக்கும்பொருட்டுப் புரோபசர் புளூர் எனும் அறிஞர் இப்பொருள்படக் கூறியதை இங்குப் பாஷாந்தரப்படுத்துவோம்:-

''தென்னிந்தியாவின் சனங்களுடைய தலைகளுள் மிக வேற்றுமையுண்டு. ஆயின் நாம் அக் குடாநாட்டின் தெற்குமூலையை நாடிப்போவோமாயின், அங்கு திராவிட இந்தியாவில் அவைகள் பெரும்பாலும் நீண்டவையும் சற்றே மிதந்தவையுமாயிருத்தலைக் காணலாம். இவற்றையொத்த தலைகள், பொதுவாய் வெண்மையான தோலோடு, தென்மேற்கு ஆசியாவில் ஆங்காங்கே காணப்படும். தென் இந்திய உடற்கூற்று மாதிரிகள், நிறத்தையும் மூக்கின் உருவத்தையும் நீக்கிப்பார்த்தால், செமித்திய மாதிரிகளோடும் வட ஆபிரிக்காவின் மாதிரிகளோடும் மத்திய தரைப்பெருங்கடலின் மேற்குப் பாகத்தைச் சுற்றிவரக் காணப்படுகின்ற சராசரி மாதிரிகளோடும் ஒப்புமையுள்ளன என்பதில் மயக்கம் இல்லை. இத் தொகுதிகள் எல்லாவற்றுள்ளும் இடையிடையே காணப்படுகின்ற நீண்டு ஒடுங்கி மிதந்த தலைகளும், குறுகிப் பரந்த மூக்குகளும், பெருத்த (பலமுறையும் தடித்த உதடு அமைந்த) வாய்களும் ஆகிய இவையெல்லாம் பிராஞ்சுதேசத்தின் கிறிமல்டிக் குகையின் அடித்தளத்திலும் கோம்கப்பேலிலும் காப்பாற்றப்பட்டிருக்கின்ற பண்டைக்காலத்து மனித உருவங்களினின்றே பிறந்தன என்று நமக்கு அறிவுறுத்துகின்றன. தற்காலம் இபேரிய குடாநாட்டு (ஸ்பானியாவு) க்கும் தக்கிணத்துக்கும் இடைப்பட்ட சாதியினங்களெல்லாம் இப்போது நாம் சொல்லிய பழைய மாதிரிகளுக்கு ஒப்பானவைகளிலிருந்தே பரிணமித்து வந்தன என்பதும், அயற்சார்புகளின் நிமித்தமே குலங்களுள் விகற்பம் ஏற்படுவதாயிற்று என்பதும் அறிஞர்களுட் பெரும்பாலாரது கொள்கை. தென்மேற்கு ஆசியாவில், குளிர்காலங்களின் நிமித்தம் சுவாசப்பைக்குச் செல்லும் காற்றைச் சூடாக்கும் வகையால் விரிந்த மூக்கும், அதனோடு பொதுவாய் உறுதியான உருவங்கொண்ட கன்னங்களும்

அமைவனவாயின. வடஆபிரிக்காவிலும் தக்கிணத்திலும் தோல் மிகக் கறுத்து வந்தமைக்கும், தோல் துவாரங்கள் விரிந்து மயிர் ஒரு வகையில் மென்மையாய்ப் போனமைக்கும் உஷ்ணாந்தரேகைச் சூரியனே காரணமாயிற்று. ஆயின், ஆபிரிக்காவின் முழுக் காப்பிரியானவன் காம் வமிசத்தாரின் எல்லைக்குத் தென்புறத்திலுள்ள பரந்த பிரதேசத்தில் பூரணமாற்றம் அடைந்து விட, தக்கிணத்துத் தென்பாகத்தில் உள்ளவர்களிலோ அந்த மாற்றம் மிகச் சிறிதுதான் காணப்படும். மத்திய தரைக் கடற்பாகங்களின் உஷ்ணம் குறைந்து சீதம்சேர்ந்த நிலைமையாலும், அங்கு வசித்தோர் ஐரோப்பாவின் வடமேற்குச் சனங்களோடு மிக உறவு பூண்டமையாலும் அப்பாகங்களிலுள்ளோர் அதிகம் கருமையடையாதோராய் முகரேகையில் நல்லுருவங் கொண்டோராய் விளங்குகின்றனர்''

இதுவரையும் சொல்லிய குறிப்பைத் தமது நூலிற் புகுத்தியிருக்கின்ற ஸ்லேற்றர் என்பவர்தாமே கூறுவதையும் இங்கு அனுமதிப்போம். ''மத்திய தரைக் கூட்டத்தினுள் அடங்கிய குலங்களுளெல்லாம் கபாலத்தின் உருவமும், மயிரின் நிறமும் தன்மையும், கணகளின் நிறமும், முகரேகை அங்கவமைப்பும் மிக ஒத்திருக்கின்றன. தோலின் நிறம்தான் உடனே கண்ணில் தைக்கும்படி நன்றாய் விகற்பித்திருக்கின்ற ஒரு வேற்றுமை. திராவிடருள் கரு நிறமானது நடுத்தர இத்தாலியருடைய அல்லது ஸ்பானியருடைய வெண்மை தொடக்கம் காப்பிரிக்கறுப்பு வரையும் வேற்றுமையுள்ளதாகின்றது. மயிர் அமைப்பிலும், அதிக மென்மையான பஞ்சுபோன்ற அழுத்தமான மயிர்வரையும் வேறுபாடு காணப்படுகின்றது. முகரேகையிலோ உண்மையான மத்திய தரைச்சனங்களைக் காட்டிலும் திராவிடர் அதிகமாகத் தடித்த சொண்டும் பரந்த மூக்கும் உள்ளோராகின்றார்கள். மத்தியதரையாரின் ஆதிச்சாயலோடு பொருந்தாத இந்த விகற்பங்களெல்லாவற்றுக்கும் காரணம் என்னவெனில், திராவிடர் இந்தியாவினுள் நுழைந்தபோது, அங்கு முன்னரே குடியேறி உறைந்திருந்த கறுத்த, தடித்த உதடு படைத்த பழங்குடிகளோடு அன்னோர் கலந்து கொண்டதேயாம் என்று எனக்குத் தோன்றிற்று. திராவிடருக்கு முற்பட்ட குலங்கள் இன்றைக்கும் காடுகளில் மிகுந்திருக்கின்றன'' என்கின்றார்.

மிகக் கரியநிற மக்கள்:

பரதகண்டத்தில் தமிழர் வந்திறங்குமுன் அங்கு சென்று

குடியேறியிருந்த குலங்கள் எவ்வாறனவை என நிச்சயித்தல் இயலும் கருமமன்று. மத்திய தரைக்குலத்தைச் சேர்ந்தவர்களே ஆதியில் வந்து, புரொபஸர் புளூர் சொல்லியபடி, வெவ்வேறு பாகங்களில் வசித்தமையால் உடற்கூற்றில் வேற்றுமையடைந்தவர்களுமாகலாம். வேறு குலங்கள் முந்தி வந்திருந்தன என்று முடிப்பினும், அவைகளும் ஒரு பொது இடத்தினின்று பிரிந்து வந்தனவே ஆதல் வேண்டும். எபிரேயருடைய பழைய நூலாகிய விவிலியம் கூறுகின்ற நோவாவின் சலப்பிரளயம் மக்கள் ஆதியிற் குழுமியிருந்த நாடுகளிலேதான் நடந்தது என்பதும், அப்பிரளயத்தின்முன் அந்நாடுகளிலிருந்து சிதறுண்டு போயிருந்தோர் நெடுங்காலம் வெவ்வேறு தட்பவெட்ப நிலையுள்ள தூரநாடுகளில் வசித்து உருவத்தில் நிறத்தில் விகற்பமடைந்துகொண்டு வெவ்வேறு பண்டைக் குலங்களாயிருந்தனர் என்பதும் சில்லோர் கொள்கை. இவ்வாறே வெகு சீதளப் பிரதேசங்களை அண்டிய வட ஐரோப்பியர் (வடதுருவக் கரடிகளிலும் வெண்மையடைந்தவாராய்) வெண்ணிறத்தவராயினர் என்பதும், வெகு உஷ்ணப் பிரதேசமாகிய தென்னாபிரிக்காவை அடைந்தோர் மிகக் கரியநிறங்கொண்ட காப்பிரிகள் ஆயினர் என்பதும், தேசசுவாத்தியத்தின் தன்மைகொண்டுதான் மங்கோலியர் மஞ்சள் வர்ணம் அடைந்தார் என்பதும் அறிஞர்களது அபிமதமாம்.

மிகக் கரியநிறமும் மிக வெளுத்தவர்ணமும் பிற்பட்டே எழுந்தன என்பதும், மனுடர் ஆரம்பத்தில் பொதுநிறக்கருமையுள்ளோரே என்பதும் அறிஞர் சிலரது கொள்கை. புரொபஸர் ஸேய்ஸ் என்பவர் கூறுவது யாதெனில் ''கறுத்தகுலங்களின் கருநிறம் அடித்தோலுக்கும் கீழே பரப்பியிருக்கும் நிறப்பசையினால் உண்டாவது. உள்ளபடி காப்பிரிக்கோ அது தசை நார்களிலும் மூளையிலும் காணப்படும். இப்பசை, பொதுவாய், சுவாசப்பையிலிருந்து தள்ளிவிடப்படும் இருந்தை மலினத்தால் உண்டாகி, மயிர்த்துவாரங்களினின்று தோலிலும் சவ்விலும் வந்து படிவது. ஆகவே சுவாசப்பை குறைவாய் வேலை செய்வதினால் நிறப்பசை அதிகப்படுவதாகும். மயிர்த்துவாரங்களைச் சுணைக்கச் செய்வதெதுவோ அதுவும் நிறப்பசையைக்கூட்டிவிடும், இதன் நிமித்தமே அதிக வெயில் படுவதினால் தோலானது கன்றியநிறம் பெறுகின்றது. ஆயினும் கன்றியநிறம் நிலையானதல்ல. அதுவேறு, இத்தாலியர் இஸ்பானியருடைய பொதுநிறக் கருமை வேறு, இன்னும் அதிகமாய், மலாயர் பொலினாசியரின் கருஞ்சிவப்பு நிறமும் வேறு.

''ஆதிமனுஷனின் நிறம் கருமையடைந்திருந்ததே எனத்தோன்றும்.

கருநிறப்பசை இடையில் அற்றுப்போவதற்கு நியாயஞ்சொல்லாமல் முன்னில்லாத இடத்தில் அது எப்படி வந்தது என்று காட்டுவதோ எளிதல்ல. துருவங்களின் குளிருக்குள்ளே மிருகங்கள் 'நிலையான பாண்டுபிடித்த நிறம்' என்று சொல்லப்படுகின்ற வெண்மையை அடையும் சார்பு கொள்ளுகின்றன. கரடியும் முயலும் தங்களைச் சூழ்ந்துள்ள மூடுபனியின் நிறத்தைப் பொருந்துகின்றன.

''வெள்ளைச்சாதியாருள் ஓர் பகுதியில் இன்றைக்கும் அவர்களது கரிய உற்பத்தியின் அடையாளங்களைக் காணலாம். கருநிறமுள்ளவர்களின் மேனியெல்லாம் சமனாய்ப் பரப்பியிருக்கிற நிறப்பசையானது தேமலுள்ள வெள்ளைச்சாதியாரில் தொட்டம் தொட்டமாய்க் காணப்படும். இத்தேமல் வெயிற்சூட்டால் வருவதென்பது பலருடைய கொள்கை. அது தவறு. வெயில் படுவதனால் மயிர்த்துவாரங்கள் சுணைகொண்டு தேமலை அதிகமாக்கும் என்பது மெய்யேயானாலும், நிறப்பசை அங்கு ஏலவே இருப்பதொன்று. வெயிலும் காற்றும் பிடியாதபடி எப்போதும் காக்கப்படும் தேகத்தின் பாகங்களிலும் தேமல் இருப்பதுண்டு என்றதும் ஒன்று. வடமேற்கு ஐரோப்பாவிலும் வடஆபிரிக்காவிலும் தேமலுள்ள கெல்ற்று - லீபியகுலம் தேமலற்ற சுத்த வெள்ளைத் தோலுள்ள ஸ்காந்தி - சர்மனியகுலத்திலும் பார்க்கக் குறைவாய்ப் 'பாண்டு' பிடித்ததாயிற்று என்பதே உண்மை'

இவ்வாறு பாண்டு பிடியாத கரியமக்களே மத்தியத் தரைக்கடலைச் சூழ்ந்த நாடுகளிலெல்லாம் இருந்தோராவர். அந்நாடுகளின் பழைய சாசனங்களில் இந்த நிறத்தவரைக் கருந்தலையரெனக் காட்டியிருக்கிறது என்ப. உலக சிருட்டியையும் சலப்பிரளயத்தையும் கூறுகின்ற சுமேரிய வரலாற்றிலே நிலமடந்தையும் நிலத்தெய்வமும் அனு எனும் வான் தெய்வத்தோடும் அங்கி எனும் நீர்த்தெய்வத்தோடும் கூடக் கருந்தலையுள்ள சனத்தை அதாவது சுமேரியருடைய முன்னோரைப் படைத்தனரெனச் சொல்லியிருக்கிறது. அக்கத்தியாவின் அரசனான சார்கொன் காலத்துக் கல்வெட்டுக்களும் அவ்வரசனை இஷடர் எனும் தேவி கருந்தலைச் சனத்தை ஆளுதற்கு வைத்தாள் எனக் கூறுகின்றன. அம்முறபி அரசன் தனது பேர்போன நீதிச்சட்டத் தம்பத்தில் என்லில் தெய்வமே தனக்குக் கறுத்த சனங்களைக் குடிகளாகக்கொடுத்தது என வரைகின்றான். இசின் அரசபரம்பரையினனும் கி.மு. 2200 ஆண்டுவரையில் செங்கோல் செலுத்தியவனுமான லிபெர் இஷடர் என்பவன், தான் கறுத்தமயிருள்ள சனத்தைத் தாயாடு தன் புருவைகளை நடப்பிப்பதுபோல நடப்பிப்பேன் என்று கூறுகிறான்.

எகிப்தியரைச் சுட்டிப்பேசில், புளூற்றாக்கு எனும் நூலாசிரியன் எழுதி வைத்த ஐதீகத்தின்படி, அவர்களுடைய மிகப்பழைய தெய்வமாகிய ஓசிறிஸ் கருநிறமுள்ளது எனப்பட்டது. ஓசிறிசும் பின்வந்த ரா தெய்வமும் ஒன்றேயென உண்மையாகச் சொல்லலாம். பண்டை எகிப்த்தியருடைய மானுட இயற்கைச்சாத்திரத்தில் வல்லவரென்று ஏத்தப்படுகின்ற புறொபசர் எலியெட் ஸ்மித் சொல்வது இது. ''ஆதி எகிப்த்தியரின் மயிர் இக்கால ஐரோப்பிய அல்லது இபேரிய கபிலநிறச் சனங்களுடையதற்குச் சரியொத்ததாயிருந்தது. அது மிக இருண்ட அல்லது கரியநிறங்கொண்டு சுருள்வதாய் பஞ்சுபோன்ற மென்மையுடையது'' என்கின்றார்.

கிரேத்தாதீவின் மீனவரும் அவ்வாறே கபிலநிறமுள்ளவர்களாய் இருந்தனரெனத் தோன்றுகிறது. உள்ளபடி கிரேத்தாவின் பழைய சித்திரங்களுளெல்லாம் ஆண் மக்களைக் கறுத்தவர்களாகத் தீட்டியிருக்கக் காணலாம். (பெண்களுக்கு வெள்ளை வர்ணம் இட்டிருப்பது, ஓவியர்கள் அவர்களது தோற்றத்தை அழகாக்க விரும்பியிருந்ததினாலே எனலாம்.) பிற்காலத்ததாகிய திரேனிய பாத்திரம் ஒன்றில் அப்பொல்லோ எனும் ஆணுருவம் கறுப்பாயும் அர்த்தேமிஸ் எனும் பெண்ணுருவம் வெள்ளையாயும் எழுதியிருத்தல் கவனத்துக்குரியது. கிரீசில் எஞ்சியிருந்த மீனோவன்சனம் பிலிஸ்தியரே என்பது பலசான்றுகளாற் பெறப்படும். இனி, எகிப்த்திய ஞாபகச் சின்னங்களில் பிலிஸ்தியரின் நிறமும் கெத்தியர் செமித்தியரின் நிறமும் ஒன்றுதான். அதாவது செம்புபோன்ற கருமஞ்சள் அல்லது கபிலவர்ணம் ஆயின் பக்கப்பார்வையிலோ அவர்கள் நெற்றியும் மூக்கும் நேரியனவாயிருந்தமை ஐரோப்பிய அல்லது மத்திய தரைக்கடற் சனங்களை நினைவூட்டுகின்றது.

ஸ்பானியாவின் இபேரியரையும் இங்கிலாந்தின் துரூயிதரையும்பற்றி அன்னோர் நிறமுள்ள தோலும் சுருளுகின்ற மயிருமுள்ளவர்களாமென்று தசித்து எனும் உரோம ஆசிரியர் நமக்கு அறிவிக்கின்றார்.

ஆரியர் கி.மு. 1500 வரையில் இந்தியாவில் நுழைந்தபோது அங்கு குடியேறியிருக்கக் கண்ட சனம் தமிழரே என்பதில் மயக்கமில்லை. சிந்துவெளி நாகரிகத்தைப் பற்றி நாம் விவரிக்கும்போது இது மிகவும் விகசிதமாகும். ஆரியர் இந்தியப் பழங்குடிகளை கரிய நிறத்தவர். *(R,g.I,130,8;11,20,7;ix,41,1-2)* என்று மட்டுமன்று, மூக்கில்லாதவர் எனவும் இகழ்ந்து கூறினர். தமிழர் பூர்வ இருப்பிடத்தினின்று வந்து

இந்தியாவிற் பல நூற்றாண்டுகளாய்த் தங்கி முன் வந்திருந்தோருடன் கலந்து கொண்டதினாலே அன்னோருக்கு இவ்விபரம் ஒருவகையிற் பொருந்துவதாயிற்று எனலாம்.

தரைநூலின் சாட்சி:

இந்தியா ஆபிரிக்கா முதலிய தக்கிண பாகங்களிலும், வடஐரோப்பா ஆசியா முதலிய உத்திரபாகங்களிலும் மிகப்பழைய காலங்களிற் குடியேறிய மனுக்குலத்தாரெல்லாம் எங்கிருந்து பிரிந்து போயிருப்பார்கள் என்பதற்குத் தரை நூலிலிருந்து ஒரு நல்ல சாட்சி வெளிப்படுகின்றது. ஆதிநாட்களில் பூமியின் வடபாகமெல்லாம் பனிக்கட்டியால் மூடுண்டிருந்ததென்பது அந்தநூல் காட்டுகின்ற ஒருசெய்தி. பனிக்கட்டிப்பாளங்கள் அருகியருகி வடதுருவத்தோடு ஒதுங்கியும் மலையுச்சிகளில் மட்டும் தங்கியும் நின்ற இடைக்காலத்தில், தெற்கே இன்று சகாரா இருக்கும் பக்கம் செழிப்பற்ற வனாந்தரம் ஆயிற்று. அதனால் மக்கள் மெல்ல மெல்ல வடபாகத்தை நாடிப்போய் மேற்கிலும் கிழக்கிலும் உறைவிடம் தேடுவோரானார்கள். ஐரோப்பாவும் ஆசியாவின் அதிகிழக்குச் சீமைகளும் இவ்வாறே குடியேற்றமடைந்தன. மத்தியத் தரைக் கடற்கரைகளின் மட்டான உட்டணத்தால் விலகி வடக்கேயுள்ள சீதளபாகங்களை அடைந்தோர் படிப்படியாய் வெள்ளையராகிவிடத் தெற்கே சகாரா வனாந்திரத்தை அண்டிய பாகங்களைச் சேர்ந்தோர் மிகக் கறுத்த காப்பிரிகளானார்கள். வெள்ளையரும் கரியவரும் என்ற பெரும் பாகுபாடு இவ்வண்ணமே பூமியின் மாறுபட்ட சீதள உட்டணநிலையால் உண்டாயிற்று என்பர் தரை நூலோர். அப்பால், புதிய பூகோளப்பாதியெனும் அமெரிக்கா முதலான தேசங்கள் பழைய கோளப்பாதியின் அதிகிழக்கு மூலையிலிருந்து குடியேற்றப்பட்டன எனத் தோன்றும்.

மனுக்குலத்தின் தொட்டிலென்று சொல்லத்தக்க ஆதியிருப்பிடத்தைக் குறிப்பாய்ச் சொல்லுதற்குப் போதிய ஏதுக்கள் இல்லை. ஆயினும், பல ஆராய்ச்சியாளர் அது யூபிரட்டீஸ் நதிக்கும் நீலநதிக்கும் இடைப்பட்ட பிரதேசமாம் என ஊகிப்பர். விவிலியத்தின் தலைப்பாகமாகிய பஞ்சாகமங்களில் வரையப்பட்டிருக்கும் இடைக்கால வரலாறுகளை எகிப்தியரது சித்திர லிபிக்குறிப்புகளோடும் அசீரியர் பபிலோனியருடைய ஆப்பெழுத்துச் சாசனங்களோடும் ஒப்புநோக்கிய இக்கால ஆராய்ச்சியாளர் அவை உண்மைச்சரித்திர சம்பவங்களே எனத் துணிவர். இச்சாசனங்கள் கூறுகின்ற சீரியர்,

கெத்தியர், பபிலோனியர், பிலிஸ்த்தியர், பினீசியர், எபிரேயர், அராபியர், எகிப்தியர் எல்லாம் அவ்வப்பிரதேசத்தில் ஆதிக்குடிகளாய்க் காணப்படுகின்றனர். அப்பால், மேற்கே கிரேத்தாவோடு சேர்ந்த கிரேக்கத் தீவுகளும், கிழக்கே இந்தியாவரையும் உள்ள பல தீவாந்தரங்களும் புலமாகின்றன. சீனமும் அப்பால் அமெரிக்க நாடுகளும் அக்காலம் அறியப்படாதன போலும்.

இனி, ஒத்த ஐதிகங்கள் ஆதிய துறைகளை நாம் சித்த சமானத்தோடு ஆராயும்போது, மத்தியத் தரைக்கடலைச் சார்ந்த குலங்களும் நம் தமிழரும் ஓரிடத்திலிருந்து பிரிந்தவர்களே என்பதினைக் காண்போம்.

(ஈ) ஒத்த ஐதிகங்களும் பழக்கவழக்கங்களும்

மத்திய தரைக்கடலைச் சார்ந்த பழங்குலங்களாகிய எகிப்தியர், கல்தேயர், பபிலோனியர், எபிரேயர் ஆதியோருள் இருந்த பண்டைக்கால ஞாபகங்களுள் முக்கியமான ஒன்றைமட்டும் இங்கு எடுத்துச் சொல்லுவோம். அது முன்னாளில் நடந்த பென்னம்பெரியதோர் சலப்பிரளயத்தைப் பற்றியது. எகிப்தியர் தெம் எனும் மனுக்குலப் பிதாவின் நாளில் அப்பிரளயம் நடந்தது என்பர். பபிலோனியரது சலப்பிரளய வரலாறு கீல்கமிஷ் என்பவனது கதையில் வருகிறது. முன் இயுசேபியு எனும் சரித்திராசிரியர் மூலமாய் அறியப்பட்ட கல்தேயருடைய சலப்பிரளயக் கதை 1872 ஆம் ஆண்டு கண்டெடுக்கப்பட்ட ஒரு ஆப்பெழுத்துக் கற்சாசனத்தின் பாகங்களாலும் விளங்குகிறது. அதை ஒத்ததும் சில விவரங்களில் திருத்தமானதுமாயுமுள்ள ஒரு வரலாறு எபிரேயருடைய விவிலியம் எனும் நூலிற் காணப்படுகின்றது. இவை இரண்டும் பழமையான ஒரு ஊற்றிலிருந்தே வந்தனவாதல் வேண்டும் என்பது அறிஞர்கள் கருத்து.

சலப்பிரளயத்தைப்பற்றிய ஐதிகம்

விவிலியத்திற் கூறியுள்ள வரலாறு பின்வருவது: பூலோகத்தில் மனுஷருடைய துஷ்டத்தனம் மிஞ்சினதினால் சர்வேச்சுவரன் மனிதன் முதல் மிருகங்கள் பரியந்தமும் ஊர்வனமுதல் பட்சிகள் பரியந்தமும் சகல உயிர்களையும் நாசம்பண்ணத் தீர்மானித்து, நோவா எனும் ஒருவரே நீதிமானாய் நடந்துவந்தமையால் அவரையும் அவர் மக்களையும் மட்டில் இரட்சிக்கிறவராய், அந்த நோவா என்பவரை நோக்கி, ‘‘உலகம் அக்கிரமத்தால் நிறைந்திருக்கிறது. ஆகையால் பூமியோடு மனிதர் அனைவரையும் நாசப்படுத்துவேன். நீ மரப் பலகைகளால் ஒரு பேழையையுண்டுபண்ணி, அதிலே நீயும் உன் புத்திரர்களும் உன்மனைவியும் உன் புத்திரர்களின் மனைவிமாரும் பிரவேசிக்கக் கடவீர்கள். உன்னோடு காப்பாற்றிக் கொள்ள வேண்டிய

சகலவிதசீவன்களிலும் ஒவ்வொருசோடி பேழையிற் சேர்ப்பாயாக'' என்றார். சர்வேச்சுவரன் கட்டளையிட்டபடியெல்லாம் நோவா செய்து முடித்துத் தன் குடும்பத்தோடும் சீவசெந்துக்களோடும் பேழையினுள் போய்ச் சேர்ந்துகொள்ளச் சருவேச்சுவரன் அதன் கதவை அடைத்தார். பூமியின்மேல் நாற்பது நாள் மழைபெய்து சலம் பிரவகித்தபோது, பேழை பெருவெள்ளத்தில் மிதந்து சென்றது. வானத்தின்கீழ் உள்ள மலைகளெல்லாம் சலத்தினால் மூடப்பட்டன. துரையில் இருந்த பிராணிகளெல்லாம் அழிந்துபோக, நோவாவும் அவரோடு பேழையிலிருந்த உயிர்களும் மாத்திரம் தப்பிக் கொண்டன. சலம் தரைமேல் நூற்றைம்பது நாள் பிரவகித்துக் கொண்டிருந்தபின் வற்றத்தொடங்கிற்று. ஏழாம் மாதம் பதினேழாம் தேதியிலே நோவாவின் பேழை அரராத் எனும் மலைகளின் மேல் தங்கிற்று. நாற்பது நாட்சென்றபின் நோவா தமது பேழையிற் செய்திருந்த சாளரத்தைத் திறந்து ஒரு காகத்தை வெளியே விட்டார். அது சலம் வற்றாத வரையில்போகிறதும் வருகிறதுமாய் இருந்தது. பின்பு சலம் வற்றிப்போயிற்றோ என்று அறியும்பொருட்டு ஒரு புறாவை வெளியேவிட, அது தங்க இடம் காணாமல் திரும்பி வந்துவிட்டது. பின்னும் ஏழுநாட் பொறுத்துப் புறாவை வெளியே விட, அது போய் ஒரு ஒலிவ மரக்கிளையைக் கொத்திக்கொண்டு வந்து சேர்ந்தது. இதனால் சலம் குறைந்து போய்விட்டது என்று நோவாவிற்குத் தெரியவந்தது. பின்னும் ஏழுநாட்சென்றபின் புறாவை வெளியேவிட அது அப்பால் திரும்பிவரவில்லை. இதனால் பூமியில் சலம் முற்றாக வற்றிப்போயிற்று என நோவா அறிந்துகொண்டார். பின் சேம், காம், யாப்பேத்து எனும் அவருடைய மக்கள் மூலமாகவே மனுக்குலம் மீண்டும் ஒருகாற் பல்கிப் பெருகுவதாயிற்று. இவர்களுடைய சந்ததியாரே எபிரேயரும் அயற்சாதியாரும் குடியிருந்த பிரதேசங்களில் நிலைகொண்டு அவ்வப்பிரிவு அடைந்த இடப்பெயர்களுக்குக் காரணபூதரானார்கள். இதுவரையும் விவிலியத்தில் உள்ளபடி.

கல்தேயருடைய சலப்பிரளய வரலாறு இயுசேபியு எனும் வரலாற்றாசிரியர் எழுதிவைத்தபடி சிறு வேறுபாடுகளைக் கொண்டது. டேசியு எனும் மாதத்தின் பதினைந்தாம் தேதியில் ஒரு பெருவெள்ளம் உண்டாகும் என்று குறோனுஸ் எனும் தெய்வம் கிசித்துறு எனும் அரசனுக்குச் செப்பி, அவன் தன்னிடம் உள்ள நூல்களையெல்லாம் சிப்பறாவிலுள்ள சூரியநகரியில் சேமித்துவைக்கக் கட்டளை பண்ணிற்று. கிசித்துறு அவ்வண்ணம் செய்தபின், அர்மேனியாவுக்குக் கப்பலேறிச்சென்றான். பெருமழை ஓய்ந்தபின் மூன்றாம் நாள் அவன்

பிரவாகம் வடிந்துபோயிற்றோ என்று அறியும்பொருட்டு பட்சிகளை வெளியே விட்டான். அவைகள் கரைதெரியாத கடல்போலிருந்த வெள்ளத்திலே இறங்கி நிற்க இடங்காணாமல் திரும்பிவிட்டன. வேறு பட்சிகளையும் விட்டுப்பார்த்தான். மூன்றாம்முறை பட்சிகளைப் போக்கியபோது அவைகள் சேறுபடிந்த கால்களோடு மீண்டமையால் வெள்ளம் முழுதும் வடிந்துபோயிற்றென்று கண்டான். தேவர்கள் கிசித்துறுவை வானலோகத்துக்கு எடுத்துக்கொண்டார்கள். அவனது கப்பல்துண்டுகள் இன்றைக்கும் அர்மேனியாவிற் காணப்படுகின்றன. ஊர்ச்சனங்கள் அத்துண்டுகளைக்கொண்டு காப்புகளும் கையணிகளும் செய்வார்கள் என்பது இயுசேபியு எழுதி வைத்தது.

வேறு சாதிகளுள்ளும் சலப்பிரளய வரலாறு வேறு வேறு மாற்றங்களுடன் காணப்படுகின்றது. பினீசியர், சிரியர் மட்டும் அல்ல, பார்சிகர் சீனரோடு அமெரிக்காவின் பண்டைக்குலங்களும் அதனை ஒவ்வொரு விதத்திலே நினைவூட்டிக்கொண்டிருந்தன. பினீசியருடைய கதையின்படி, ஒருகால் கடற்றெய்வம் கரைபுரண்டுபோய்த் தரைத் தெய்வத்தை அழித்துவிடலாயிற்று. சிரியர், சலப்பிரளயம் வடிந்து பாய்ந்தது இயறப்போலீஸ் பட்டணத்துக்கணித்தாயுள்ள ஒரு பெருங்கிடங்கினுள்ளாம் என்றனர். பார்சிகர் மனுக்குலம் கெட்டுப்போயினமையால் அதிறிமான் அதை ஒரு பெருவெள்ளத்தினால் அழித்தனன் என்றனர். சீனருடைய ஐதிகங்களின்படி அவர்களுடைய பெரிய குருவாகிய போகி என்பவரும் அவர் மனைவியும் மூன்று ஆண்மக்களும் மூன்று பெண்மக்களும் ஓர் பெரும் ஆபத்திலிருந்து தெய்வச் செயலாய்த் தப்பிக்கொண்டோர் ஆகின்றனர். சூக்கிங் எனும் அவர்களுடைய பழைய நூலிற் சலப்பிரளயம் குறிக்கப்படுகிறது. பிரவாகம் நாற்புறமும் உள்ள குன்றுகளை மூடி மலைகளின் உச்சிகளுக்கு மேலாக எழுந்தது என்று சொல்லப்பட்டிருக்கிறது. அமெரிக்காவின் இறோக்குவர் சொல்கின்றபடி, ஒருகாலம் பெருமழைபொழிந்து பூமியை மூடப்போகிறதென்று ஒரு நாய் தன் எசமானனுக்கு அறிவித்து, அவன் தப்பிக்கொள்ள விரும்பினால் ஒரு வள்ளத்திலே தனக்கு வேண்டிய எல்லாவற்றோடும் ஏறிக்கொள்ளவேண்டும் என்று புத்தி புகட்டிற்றாம். மெக்சிக்கருடைய கதை வேறொருவகையானது. அவர்களுடைய பழஞ் சித்திரங்களிலே ஒரு மனுஷனும் மனுஷியும் படகில் ஏறியபடி சலப்பிரளயத்தில் மிதந்துபோகும் பாவனை காட்டியிருக்கிறது. பிரளயம் முடிந்தபின் உலகில் உதித்த மனிதர் ஊமைகளாகியிருந்தனர். அன்னோருக்குப் புறாவொன்று மர உச்சியிலிருந்துகொண்டு

நாக்கினைக் கொடுக்கின்றது. பிச்சிதீவார்சொல்லும் வரலாற்றின்படி, அவர்களது நாட்டில் ஆதிமனிதனும் ஸ்த்ரீயும் குடியேறியபின் ஒரு பெருமழைபெய்து பூமியெல்லாம் நீரில் ஆழ்ந்துவிட இரு பெரிய தோணிகள் தோன்றின. ஒன்று தச்சனுடைய தெய்வமாகிய பொக்கோருடையது. மற்றது அத் தெய்வத்தின் வேலைக்காரனுடையது. இரண்டு தோணியிலும் எண்மர் மட்டும் ஏறிக்கொள்ள மற்ற அனைவரும் மாண்டுபோனார்கள். இவ்வாறாக உலகம் முழுவதிலும் அறுபதுக்கு மேற்பட்ட வேறு வேறு பழங்குலங்கள் சலப்பிரளய வரலாற்றைத் திரித்தும் குறைத்தும் கூட்டியும் சொல்லிக் கொண்டுவந்திருக்கின்றன.

தமிழ்நாட்டிலே கேட்கப்பட்டுள்ள சலப்பிரளயவரலாறு கல்தேயர் எபிரேயருடைய ஆதி வரலாற்றை மிகவும் ஒத்தது. ஆதிநாட்களிலேயே தமிழ்நாட்டிற் சலப்பிரளயக்கதை வழங்கியிருந்து, தமிழருள்ளிருந்து ஆரியருள்ளும் பரந்து ஸம்ஸ்கிருதப் பழையநூல்கள் சிலவற்றிலும் ஏறிக்கொண்டது என அறிஞர்கள் கூறுவார்கள். ஸம்ஸ்கிருத அதர்வணவேதமும் சதபதப்பிராம்மணமும் இன்றைக்குத் தமிழிற் காணப்படுகின்ற பண்டைத் தமிழ்நூல்கள் அனைத்திலும் மிகப் பழமைவாய்ந்தவை. அதர்வணவேதத்திற் சலப்பிரளயத்தைப்பற்றிய சிலகுறிப்புக்களும் சதபதப்பிராம்மணத்தில் ஒரு நெடிய வரலாறும் உண்டு. பிராம்மணத்தின் வரலாற்றை எடுத்துக்கூறின் மனு என்பவருக்குக் காலையில் கைகழுவத் தண்ணீர்கொண்டுவரப்பட்ட போது அதனுள் இருந்த ஒரு சிறுமீன் அவர் கையில் அகப்பட்டது. அம்மச்சம் மனுவைப்பார்த்து: ஐயா! நீர் என்னை வளர்ப்பீராயின் நான் உம்மைப் பாதுகாப்பேன் என்றது. எதிலிருந்து என்னைப் பாதுகாப்பாய் என்று மனு வினாவ, அது ஒரு வெள்ளம் சகல சிருட்டிகளையும் அள்ளிக்கொண்டு போக இருக்கிறது, அதிலிருந்து உம்மைப் பாதுகாப்பேன் என்றது. இனி, யான் உன்னை எவ்விதமாய் வளர்க்கவேண்டும்? என்று மனு கேட்க, அது: நாங்கள் சிறுமீன்களாயிருக்கும் நாளில் எங்களுக்குப் பலவிதத்திலும் ஆபத்து உண்டு. பெரியமீன்கள் சிறுமச்சங்களைத் தின்றுவிடும். ஆதலால், என்னை முதலில் ஒரு சாடியில் விடும். நான் அதற்குள் அடங்காமற்போனபின், ஒரு கிடங்கு அகழ்ந்து அதில் என்னை வாழச்செய்வீர். அதற்குள்ளும் அடங்காதபடி நான் வளர்ந்தபின், என்னைக் கடலிற்கொண்டுபோய் இறக்கிவிடுக. அங்கு அப்பால் எனக்குச் சேதம் விளையாது என்றது. பின் அந்த மச்சம் பெரிய மீனாகியபோது மனுவைப் பார்த்து: இன்ன வருடத்திற் சலப்பிரளயம்

பண்டைத்தமிழர் ✦ 59 ✦

உண்டாகும். எனது சொல்லைக்கேட்டு ஒரு கப்பலைக்கட்டுக. பிரவாகம் எழுந்து வரும்போது நீர் கப்பலில் ஏறிக்கொள்ள நான் உம்மைச் சலப்பிரளயத்திலிருந்து மீட்பேன் என்றது. மனு இதைக்கேட்டு மீனைக்கடலில் கொண்டுபோய் விட்டார். பின்னும் அது குறிப்பிட்ட வருடத்தில் அவர் ஒரு கப்பலை ஆயத்தப்படுத்திவைத்திருந்து சலம் பிரவகித்தபோது அதில் புகுந்து கொண்டார். அவ்வேளை மீனானது அவரையடுத்து நீந்திக்கொண்டுவரவே, அவர் அதன்கொம்பிலே கப்பலின் வடத்தினைக் கட்டிவிட்டார். விடுதலும், அந்த மச்சமானது கப்பலை விரைவாய்க்கொண்டுபோய் வடக்கு மலையிற் சேர்த்தது. அதன்பின் மீன் அவரைநோக்கி: இதோ உம்மைப் பாதுகாத்துவைத்தேன். கப்பலை ஒரு மரத்திற் பிணித்துவைத்து வெள்ளம் வடிய வடிய நீரும் மெல்ல மெல்லத் தரையில் இறங்கக்கடவீர் என்றது. அவர் அவ்வாறே இறங்கினார். சலப்பிரளயமோ சகலசிருட்டிகளையும் வாரிக்கொண்டு போய்விட்டதனால் மனு ஒருவரே பூமியில் மிகுந்திருந்தார். பின்பு அவர் சந்ததியை விரும்பித் தவம்பண்ணத்தொடங்கினார். அவர் பல நாள் தயிரும் நெய்யும் நிவேதித்துத் தவஞ்செய்தபின், ஒருவருடக் கடைசியில் அவருடைய தவமெல்லாந் திரண்டு இடா என்னும் பெண்ணுருவாகி அவர்முன்னே வெளிப்பட்டது. மனு அவளைப் புணர்ந்து மறுபடியும் மனுக்குலத்தை ஈன்றார்.

வடமொழியில் இது பழைய வரலாறாயிருப்பினும் இதிற் சில துறைகள் அரைகுறையாய் விட்டிருப்பதால் இது அதிக விவரமான ஒரு வரலாற்றிலிருந்து சுருக்கியெடுக்கப்பட்டது எனத் தோன்றும். அரைகுறையாய் விட்டனவற்றுள் மனுவுக்கு அறிவுறுத்திய மச்சம் யாராக வேண்டும் என்பது மிக வேண்டப்பட்ட ஒரு தனித்துறை. இவ்விவரங்கள் பிந்திய நூலாகிய மகாபாரதத்திற் கிடைக்கின்றன. மனு என்பவர் விவஸ்வான் மகனாவார்; தவத்தில் மிகுந்தவர்; சிறினி (பாலாறு) ஆற்றங்கரையில் வந்த சிறு மீனை எடுத்து முன் ஒரு சாடியிலும், பின் ஒரு குளத்திலும் அப்பால் கங்கையிலும் விட்டுத் தம் மைந்தரைப்போல் வளர்த்து ஈற்றில் சமுத்திரத்தில் விட்டவர். சமுத்திரத்தில் பென்னம்பெரிய உருவை அடைந்த மச்சம் மனுவுக்குக் கூறியவைகளும் மகாபாரதக் கதையில் அதிக விளக்கமாகின்றன. அவை, உலகங்களைத் தூய்தாக்கும்பொருட்டுச் சலப்பிரளயம் உண்டாகப்போகின்றது. மனு ஒரு பலமான கப்பலைச்செய்து அதைக்கட்டும் வடத்தையும் அதில் தொடுக்கவேண்டும். அதில் அவருடன் சப்த இருடிகளும் ஏறவேண்டும். அன்றியும், சகல

விதைகளும் அதிற் சேர்க்கப்பட வேண்டும் என்பனவாம். அப்பால் சலப்பிரளயம் நெடுநாள் நிலைபெறவே, மச்சமானது தன் கொம்பிற்பிணைத்த கப்பலைப் பலவருடங்கள் சலியாது இழுத்துக்கொண்டு சென்று இமயமலையின் அதியுயரமான சிகரத்திற் சேர்த்தது. அச்சிகரம் இன்றும் நௌபந்தனம் (கப்பல் கட்டியது) எனும் பெயருள்ளதாகின்றது. மச்சம் ஈற்றில் இருடிகளிடம் பிரசாபதியான பிரமா நானே. என்னிலும் மேலாக உயர்ந்தது ஒன்றும் இல்லை. நானே ஒரு மீனுருவங்கொண்டு உங்களை இந்தப் பெரிய ஆபத்திலிருந்து இரட்சித்தேன். மனுவானவர், இனி, தேவர் அசுரர் மனிதரையும், அகில உலகங்களையும், தாவர சங்கமமான சகலபொருள்களையும் சிருட்டிக்கக்கடவர் என்று சொல்லி அந்தர்த்தானமாயிற்று.

மனு சனலோகத்தைப் பலுகப்பண்ணியவர் என்று வரலாறுகள் காட்ட, அவர் சகல லோகங்களையும் படைத்தார் என்று வந்தமை புராணங்களுக்குரிய ஒரு அதிசயோக்தியாம். இவ்விதமான பாராட்டுரைகள் மத்சயபுராணததில் மேலும் அதிகமாய் வருகின்றன. அதில் மகா மச்சமாக வந்தவர் பிரமா அல்ல, விட்டுணு ஆகிறார். மனுவும் ஒரு மகானுபாவரான அரசர். தம் குமாரனிடம் இராச்சியபாரத்தை ஒப்பித்துவிட்டு மலைநாட்டின் ஓர் பிரதேசத்தில் பத்து லட்சம் ஆண்டு அருந்தவம்புரிந்துகொண்டுவந்தவர். அவர் தமது பன்னசாலையில் பிதிர்களைநோக்கி அர்க்கியம் கொடுக்கும் வேளையில் ஒரு சிறுமீன் தண்ணீரோடு அவர் கையில் வந்தது. அப்பால், முன்சொன்ன முறையில் அது சமுத்திரத்தில் பெருத்து வளர்ந்தபின், மனுவிற்கு அறிவித்தவைகளுள் ஒரு விசேஷம் அவரும் சகல சீவபிராணிகளும் ஏறவேண்டிய கப்பலைத் தேவர்கள் அனைவரும் சேர்ந்து செய்தார்கள் என்பது. பிரளயத்தின் பின் மனு தாமே பிரசாபதியாய், சிருட்டிகர்த்தாவாவார் என்றும் சொல்லப்படுகிறது. மச்சத்தின் கொம்பிலே கப்பலைப் பிணைப்பதற்கு உதவிய கயிறு அனந்தன் எனும் சர்ப்பமே என்றதும், சலப்பிரவாகம் ஊழிதோறும் நிகழும் புராணக் கற்பனையான மன்வந்தரப்பிரளயமாக மாற்றப்பட்டதும் வேறு விசேஷங்களாகும்.

பாகவதபுராணத்தின் மச்சாவதார வரலாறும் பழைய சலப்பிரளயக் கதையை ஒட்டியதே என்பதில் மயக்கமில்லை. இதில், கல்தேய வரலாற்றிலே தெய்வமானது நூல்களைக் காப்பாற்றும்படி அரசனுக்குக் கட்டளையிட்ட விவரம் அயக்கிரீவன் வேதங்களைக் களவாடியதால் அவற்றை மீட்க விட்டுணு பகவான் மச்சமாக வந்ததாய் மாறியிருக்கிறது. மனுவும் திராவிடதேசத்துச் சத்தியவிரதன் எனும்

உத்தம அரசனாகிறார். ஆயினும், இவரே பின்வரும் ஊழியில் விவஸ்மான் மகனான மனுவாய் வராமற்போகவில்லை. விஷ்ணு பக்தியிற் சிறந்தவரான சத்தியவிரதன் கிருதமாலை (வைகை) எனும் ஆற்றில் அர்க்கியங் கொடுத்துக்கொண்டிருக்குங்கால், முன் வரலாறுகளின்படி, சிறுமீனொன்று அவன் கையில் அகப்படுகின்றது. ஏனைய விவரங்கள் முன்போலச் சிறிதுசிறிது மாற்றத்துடன் வருகின்றன. சமுத்திரத்தில் விடப்பட்ட மச்சம் சொல்லுவது: 'இன்றைக்கு ஏழாம் நாளில் மூவுலகங்களும் பிரளயவெள்ளத்தால் மூடுண்டுபோம். உலகமெல்லாம் சமுத்திரத்தில் ஆழும்போது நான் அனுப்பும் பெரியகப்பல் ஒன்று உன்னை நோக்கிவரும். ஓஷதிகளையும் பலவிதமான விதைகளையும் நீ எடுத்துக்கொண்டு சப்தரிஷிகளும் புடைசூழச் சகல பிராணிகளோடும் மகா மிதவையில் ஏறிப் பயப்படாமல் இருண்டசமுத்திரத்தின்மேற் செல்லுவாய். புயற்காற்றால் கப்பல் மீசுரமாய் அலையுண்ணும்போது, மகாசர்ப்பத்தை வடமாகக்கொண்டு எனது கொம்பில் அதைக் கட்டுவாய். நான் உன் அருகில் நிற்பேன்' என்பது. மச்சரூபியான விஷ்ணு பகவான் விளம்பியபடியெல்லாம் நிறைவேறவே, அவர் அயக்கிரீவனைக் கொன்று வேதத்தை மீட்கின்றார். சகல லௌகிக வைதிக அறிவிலும் வல்லவரான சத்தியவிரதராசா சனாத்தனனின் திருவருளால் விவஸ்வான் மகனாய், நிகழும் ஊழியின் மனுவாய் வந்தார். இச் செய்தியெல்லாம் அக்கினிபுராணத்திலும் அதிக மாற்றமின்றிச் சுருக்கிக் காட்டப்பட்டுள்ளன.

சதபதப் பிராம்மணத்திலும் இதிகாசபுராணங்களிலும் உள்ள சலப்பிரளய வரலாறு ஆரியர் இந்தியாவினுள் நுழையுமுன்னும் தமிழருள் வழங்கியதே என்பது ஆராய்ச்சியாளர் கருத்து. சூரியவமிசத்தவரான மனு மலயத்தில் தவங்கிடந்தார் என்றதும், சத்தியவிரதன் கிருதமாலை எனும் வைகையாற்றங்கரையில் அர்க்கியம் கொடுத்தார் என்றதும் மீனவர் ஆகிய பாண்டியரின் பழைய இலாஞ்சனையான மீன் உருவமாகவே தெய்வம் அவருக்குக் காட்சியளித்தது என்றதும் பிறவும் சலப்பிரளயத்தின் இந்திய வரலாறு தமிழ் நாட்டிலிருந்தே ஆரியருக்குக் கிடைத்தது எனக் காட்டும் என்பர். இவ்வரலாற்றைப் பற்றிய ஒரு அற்ப சூசனையாவது ஆரியரது பழைய நூலாகிய இருக்குவேதத்திற் காணப்படாமையும், அதில் விளங்குகின்ற பலவேறுவகைப்பட்ட ஐதிகங்களுக்கு இது மாறுபட்டிருக்கின்றமையும் இங்கு நோக்கத்தக்கன. ஆகவே தமிழ்நாட்டில் மனு என்றும் சத்தியவிரதன் என்றும் சொல்லப்பட்ட பத்திமானும் எபிரேயருடைய

நோவாவும் ஒருவரே என்பர் ஆன்றோர். மகாநோவா எனும் பெயர் மனுவாயிற்று எனவும் சில்லோர் பொருந்தவோ பொருந்தாமலோ கூறுவர். இனி, நோவாவின் சலப்பிரளயம் ஆதிகாலங்களில் பபிலோனியர் கல்தேயர் ஆதியோர் வசித்திருந்த பிரதேசத்தில் நடந்த ஒரு உண்மைச்சம்பவமே என்பது பல ஏதுக்களைக்கொண்டு நாட்டப்படுகின்றமையால், அச்சம்பவத்தைத் தங்கள் ஆதிவரலாற்றோடு ஒட்டிக் கூறுகின்ற தமிழரும் ஒருகால் அப்பிரதேசங்களிலிருந்து பிரிந்து வந்தவர்களே என்பதற்கு இதுவும் ஓர் ஏதுவாகலாம் என்க.

சமாதிக் கல்லடுக்குகள்

இனி, தமிழரது மிகப்புராதனமான வழக்கங்களுள் ஒன்றை ஆராய்வோம். இந்தியா எங்கணும், முக்கியமாய் வடமேற்கு எல்லையை அடுத்தும் தக்கிணத்திலும் நூற்றுக்கணக்கான பழங்காலத்துச் சமாதிகள் அழிந்த நிலையிற் காணப்படுகின்றன. அவைகளுள் ஒருவகையானவை ஐரோப்பாவில் கல்வட்டங்கள் (*Stone circles*) எனப்படுகின்ற சமாதிகளைப்போன்றவை. கல்வட்டங்கள் எப்போதும் வட்டாகாரமானவைகளல்ல. பெரும்பாலும் முட்டைவடிவானவை. சில நெடுஞ்சதுரப்போக்கானவை. பருமபடியான பாரிய கற்கள், கூடியநீளம் பெரும்பாலும் எட்டு அல்லது பத்து அடியும் கூடிய அகலம் ஆறு அல்லது ஏழு அடியும் கொண்ட நிலத்தைச் சூழ வட்டமாய் நாட்டியிருக்கும். நிறுத்திய கற்களால் அடைபட்ட நிலப்பாகம் மதிலிட்ட சிறு அரண்போல் விளங்கும். எங்காலத்துப் பழைய மனிதர் இவைகளை பஞ்சபாண்டவர்மேடு என்பார்கள். வரலாறு தெரியாத பெரும் கைவேலைகளையெல்லாம் பஞ்சபாண்டவர்க்குக் கொடுத்தோதும் வழக்கத்தை வேறு தொடர்புகளிலும் காண்கின்றோமன்றோ! கல்வட்டங்களைப் பண்டைக் காலத்தார் குடியிருந்த இல்லங்கள் என்று சிலர் எண்ணுவதுபோலச் சொல்லிவிட நியாயம் இல்லை. ஏனெனில் உள்ளே எல்லாவற்றிலும் காணப்படுகின்ற 'சரமக்கிரியைக்குரிய பாத்திரங்களும்' சிலவற்றிற் கண்டெடுத்த பிரேதச்சாம்பரும் இவைகள் இறந்தோரின் சமாதிகளே என அறுதியிடுகின்றன.

கல்வட்டங்களைப்போலவே குழிக்கல் (*Dolmen*) அல்லது மூடுகல் (*Cromlech*) என்று ஐரோப்பியர் சொல்லுகின்ற சமாதிகளும் பல தென்னிந்தியாவில் இன்றைக்கும் காணப்படுகின்றன. இவைகள்

நிறுத்திநாட்டிய இருபெரும் கற்பலகைகள்மேல் ஒருகற்பலகை கவித்திருப்பன. இவைகளும் ஏட்டுக்கெட்டாத பழங்காலத்துத் தமிழர் பிரேதசேமஞ்செய்த கல்லறைகளே என்பது ஆராய்ச்சியுலகத்தின் துணிபு.

கல்வட்டச் சமாதிகளும் குழிக்கற் சமாதிகளும் இந்தியாவிற்போலப் பிரித்தானியாவிலும் தெற்கு ஸ்பானியாவிலும் போர்த்துக்கல்லிலும் பொதுவாக மத்திய தரைக்கடற்கரைத்தேசங்கள் தீவுகளிலும் கண்டுபிடிக்கப்பட்டன. இவற்றுட் சில கல்வட்டங்கள் பதினைந்தடிவரையில் உயர்ந்த கற்கள் நாட்டி அமைத்தன. குழிக்கற்களும் பெரியவை. இவைகளை எங்கும் ஒரேவிதமாய்ச் செய்துவைத்தவர்கள் முற்காலம் ஓரிடத்திலிருந்து பிரிந்துபோன தனிக்குலத்தவர்களே என்று தோன்றும். ஐரோப்பாவின் பல பாகங்களிற் பின் குடியேறிய ஆரியர் ஆதியோர் இறந்தோரை இவ்விதமாய்ச் சேமிப்போரல்ல. இன்றைக்கு நாலாயிரம் ஆண்டுகளின்முன் இந்தியாவில் வந்து குடிகொண்ட ஆரியர் பிரேத சேமஞ்செய்த முறையும் இதுவல்ல. ஆதலால், ஆரியர் இந்தியாவில் வந்திறங்கிய காலத்திற்கு முன், ஒருவேளை அதற்கும் பலநூற்றாண்டுகளின் முன், யாதோ ஓர் நடுவிடத்திலிருந்து புறப்பட்டுப்போன பழங்குலத்தவர்கள்தாம், ஐரோப்பாவிலும் ஆசியாவிலும் பரந்து குடிகோலியிருந்து, இவ்வித பிரேதசமாதிகளை விட்டுப்போயினார் என்று முடிப்பது அவசியமாகின்றது. இப் பழங்குலத்தவர்கள் யார்?

மத்திய தரைக்கடலின் வடகோடியிலுள்ள சிரியாவையடுத்த பினீசியா எனும் நாட்டவர்கள், பூர்வம், துத்தம் முதலிய உலோகங்களைத்தேடி தூரதேசங்களுக்குக் கடல்மார்க்கமாய்ச் சென்றவர்களே. கல்வட்டச்சமாதிகளையும் மூடுகற்சமாதிகளையும் ஆங்காங்குச் செய்துவைத்தார்கள் என்றது சிலரது அபிப்பிராயம். உலோகங்கிடக்குமிடங்களைக் கண்டுபிடித்துச் சுரங்கந் தோண்டியவர்களும் வியாபாரிகளானோரும் மட்டில் அச்சமாதிகளை உண்டுபண்ணினார்கள் என்றால், அவைகள், கடலோரங்களிலும் துத்தம் ஆதிய உலோகங்கள் கிடைத்த இடங்களிலுமே காணப்பட வேண்டும். அவ்வாறாகாமல் சமாதிகள் உள்ளூர்களிலும் உலோகவகைகள் கிடைக்கப்பெறாத பிரதேசங்களிலும் பரந்து பல நூற்றுக்கணக்காய்க் கிடத்தலினால், வந்துபோய்க்கொண்டிருந்த வேலையாட்கள், வியாபாரிகள் அல்லது குடித்தலைவர்களாய் நிலைத்திருந்தவர்களே அவ்வித சமாதிகளை தங்கள் இறந்தோருக்குச் சமைத்தார்கள் எனல் வேண்டும். ஆதலால் போக்குவரத்தான பீனிசிய

உலோகவியாபாரிகள் அல்லது அப்பீனீசியரோடு ஒத்த பழக்கவழக்கங்களுள்ள ஒரு குலத்தவர்களே பண்டு பிரித்தானியாமுதல் இந்தியா ஈறாகப் பரந்திருந்தமை அச்சமாதிகளால் வெளிப்படுகின்றது. வேறு வகையில் பினீசியரைத் தமிழரோடு ஒற்றுமைப்படுத்தும் மேதாவிகளும் உளர். கிரேக்க மொழியில் அவர்கள் பெயர் பொயினிக்கே என்பது. அதைப் பொயினிக் அல்லது பொயினிக்ஸ் எனவும் சொல்லுவர். இச்சொற்குக் கருஞ்சிவப்பு எனும் கருத்துள்ளது என்பர். கருஞ்சிவப்பு நிறப்பெயர் அப்பிரதேசத்தாரது உடல்வண்ணத்திலிருந்து எழுந்தது என்பது சில்லோர்மதம். தற்காலத்து அறிஞர்கள் சிலர், பொயினிக் என்னும் சொல் தமிழ்ப்பனைச் சொல்லின் திரிபு என எண்ணுவர். பினீசியருடையநாடு பனை (ஈந்து, இனிப்புப்பனை) நிறைந்ததால் பனைநாடு என்ற பொருளுள்ள பினீசியா எனப்பட்டது என்றும், நாட்டின் பெயரால் அந்நாட்டவர்க்குப் பெயர் பினீசியர் என்றாயிற்று என்றும் கருதுவர். வேறு ஏதுக்களைக்கொண்டும் பினீசியர் மத்திய தரைக்கடலையடுத்த ஆதிக்குலங்களுக்கும் தமிழருக்கும் இனமானவர்களே என்று பெறப்படுகின்றமையால், பினீசியருள் மிகப்பயின்ற பிரேதச் சமாதிமுறைகளே ஆதித் தமிழருள்ளும் பயின்றன என முடித்தல் சாத்தியமாகின்றது. இந்தியாவிலும் பிற இடங்களிலும் உயர்ந்த கற்றூண்களாற் சமைக்கப்பட்டுள்ள சில அகன்ற கல்வட்டங்களைத் 'துருயிதர் வட்டங்கள்' எனச் சொல்லுவர். இவை சூரியநிலையைக்கொண்டு பருவங்களைக் குறிப்பிட்டு விழாக்களின்காலத்தை நியமித்தற்கு உபயோகிக்கப்பட்டவை என்பர். துருயிதருக்கும் தமிழருக்கும் இடையில் கருதப்படுகின்ற ஒற்றுமையைச்சுட்டி முன்னோர் அமயத்திற் சில சொன்னோம்.

மத்திய தரைக்கடலோரத்தவர்களுக்கும் தமிழருக்கும் ஒத்த ஐதிகங்களுள்ளும் பழக்கவழக்கங்களுள்ளும் பல சமய சம்மந்தமானவை. மேலதிகாரங்களில் இவற்றை விரிவாய் நோக்குவோம். ஆதலால், இங்கு இவ்விஷயத்தை இம்மட்டில் விட்டு அப்பாற்செல்லுவோம்.

[உ] பழங்கால எழுத்து முறை

மத்திய தரைக் கடலோரங்களில் நின்றே தமிழர் புறப்பட்டு வந்தார் எனத் துணிதற்கு வேறோர் ஏதுவாக அக்கரைநாடுகளிலும் தமிழகத்திலும் முன்னாளில் வழங்கிய எழுத்துமுறை அடித்தளத்தில் ஒன்றே என்பது இனி எடுத்துக்காட்டப்படும். அதற்குத் தோற்றுவாயாய், முன்பு மக்கள்பேசும்மொழியே எல்லாச் சீர்திருத்தத்துக்கும் அடிப்படையாம் என்ற உண்மையை நோக்குதல் நன்று.

பாஷையும் மனுஷரும்

உள்ளக்கிடக்கைகளைப் பாஷையைக்கொண்டு விளக்கமாய் எடுத்துக்காட்டும் வன்மையாலன்றோ மனிதர் ஒன்றுகூடித் தங்கள் கருத்துக்களை ஒப்புநோக்கி வாழ்க்கையின் பலதுறைகளிலும் முன்னேற்றம் அடைவோராவார்கள். கூட்டமாய்வாழும் மக்கள் தம் கருத்துக்களைத் தெளிவாய் விளக்கும் வாயில் ஒன்றின்றி இருப்பரேல் ஒருவர் அறிந்ததை மற்றொருவருக்கு அறிவித்து அவ்வறிவை விருத்தியாக்குதற்கு இடம் வராது. மனிதனுடைய புத்தியுள்ள சுபாவத்திற்கு உரிய சிலாக்கியங்களுள் ஒன்றாகிய பேச்சுவன்மையால், அவன், பிறருடைய அறிவுகளோடு தன் அறிவையும் கூட்டி மேலும்மேலும் அறிவிற்சிறந்து, புதுப்புது முறைகளையும் கருவிகளையும் உண்டாக்கிச் சீர்திருத்தத்தில் மேம்பாடு அடைகின்றான். புத்தியிலாதனவாகிய மிருகங்கள் பேசத்தக்கனவல்ல. அவைகள் ஐம்புலன்களை மட்டும் சார்ந்த தங்கள் அறிவை அதிகப்படுத்தவோ, புதுப்புது முறைகளை, கருவிகளைக் கண்டுபிடிக்கவோ, சீர்திருத்தம் அடையவோ கூடாதனவாகின்றன. ஆதலாலன்றோ மனிதர் திருத்தத்தின்மேல் திருத்தமடைந்து காலத்துக்குக் காலம் நாகரிகத்தின் உயர்நிலையை அடைந்துவர, மிருகாதிகள், தாம் பல்லாயிரம் ஆண்டுகளின்முன் இருந்தபடியே இன்றைக்கும் இருக்கின்றன. எந்த மிருகத்தின் வாழ்க்கையிலாவது,

ஆயிரம் பதினாயிரம் ஆண்டுசென்றும், ஒரு எள்ளளவு திருத்தமேனும் வந்ததில்லை, இனி வரப்போவதும்இல்லை. ஏனெனில், அவைகளுக்குப் பேச்சு அல்லது பாஷை எனும் சிறப்புரிமையினால் குறிக்கப்படுகின்ற புத்தியாற்றல் இல்லை. பாஷையை உண்டாக்கிப்பேசும் வன்மையும் அதன் இன்மையும் எனும் இவ்வறிகுறி மனிதனின் ஆறறிவான்மா வேறு, மிருகங்களின் ஐயறிவுயிர் வேறு எனக் காட்டி நிற்கும்.

பட்சிகளும் விலங்குகளும் ஒருவகைப் பாஷையைப் பேசுவதாகச் சிலர் எண்ணுவது உண்டே? எனில், அவைகள் இடும் சத்தங்களுக்குப் பாஷை எனும் பெயர் ஒருபோதும் பொருந்தாது. இரை கண்ட இடத்தில் தம் இனத்தைக் கூவி அழைப்பதற்கும், ஆபத்து நிகழும்வேளை அதனைக் கூட்டத்துக்கு உணர்த்துதற்கும், ஐம்புலனோடுசேர்ந்த விருப்பு வெறுப்புகளைக்காட்டுதற்கும் அவைகள் இடும் சத்தங்கள் இயற்கையாய் எழுகின்றன. ஆதலால் அச்சத்தங்கள் எப்போதும் ஒரேவிதமாய் உள்ளவைகளாம். மிருகாதிகள் பயத்தினால் அல்லது உவகையினால் தாக்குறும்போது தம்மையறியாமலே ஒவ்வோர் சத்தத்தை நிகழ்த்தும். அவைகளின் அமைப்பிலேயுள்ள இத்தொழிற்பாடு சுயேச்சையாயின்றிக் கட்டாயமாய் நிகழ்வதொன்று. மிருகாதிகள் அச்சத்தங்களைத் தாங்களாய்த் தெரிந்தெடுத்து நிகழ்த்தாது, தங்கள் சுபாவத்திற்கேற்ப இயற்கையாய் நிகழ்த்துகின்றன. ஆதலால் இச் சத்தங்கள் வெறும் ஒலிகளேயன்றி, யாதொரு பொருளையும் விளக்கிக்காட்டுதற்கு இயன்ற உச்சரிப்போடு கூடிய சொற்கள் அல்ல. மனிதர் பேசும் சொற்களோ உச்சரிப்பினால் நன்றாய் வரையறுக்கப்பட்ட சத்தங்களாம். அச்சொற்கள் பஞ்சேந்திரியங்களில் உறுத்துகின்ற சுகதுக்க உணர்ச்சியால் இயல்பாய் எழுகின்ற கூக்குரலல்ல, சாமானியம் எனும் பொதுமையை ஆராய்ந்துகண்டு நுண்ணறிவால் எண்ணித்துணிந்து உருவாக்கப்பட்டவைகளாம். இதற்கு ஒரு உதாரணத்தைத் தொல்காப்பியரது,

"புறக்காழனவே புல்லென மொழிப
அகக்காழனவே மரமென மொழிப'

என்ற சூத்திரத்திற் காணாலாம். புறத்தே வைரமாய், அதாவது, நடுவில் வெறிதாய் இருக்கும் தாவரத்துக்குப் புல் என்று பெயர். நடுவில் வைரமாய் இருப்பதற்கு மரம் என்று பெயர். இதில் உட்டுளை அல்லது நடுவில் வைரமற்றதாய் இருக்கும் தாவரங்களையெல்லாம் ஒரு கூட்டமாய் மனதில் தரித்து அவற்றைப் புல் (பொள்ளலுடையவை)

என ஒரே இனத்தில் அடக்கியதுதான் சாமானியம், அல்லது பொதுமையாம். இவ்வாறே நடுவில் வைரங்கொண்ட தாவரங்களையெல்லாம் தொகுத்து மரம் (வைரமுடையவை) என ஒரே இனமாக்கியதும் சாமானியம் அல்லது பொதுமையாம். அதுமட்டோ, புறம் (வெளியேயிருக்குந்தன்மை), அகம் (உள்ளிருக்குந்தன்மை), காழ் (இறுகியதன்மை) எனும் இச் சொற்களும் ஒவ்வோர் சாமானியத்தையே விளக்குகின்றன என உய்த்துணர்க. ஒத்தபொருள்கள் அனைத்தையும் ஒன்றுசேரநோக்கி அவற்றிற்கெல்லாம் பொதுவாயுள்ள ஒரு தன்மையைக் கிரகித்துக்கொண்டு அவற்றைக் குறிப்பதற்கு ஒரு சொல்லையும் உண்டாக்கி வைக்கும் ஆற்றல், தனக்கு முன்னும் பின்னும் ஒரே தடவையிற் பார்த்துத் தன்னைத்தானே உணர்ந்து தன் எண்ணங்களையும் மனோ நிலைகளையும் தானே பரிசோதித்து ஒன்று கூட்டி நிரைப்படுத்திவைக்கத்தக்க சிறசக்தியுள்ள மனிதனுக்கேயன்றிப் பட்சி விலங்குகளுக்கில்லை. ஆகையால், மிருகாதிகள் தங்கள் பஞ்ச புலன்கள் அவ்வவற்றிற்குரிய விஷயங்களால் தாக்குறும்போது தாமறியாமலே ஒவ்வோர் தருணத்தில் இடும் சத்தங்கள் ஒருபோதும் பாஷை எனப்படாது. மிருகாதிகளின் ஒலிகளைக்கேட்டு மனிதன் சொற்களைச் சிருட்டித்தான் எனக் கூறுவதும் பொருந்தாது.

எழுத்துமுறை ஏற்பட்டவிதம்

பாஷையே மனிதனுடைய கைவேலைகளுள் எல்லாம் அதிகப் பழமையுடையது எனல் வெளிப்படை. ஆதிமனிதர் நாம் இன்றைக்கு 'அடிச்சொற்கள்' அல்லது 'தாதுக்கள்' எனக் கூறும் ஒருசில சிறு சிறு சொற்களைமட்டும் வழங்கியிருப்பர். அவைகளே விரிந்து விரிந்து உலகிற் காணப்படும் எல்லாப்பாஷைகளிலும் பல்லாயிரத்தொகையான சொற்களாயின என்பர் மொழிநூலோர். மனிதர், தொடக்கத்தில் கைச்சைகை முதலிய குறிப்புக்களால் ஒருவருக்கொருவர் தங்கள் கருத்துக்களை வெளியிட்டிருக்கலாம் என்பர் சிலர். அப்படியேதான் நடந்திருப்பினும், சைக்கினைகளைக் கண்ணாற்காணக்கூடாததூரத்தில் நிற்போருக்கும் தங்கள் எண்ணங்களை இன்னும் அதிக துலக்கமாக விளக்கக்கூடிய குரலை மனிதர் ஏன் தொடக்கத்திலேயே வழங்கியிருக்கக்கூடாது? சொற்களெல்லாம் குரலாற் செய்யும் தெளிவான சைக்கினைகளே என்பதும் ஒன்று. புதிதுபுதிதாய்க் கருவிகளைக் கண்டுபிடிக்கும் புத்தியாற்றலுள்ள மனிதன் தன்னிடம் அமைந்துள்ள குரலினால் கருத்துக்களைத் திருத்தமாய் வெளியிடும்

சூழ்ச்சியைக் கண்டுபிடியாமல் நெடுநாள் விட்டிருக்கமாட்டான்.

பொருள்களிலுள்ள பொதுத்தன்மையைக் கிரகிக்கும் சிறசத்தியினால் பாஷையை உண்டாக்கித் தம் கருத்துக்களை முன்னிலையிலுள்ளோர்க்கு வெளியிட்ட மனிதர், தங்கள் குரலுக்கு எட்டாத தூரத்தில் உள்ளோருக்கும் பிற்காலத்தாருக்கும் அவைகள் புலப்படும் பொருட்டு எழுத்தையும் பண்டைக்காலத்திலேயே சூழ்ந்து ஆக்கிக்கொண்டனர் எனத் தோன்றுகின்றது. ஒவ்வொரு பொதுத்தன்மையை அல்லது எண்ணத்தைக் காட்ட ஒவ்வோர் பொருளை வழங்குவது இயல்பாகவே பெறப்பட்டதொன்று. இதுதான் ஆதியில் எழுந்த உருவெழுத்துக்குத் தோற்றுவாயாயிற்று. இதற்கு எறோடோத்து எனும் கிரேக்க சரித்திராசிரியர் எடுத்துச் சொல்லிய ஒரு வரலாறு நல்ல உதாரணமாகும். அதாவது தாரியு எனும் பாரசீக அரசர் ஸ்கீத்தியருக்கு எதிராய்ப் படையெடுத்துச்சென்ற காலையில், இவர்கள், அவருக்கு ஒரு தூதனையனுப்பி, அவன் ஒரு பறவையையும் சுண்டெலியையும் தவளையையும் ஐந்து அம்பு கொண்ட ஒரு கட்டையும் கொண்டுபோய் அவரிடம் கொடுத்துவிட்டு ஒன்றும் பேசாமல் திரும்பிவரச் செய்தார்கள். தூதன் கொடுத்துப்போன பொருள்களால் அறியக்கிடந்த கருத்து யாது என்று தாரியு ஆலோசித்து, தம்மையே ஸ்கீத்தியர் தங்கள் தேசத்தின் ஆகாயத்துக்கும் நிலத்துக்கும் நீருக்கும் தலைவர் என்று ஏற்றுக்கொண்டதற்குக் குறிப்பாக அப்பொருட்கள் அனுப்பி வைக்கப்பட்டன என்றார். அரசருடைய உத்தியோகத்தருள் ஒருவரோ: அப்படியல்ல, பாரசீகப்படையாளர் பட்சிகளைப்போல ஆகாயத்திற் பறக்கவும் சுண்டெலியைப்போலத் தரையை அறுத்துச்செல்லவும் தவளையைப் போல் நீரைத் தாண்டிப்போகவும் கூடாவிடில் தங்கள் அம்புக்குத் தப்பமாட்டார்கள் என்ற செய்தியை ஸ்கீத்தியர் அனுப்பினார்கள் என்றார். இந்த வியாக்கியானமே தக்கதென்று சகலராலும் ஒப்புக்கொள்ளப்பட்டது.

இவ்வாறு பொருட்குறிப்புக்களால் கருத்துக்களை விளக்கும்முறை அப்போதுதான் புதிதாய் வழங்கியதன்று. தாரியுவின் நாட்களுக்கு நாலாயிரவருஷங்களின்முன்னமே அவருடைய சாதியாரான பாரசீகர் அந்த முறையைப் படங்களால் சித்திரித்து வழங்கியிருந்தார்கள். ஸ்கீத்திய தூதன், பட்சிமுதலிய பொருள்களைவிட்டு, அவைகளின் உருவத்தைப் படமாக வரைந்துகொண்டு வந்திருந்தானேயாயின் அது பாரசீகர் வழங்கியிருந்த சித்திரலிபி எனும் உருவெழுத்தைப் போன்றதாயிருக்கும். பொருள்களைக்கொண்டு கருத்துக்களை விளக்கும் வழக்கம் இன்றைக்கும் பல இடங்களில் காணப்படுகின்றது.

ஆயினும், பொருள்களின் படங்களை அடுக்க அடுக்க எழுதி அவைகளால் பேச்சைக் காட்டும் சூழ்ச்சி இவ்வளவு அவ்வளவு என்று அலகிடக்கூடாத பழங்காலத்தது. பிரான்சு தேசத்திலுள்ள பழங்குகைகளுள் வாழ்ந்த பண்டைக்கால மனிதர் அக்குகைச்சுவர்களிற் சித்திரித்து வைத்த வேட்டைக்காட்சி முதலியவைகள் ஒவ்வோர் வரலாற்றையே திருத்தம் பெறாதமுறையில் குறிப்பனவாயின. ஆதிதொட்டே தன் புத்தியாற்றலால் பாஷையை உருப்படுத்திக்கொண்ட மனிதன், பண்டைக்காலத்திலேதானே அப்பாஷையை ஒருவாறு எழுதும் முறையையும் கையாண்டிருக்க, புத்தியாற்றலற்ற மிருகாதிகள் பாஷையை அறியாதது போலவே எழுதவும் அறியாதிருந்தமை நோக்கிக் கொள்க.

எகிப்தில் வழங்கிய திருத்தம்பெற்ற உருவெழுத்துத்தான் மிகமிக முற்பட்டதுபோலும். சுமேரியருடையதும் அவ்வளவு பழமையுள்ளதாகலாம். அக்கத்தியர் பபிலோனியருடைய ஆப்பெழுத்து, பின் அதினின்று மருவி எழுந்தது. முந்திய சித்திரங்கள் உருமாறிக் கோடுகளாய்வந்தபின் அக்கோடுகளைப் பச்சைச் செங்கற்களில் இரும்புக்கருவியாற் கீறும்போது கோடுகளின் தலை ஆப்புப்போல் விரிந்து காட்டியதனால் ஆப்பெழுத்து என்று அவ்வெழுத்துக்களை வழங்குகின்றோம். இவ்வாறே கிறேத்தாதீவிலும் உருவெழுத்து வழங்கியது. மேற்கு ஆசியாவிற் கெத்தியரும் கிழக்கிற் சீனரும் மட்டும்அல்லர், நம்முடைய சிந்துநதிப் பள்ளத்தாக்கில் திராவிடரும் மிகப் பழங்காலங்களில் சித்திரங்களால் எண்ணங்களைக்காட்டும் எழுத்துமுறையைப் பயின்றார்கள். இந்தியாவில் இந்தமுறை இருந்தமை பிற்பட்ட நூல்களிலும் கேட்கப்படுகின்றது. யாப்பருங்கலவிருத்தியிறுதிச் சூத்திரவுரையில் ஒரு ஆசிரியன் அறிந்திருக்கவேண்டிய எழுத்துக்களுள் உருவெழுத்தும் ஒன்றெனக் கூறுகின்ற பின்வரும் மேற்கோளைக் காண்கின்றோம்.

'காணப் பட்ட வுருவ மெல்லாம்
மாணக் காட்டும் வகைமை நாடி
வழூவி லோவியன் கைவினை போல
எழுதப் படுவ துருவெழுத் தாகும்'

இதனையே வடிவெழுத்தெனப் பிங்கலந்தையும் திவாகரமும் கூறுகின்றன போலும்.

'வடிவுபெயர் தன்மை முடிவுநான் கெழுத்தே'

என்பது பிங்கலந்தை.

'பெயரெழுத்து முடிவெழுத்து வடிவெழுத்துத் தன்மை
யெழுதென எழுத்தின் பெயரியம் பினரே'

என்பது திவாகரம்.

எழுத்து என்ற சொல்லும் ஆதியில் சித்திரத்தையே குறித்தது என எண்ண இடமுண்டு. பரிபாடல் 19 இல் 'எழுத்துநிலைமண்டபம்' எனச் சித்திரம் குறிக்கப்படுவதையும் இன்றைக்கும் சித்திரம் தீட்டிய சேலையை வேஷ்டியை எழுத்துச்சேலை எழுத்து வேட்டி என வழங்குவதையும் நோக்குக.

இந்திய உருவெழுத்துக்கும் சுமேரியர், எகிப்தியர், கெத்தியர், சீனர் ஆதியோர் வழங்கிய உருவெழுத்துக்கும் இடையிலுள்ள பொதுவான ஒற்றுமை கவனிக்கத்தக்கது. எகிப்தியருடைய உருவெழுத்துப் பிற்காலம் ஒரு முக்கியமான மாற்றத்தை அடைந்தது. எங்ஙனமெனில், உருவெழுத்தெல்லாம் சடரூபமான ஒவ்வொரு பொருளைச் சித்திரித்துக்காட்டும் முகத்தால் அப்பொருளோடு சம்பந்தப்பட்ட சித்துரூபமான எண்ணங்களையும் குறிப்பனவாயின. இதற்குத் தமிழில் உதாரணமாக ஓடுவதுபோலச்சித்திரிக்கப்பட்ட கால்களை எடுத்துச் சொல்லலாம். கால்கள் ஓடுகின்ற உறுப்பை மாத்திரமன்றி ஓட்டம் விரைவு முதலியவைகளையும் காட்டும். கையைக்குறிக்கும் சித்திரம் அந்த உறுப்பை மட்டுமன்றிச் செய்கைவழி ஆகியவற்றையும் குறிப்பதாகும். இவ்வாறு ஒன்றுக்கு மேற்பட்ட சொற்களை ஒரு உருவத்தினாற் குறிக்குங்காலும், பேச்சில் வழங்கிய சொற்களையெல்லாம் குறிப்பதற்குச் சில நூற்றுக்கணக்கான சித்திரங்கள் அவசியமாயின. அச்சித்திரங்களை ஒருங்கே மனத்தில் வைத்து, அவற்றின் பல கருத்துக்களையும் அவதானித்து, சொல்நிலைக்கு ஏற்ற கருத்தினைத் தெரிந்தெடுப்பது கஷ்டசாத்தியமன்றோ. இதை நீக்குவதற்கு, பபிலோனியர் ஒருபோதும் கண்டிராத ஒரு சூழ்ச்சியைச் செய்ய எகிப்தியர் தலைப்பட்டார்கள். எவ்வாறெனில், இவர்களுள் பேச்சொலிகள் முக்கியமானவை இருபத்தைந்து என்று ஆராய்ந்தெடுத்துக் கொண்டு அவ்வொலிகள் நன்றாகத் தொனிக்கின்ற பொருட்பெயர்களுக்கு உரிய சித்திரங்களை அவைகளுக்கு வழங்கியதனால் பெருந்தொகைப்பட்ட உருவங்களைக் கையாளும் தொல்லை நீக்கப்பட்டது. உதாரணமாக: எகிப்தியமொழியில் றொ எனும் சொல் வாயைக் குறிப்பதாம். அதற்கு வாயின்சித்திரமே வழங்கியது. பின் அந்த றொ அல்லது ர எனும் ஒலியை எழுதவேண்டிய இடங்களிளெல்லாம் வாயின்சித்திரத்தை

வைத்துக் கொண்டார்கள். இதையே நாம் முன் எடுத்தாண்ட இரு தமிழ்ச்சொற்களையும்கொண்டு விளக்கின், கையென்ற உறுப்பின் சித்திரம் அக் கைச்சொல்லுத்தொடங்குகிற கக ர ஒலிக்குக் குறிக்கப்பட்டது. ஓடுதலை விளக்கிய கால்கள் ஓகார ஒலிக்கு வைக்கப்பட்டது. இதுதான் எகிப்திய உருவெழுத்திலிருந்து ஒலியெழுத்துப் பிறந்த முறை. எகிப்தியர் ஒலியெழுத்துக்களை ஆக்கிவைத்துக்கொண்ட போதிலும், அவைகளை மாத்திரம் உபயோகப்படுத்தி அவைகளை நெடுங்கணக்காக வழங்காமல், பழையபடி உருவெழுத்துக்களையும் அவற்றோடு கலந்து வழங்கிவந்தார்கள். அவர்களுக்குப்பின் பினீசியரே ஒலியெழுத்துக்களை மாத்திரம் நெடுங்கணக்காக வழங்கும் முறையை ஏற்படுத்தியவர்கள். இவர்கள் கைக்கொண்டது எகிப்தியருடைய சித்திரலிபியாற் பிறந்த ஒலியெழுத்துக்களேயாம் எனச் சிலரும் மெசப்பொத்தாமியாவின் ஆதிக்குடிகளாகிய அகத்தியர், சுமேரியரின் உருவெழுத்துக்களாற் பிறந்த ஒலியெழுத்துக்களேயாம் எனச் சிலரும் கூறுவர். பினீசியருடைய நெடுங்கணக்கு எங்கிருந்து கடன்வாங்கப்பட்ட போதிலும் அதுதான் பிற்காலம் கிரேக்கரின் மூலமாய் ஐரோப்பா எங்கணும் பரந்து ஐரோப்பிய மொழிகளுக்கெல்லாம் வரிவடிவைக் கொடுத்தது என்பது இங்கு அறியத்தக்கது.

எழுத்துக்களுள் அடிப்படையொற்றுமை

ஆயின், எகிப்திய உருவெழுத்தும் சுமேரிய அக்கத்திய உருவெழுத்துக்களும் முற்றாக வேறுபட்டனவா? அல்ல. அவையிரண்டும் ஒரு ஆதிக்குறியீடுகளில் நின்றே பிரிந்தன என்பதில் மயக்கம் இல்லை. இவையெல்லாம் அடிப்படையில் ஒன்றே என்பது ஆன்றோர் கருத்து. இவற்றைப்போலவே இந்தியர் சீனருடைய உருவெழுத்துக்களும் ஒரே தலையிடத்தில் உண்டாகிப்போனவை என்பதற்குப் போதிய சான்றுகள் உள. சிந்துநதிப் பள்ளத்தாக்கில் தோண்டிக் கண்ட பட்டினங்களில் வெளிப்பட்ட உருவெழுத்துக்கள் பெரும்பான்மை பழையபடியே அதிக மாற்றமின்றியும் சிற்சிலமட்டும் ஒலியெழுத்தாய் மாறியும் வந்திருக்கின்றன. சிந்துநதிப் பள்ளத்தாக்கின் உருவெழுத்துக்களில்நின்றே இந்தியப் பழங் கல்வெட்டுக்களிற் காணப்படுகின்ற பிராமி கரோஷ்டி எனும் லிபிகளும் இவற்றில்நின்றுதான் எல்லா வடமொழி தென்மொழிகளின் லிபிகளும்

சிறிது சிறிதாகப் பரிணமித்து வந்தன. சிந்துநதிப் பள்ளத்தாக்கின் லிபிக்கும் சுமேரிய உருவெழுத்துக்கும் இடையிலுள்ள பொருத்தத்தை ஹிறஸ் சுவாமியார் எடுத்து விளக்கியிருக்கிறார். உருவெழுத்து நிலையைக் கைவிடாமல் வடிவத்தில் மிக மாற்றம் அடைந்திருக்கின்ற சீனலிபியும் சுமேரியலிபியும் பெரும்பான்மை ஒற்றுமையுள்ளன என்பதைப் பேராசிரியர் பால் என்பார் காட்டியிருக்கிறார். ஆகவே, ஆதிநாட்களில் இவ்வெழுத்து முறையைப் பயின்ற சாதியாரெல்லாம் ஒருகாலம் ஒரேயிடத்தில் வசித்திருந்து, பின் தாங்கள் வேற்றிடங்களுக்குச் சென்றபோது இதனைத் தங்களுடன் கொண்டுபோய்ப்பின், படிப்படியாய் இதிற் சில மாற்றங்களைச் செய்திருத்தல் வேண்டும். அல்லது தாம் தாம் வசித்த தேசங்களில் இருந்துகொண்டு இவ்வெழுத்து முறையை தலையிடத்தினின்று பெற்றிருத்தல் வேண்டும். ஆயின், பாஷையைப்போல் எழுத்தும் அதிபூர்வகாலத்திலேயே தொடங்கி விட்டபடியால் மனுக்குலங்கள் ஒன்றை விட்டொன்று பிரிந்து தூரதேசங்களிற் செல்லுமுன்னரே ஒரு பொது இடத்தில் தாங்கள் பயின்ற ஆதிபாஷையை உடன்கொண்டுபோய் ஆங்காங்கே திரித்து வழங்கியதுபோல, ஆதிஎழுத்தையும் உடன்கொண்டுசென்று விகற்பித்தார்கள் எனக் கொள்ளுதல் மிகப்பொருத்தமாகும் போலும்.

எழுத்துமுறையின் ஒற்றுமையானது தமிழர் மத்தியதரைக்கடற் பாகங்களிலிருந்து வந்தமையை வரையறுத்துக் கூறுதற்கு நிச்சயமான ஏதுவாகாமற்போகிலும் போகலாம். ஆதலால் எவ்வித ஐயந் திரிபுக்கும் இடனாகாத வேறொரு ஏதுவை இனி எடுத்துக்காட்டுவோம்.

[ஊ] மேற்கு ஆசியாவிலும் ஐரோப்பாவிலும் தமிழ் இடப்பெயர்கள்

ஆதியில் மனுக்குலம் ஒன்றேயானதுபோல மனுக்குலத்தவர்கள் பேசிய பாஷையும் ஒன்றேயாம் என்ற கொள்கை தற்காலம் அறிஞர்களுள் வரவர அதிக உறுதியாகிக் கொண்டிருக்கின்றது. இன்றைக்கும் பூமியெங்கும் வழங்குகின்ற பாஷைகளையெல்லாம் மொழிநூல்வல்லோர் இந்து-ஐரோப்பியம், செமிற்றியம், ஊறல்-அற்றாயிகம், கொளாறியம் அல்லது மூண்டா, திராவிடம், காமிற்றிகம், பந்து, காப்பிரியம், நூபியம் ஏனும் பெரும்பிரிவுகள் அல்லது குலங்களாய் வகுப்பர். இவற்றுள் இந்து-ஐரோப்பியப் பிரிவுள் அடங்கிய ஆரியம், ஆர்மீனியம், கிரேக்கம், சர்மனியம், ஆங்கிலம் ஆதிய மொழிகளையும், திராவிடக்குலத்துள் அடங்கிய தமிழ், கன்னடம், தெலுங்கு, மலையாளம் ஆதிய மொழிகளையும் யான் ஒப்புநோக்கி, இந்து-ஐரோப்பியப் பிரிவும் திராவிடப் பிரிவும் ஒரே அடிகளில் (தாதுக்களில்) நின்று எழுந்தவைகளாம் என எனது 'சொற்பிறப்பு, ஒப்பியல் தமிழ் அகராதி'யில் உள்ளங்கை நெல்லிக்கனி போலக் காட்டிவருகின்றேன். இனிக் கிரேக்கத்துக்கும் செமிற்றிய மொழிகளுள் ஒன்றாகிய எபிரேயத்துக்கும் ஒப்புமையிருப்பதைப் பிறர் தெளிவித்துள்ளார். எபிரேயமொழி மொன்கேமர் முதலான ஆஸ்திரிக்மொழிகளோடு சம்பந்தமுள்ளது என இவற்றுள் ஒன்றாகிய கோர்க்கு எனும் மூண்டாமொழி விசேடத்தை ஆராய்ந்தோர் கூறுவர். ஊறல்-அற்றாயிக்மொழிகளும் இவ்வாறு ஒருபுடை பிறமொழிப் பிரிவுகளோடு ஒத்துநிற்கின்றன என்பர். உலகத்தின் மொழிகளெல்லாம் ஒரே அடியாய்ப்பிறந்தன என்ற முடிபை *(Mono-genism)* இத்தாலிதேசத்தும் அமெரிக்காவிலும் மொழிநூலாளர் பலர், பேராசிரியர் அல்பிறேடு துறொம்பற்றி *(Alferdo Trombetti)* என்பாரைப் பின்பற்றிச் சாதிக்கின்றனர். இவர்கள், உலகில் உள்ள பாஷைகளெல்லாவற்றையும் சீனத்தைப்போலத் தனியசைச் சொற்களைப் பெரும்பான்மைகொண்டனவும், தமிழைப்போல

ஒட்டுச்சொற்களைப் பெரும்பான்மை கொண்டனவும், ஸம்ஸ்கிருதத்தைப் போல உருத்திரிந்த சொற்களைப் பெரும்பான்மை கொண்டனவுமாக உருவத்தைநோக்கி மூன்று பிரிவாக்கி, ஆதியில் தனியசையாய் மாத்திரம் நின்ற சொற்கள் பின்பு வேறு சொற்களோடு சேர்ந்து ஒட்டுச் சொற்களாகி அப்பால் உருத்திரிந்தன என்று காட்டி, ஆதித் தனியசைச்சொற்கள் உலகத்தின் சகலமொழிகளுக்கும் பொதுவேயாம் என்று நிலைநாட்டுவர். இந்த முடிபுதான் ஆராய்ச்சி நிரம்பும் ஒருகாலம் அனைவராலும் ஏற்றுக்கொள்ளப்படுவதாகும் எனத் தோன்றும்.

தமிழ் அடிச்சொற்களின் தொன்மை

சீனம் முதலிய சிலமொழிகள் தனியசைச்சொற்களைப் பெரும்பான்மை கொண்டவையென்றாலும், அச்சொற்கள் ஆதியுருவத்தோடு நின்றுவிட்டனவல்ல. எந்தமொழியும் காலவடைவில் மாறாமலிருத்தல் கூடாது. சரித்திர காலத்திற்குள்ளேயே பழந்தமிழ் என்ற ஒரேமொழி பிறாகூயி கோண்டி கன்னடம் கோடம் குடகு கூர்க்கு மாற்றோ மலையாளம் ஒறாவொன் தெலுங்கு தோட துளு ஆதிய வேறுவேறு மொழிகளாய் மாறியிருக்கின்றது. தற்காலத் தமிழ்தானே கோடிக்கரையிலும் யாழ்ப்பாணத்திலும் எத்துணை வேற்றுமையாய்ப் பேசப்படுகின்றது! யாழ்ப்பாணத்திலும் ஊருக்கு ஊர் காலத்துக்குக் காலம் எத்துணை மாற்றம்! ஆகவே, தனியசைகளைக்கொண்ட பாஷைகளின் சொற்கள்தாம் மனிதபாஷையின் ஆதிச் சொற்கள் என்று சொல்லிவிடப்போகாது. ஆயின், எனது ஆராய்ச்சிக்கு எட்டிய அளவில், திராவிடமொழிகளுள் தலைமையான பழமையும் முதன்மையான திருத்தமும் பெற்றுள்ளதாகிய தமிழில் அவ் ஆதிச்சொற்கள் நுனித்துக் காணக்கிடக்கின்றன. தமிழ் தன் ஆதிச்சொற்களை ஒன்றுடனொன்றாக ஒட்டியும் வேறுசில சூழ்ச்சிகளைக் கையாண்டும் சொற்களை விகற்பித்துக் கொண்டவிடத்திலும், அவ் ஆதிச்சொற்களின் பண்டையுருவத்தை வெகுவாய் மாற்றாதிருந்து விட்டது எனத் தோன்றும். இதனால், விஞ்ஞானமுறையாய் அதாவது சொற்கள் உண்டாகிப் பலுகும் இயற்கை ரீதியைப் பின்பற்றித் தமிழை ஆராயும்போது, உண்மையான அடிச்சொற்களைக் காணலாம் என்பது நியாயத்துக்குப் பொருத்தமானதேயாகும். இவ்வாறு ஆராய்ந்துகண்ட தமிழ்த் தனியசைச் சொல்லடிகளைக்கொண்டு நோக்கும்போது,

இவைகள்தாம் முன்சொல்லியவாறு, இந்து-ஐரோப்பிய மொழிகளுக்கெல்லாம் அடிப்படையாயின என்றது வெளியாகும்.

ஆதலால், தமிழ்தான் ஆதிமனிதன் பாஷை என்று முடிப்போமா? அப்படி முடித்தல் ஒன்று, தமிழிலுள்ள அடிகளே பிறபாஷைகளுக்கும் அடிகளாயின என்று காணுதல் வேறொன்று. தமிழுக்கும் மற்றெல்லாப் பாஷைகளுக்கும் அடிகள் ஒன்றே எனில் யாவற்றுக்கும் பொதுவாய்நின்ற அந்த அடிகளே ஆதிமனிதன் பாஷையென்று முடிப்பது சாலும். தமிழ்தான் அந்த அடிகளை எளிதிற் பிரித்தெடுக்கத்தக்கதாய் விளங்குகின்றது என்றது மட்டுந்தான் நாம் தடையின்றித் துணியத்தக்க ஒரு முடிபு. வெகுதூரம் மாறுபடாது ஆதியடிகளைக் காத்துவைத்திருக்கும் சிலாக்கியத்தைக் கொண்டுள்ளது தமிழ். அவ்வடிகளை மிக மாற்றி மறைத்து வைத்துக்கொண்டிருப்பன ஏனைய பாஷைகள். இதுவே செவ்வனேசெய்யும் ஆராய்ச்சியாற் பெறப்படத்தக்க உண்மை. தமிழாவது வேறெம்மொழியாவது மனிதனின் ஆதிப்பாஷை எனச் சொல்ல அமையாததற்கு நியாயம் என்னவெனில், பூமுகத்தில் வழங்கும் பாஷைகள் அனைத்தும் திரிந்தும் விரிந்தும் பலவிதத்தில் விகற்பம் அடைந்திருத்தலே என்க.

தொடக்கத்தில் ஒன்றேயாயிருந்த மனுக்குலம் பூர்வகாலத்திலே பல குலங்களாய்ப் பரிணமித்து, நிறம் உடற்கூறு ஆதியவைகளில் வேறாகிவிட்டதுபோல, ஆதியில் ஒன்றாய் அடிச்சொற்களால் மாத்திரம் இயன்றதாயிருந்த பாஷையும் மிகப் புராதனமான காலத்தில் சொல்லுருவம், வசனக்கட்டு முதலியவைகளில் வெவ்வேறு குலங்களாய்ப் பிரிந்துபோயினமை ஆச்சரியமன்று. உலகிலுள்ள எல்லாச்சாதிக் குலங்களையும் ஒத்த இயல்புகள் பலவற்றைக்கொண்டு நாம் ஒரே மனுவின் மக்கள் என்பதுபோல, அகில பூமியிலும் வழங்கும் சகல பாஷைகளையும் ஆதியடிகளைக்கொண்டு நோக்கி அவையெல்லாம் ஒரு மனித பாஷையே என்பது பொருந்தும். மனிதருள் காணப்படும் நிறம் முதலிய பேதங்கள்பற்றி அன்னோரை இந்தியர் ஐரோப்பியர் சீனர் காப்பிரிகள் முதலான சாதிக்குலங்களாய்ப் பிரிப்பது போல, அவ்வப்பாஷைக் கூட்டங்கள் அடைந்துகொண்ட சொல்விகற்பம் இலக்கணச் சிறப்பமைதிகள் பற்றி அவற்றைப் பலமொழிக்குலங்களாய்ப் பிரிப்பதும் பொருத்தமுடையதேயாம்.

இனி, சாதிக்குலமும் மொழிக்குலமும் பண்டைநாட்களில் ஒரேபெயர் உள்ளனவாயிருத்தலையும் நோக்குக. தமிழ்க் குலத்தவருடைய பாஷைக்குத் தமிழ் எனும் மொழிக்குலப்பெயர்

உண்டாயிற்று. பிற்காலம் சிலவிடங்களில் ஒரு சாதிக்குலத்தவர்கள் தங்களுக்குரிய மொழியை விட்டு வேறொரு மொழியை மேற்கொண்டதும் உண்டு. ஆயினும், பண்டைக்காலத்தில் சாதியும் மொழியும் ஒன்றாயிருந்து ஒரேபெயராற் குறிக்கப்பட்டன. இவ்வாறே சர்மனியருடைய சாதிக்கும் பாஷைக்கும் பெயர் ஒன்றே. சீனருடைய சாதிக்கும் பாஷைக்கும் பெயர் ஒன்றே. பெரும்பான்மை தேசப்பெயரினின்று சாதிப்பெயரும் சாதிப் பெயரினின்று பாஷைப்பெயரும் வந்திட்டமையை முன்னர் குறித்துள்ளோம்.

பழைய இடப்பெயர்கள் பழங்குடிகளுக்குச் சாட்சி

பூர்வகாலத்திலே ஒரு தேசத்தில் வசித்திருந்தோர் அத்தேசத்தின் ஆறு, மலை, ஊர் ஆதியவற்றிற்கு இட்டுவழங்கிய பெயர்கள் சில எந்நாட்சென்றும் அங்கங்கே நிலைத்திருத்தலைக் காண்கின்றோம். ஓர் தேசத்தில் சிறிது சிறிதாய்ப் பழங்குடிகளைத் துரத்திவிட்டு உட்புகுந்த புதுக்குடிகள், முற்காலம் ஆறு, மலை ஊராதியனகொண்டிருந்த பெயரையே பலமுறையும் கைக்கொள்வோராயினர். முந்தியிருந்தவர்களின் பாஷை வேறாயிருப்பின் அப்பாஷையால் அன்னோர்வழங்கிய அப்பெயர்களைப் பிந்திவந்தோர் தங்கள் பாஷைக்கேற்பத் திரித்துவழங்குவது இயல்பு. இவ்வாறே சிந்து எனும் தமிழ்ச் சொல்லாற் பெயர்பெற்ற வடஇந்திய ஆற்றை ஆரியர் ஸிந்து (Sindhu) என வழங்கியதைக் காண்கின்றோம். அப்பெயர் தமிழ் ஆதலால் ஓர்காலம் அப்பாகங்களில் இருந்த தமிழரே அதனை அவ்வாற்றிற்கு இட்டு வழங்கினர் என்பது வெளியாகும். இப்படியே விந்திய மலைப்பெயரும். விந்தியம் என்றது விண்டு எனும் தமிழ்ச் சொல்லின் மரூஉ. விண்டு = விளங்குவது. விலங்கல் என்ற சொல்லும் விளங்குதலைக் காட்டி மலையை உணர்த்தும். வெள்ளிடை விலங்கல் என்ற தொடரையும் நோக்குக. விண்டு எனும் தமிழ்ச் சொல்லை ஆரியர் உரிச்சொல் அடைகொடுத்து விந்திய (Vindhya) என மாற்றி மேற்கொண்டனர். நாகபுரம் என்ற ஊர்ப்பெயரும் நாகர்வசித்த பிரதேசத்தைக் காட்டும். நாகம் = நகர்ந்து செல்வது; பற்றிப்பற்றிப்போவது. இச்சொல்லைப் போலவே நகுலம் = ஊர்ந்து செல்வது, கிரி; நகம் = விரிவது, வளர்வது, உகிர்; நகிலம் = விரிவது, பொருமுவது, ஸ்தனம்; நகுதல் = விரிதல், சிரித்தல். நக்குதல் = அண்டிவரல், தொடுதல்; நகைவர் = அண்மையிலுள்ளோர், நண்பர் என்றற்றொடக்கமான கிளைச் சொற்கள் பல 'நக்' எனும் அடியினின்று

பிறக்கின்றவைகளாய்த் தமிழிற் காணப்படுகின்றமையால் நாகம் எனும் சொல் தமிழ் என்பதில் மயக்கமில்லை. இன்னும் இவ்வாறே பல இடப்பெயர்கள் வட இந்தியாவில் ஆங்காங்கு நிலவுகின்றமை தமிழர் ஒருகாலம் இந்தியா முழுவதும் பரந்திருந்ததற்கு உள்ள பிரபலமான சாட்சிகளுள் ஒன்றாகும்.

இன்றைக்கு முழுதும் தமிழ்நாடாக விளங்குகின்ற வட இலங்கை முற்காலம் சிங்கள நாடாயிருந்தது என்பதற்குத் திறம்பாத சாட்சி என்ன? வட இலங்கையின் நீர்நிலைகள் வாய்க்கால்கள் திடர் நிலங்கள் வயல்கள் புலங்கள் சிற்றூர்கள் எல்லாம் பத்துக்கு ஒன்பது வீதம் சிங்களப்பெயர்கொண்டிருப்பதுதானன்றோ? பொக்கணை, யாமா, கட்டுவ எனும் நீர்நிலைப் பெயர்களும்; கொட, ஓட (தங்கொடை அம்பலாக்குடை) ஆல (சில்லாலை, அரியாலை,) ஆதிய குள வாய்க்காற்பெயர்களும்; வில், வில (இணுவில், கோண்டாவில், கொக்குவில்) எனும் வயல்வெளிகளைக் காட்டும் பெயர்களும்; தூவ (கப்புதூ,சவரன்தூ), பராப (உரும்பிராய, வேலம்பிராய) ஆதிய திட்டியைக் குறிக்கும் பெயர்களும்; பொத்த (சிம்பிளாம்பத்தை, அம்பலம்பற்றை) எனும் சமநிலங்களைக்காட்டும் பெயர்களும்; வல்ல (சுதுமலை, அனுவலை, வலிகாமம்) ஆதிய மணற்பூமிகளைக் குறிக்கும் பெயர்களும், ஹிட்டிய, லய, மன, மான, மனை, பான, பாய, எஸ்ஸ, பத்தன பொத்தான, ஒறுவ (போயிட்டி, பலாலி, வதிரமனை, ஆக்கமானை, அம்பனை, கருகம்பானை, மானிப்பாய், வலச்சை, சங்கடப்பத்தனை, சடையப்பெற்றாளை, வெள்ளுருவை) ஆகிய இடப்பெயர்களுமாகப் பல்லாயிரம் சிங்களப் பெயர்கள் இன்றைக்கும் பலவாறு மருவி வழங்குகின்றன. இப்பெயர்களை அவ்வவ்விடங்களுக்கு இட்டவர்கள் பின்னாளில் தென்னிந்தியாவிலிருந்து வந்து குடியேறியிருப்போராய் இன்றைக்கு யாழ்ப்பாணத்திற்குரியவர்களாயுள்ள தமிழரல்லர்; இவர்களுக்கு முன்னிருந்த சிங்களவர்களே என்றது இவைகளெல்லாம் சிங்களமாயிருத்தலால் கருத்தாழமாகும். ஆயின், இன்றைக்கு இரண்டாயிரத்து ஐந்நூறு ஆண்டுகளின் முன் இலங்கையில் சிங்களவர் என ஒருசாதியார் இல்லையன்றோ? இங்கு முன்னிருந்த யக்கர், நாகர், தேவர் என்ற முப்பிரிவினருமான தமிழரன்றோ விஜயராசன் வருகைக்குப்பின் சிங்களவராயினர்? எனச் சரித்திர ஆராய்ச்சியாளர் வினாவுதல்கூடும். அதற்கு விடை என்னவெனில், பழந்தமிழரே சிங்களவராயினர் என்றது உண்மை. தற்காலத்துச் சிங்களவர் சிலர் தங்களை ஆரியர் என்று கட்டிப்போட முயற்சிப்பதெல்லாம் வீண்.

சிங்களவர் திராவிடரே என்பது நிச்சயம். வடஇந்திய வெற்றியாளர்கள் (விஜயன்) வந்தபின் அந்த வட இந்தியரோடு கலந்துகொண்ட தமிழரே சிங்களவர் என்றால் அதற்குச் சம்மதம். ஆயின் அந்த வடஇந்தியர் யார்? அவர்களும் அடிப்படையில் திராவிடரே என்பது ஆராய்ச்சிவல்லோர் அபிமதம். சிங்களவர் உள்ளநாளெல்லாம் பேசிவரும் பாஷை அடிப்படையில் அதாவது வசனக்கட்டிலும் இலக்கண அமைப்பிலும் தமிழேயாம். இடையில் மேற்கொண்ட சொற்கள்மட்டும் நூற்றுக்கு எழுபது பாளியிலும் சம்ஸ்கிருதத்திலும் நின்று வந்திருக்க, நூற்றுக்கு முப்பது இன்றும் பழந்தமிழாகவே நிலவுகின்றன. முன்சுட்டிய இடப்பெயரெல்லாம் இன்றைய யாழ்ப்பாணவாசிகள் வருமுன் இலங்கையில் வழங்கிய பழந்தமிழே. அப்பழைய பாஷையின் பெயராகிய ஈழம் என்பதைச் சிங்களவர் இன்றைக்கும் எலு என வழங்குகிறார்கள். புதுத்தமிழராகிய யாழ்ப்பாணத்தாரின் வருகைக்குமுன் வடஇலங்கையில் பழந்தமிழரான சிங்களர் குடியேறியிருந்ததற்கு அப் பழந்தமிழிலுள்ள இடப்பெயர்களெல்லாம் ஒருவாய்ப்படச் சாட்சி பகருகின்றன.

நெசவுத்தொழிலைச் சார்ந்தவை

கைத்தொழில்களுள் விசேடம்பெற்றதொன்றாகிய நெசவும் தமிழருடையது என்பது நோக்கத்தகும். ஆரியருடைய பழைய உடை தோல் என்ப. பிற்காலம் மரவுரிகளைப் பின்னி ஆடையாக்குதலும் நடைபெற்றது. தமிழர், முன் சுமேரியரோடும் எகிப்தியரோடும் ஒன்றாயிருந்தவர்கள். ஆதியில் தாங்களும் தோலுடையுள்ளவர்களாயிருந்தமைக்கு அன்னோரது பழந்தெய்வமாகிய சிவபிரான் தோலுடை அணிந்தவராகக் காட்டப்படுகின்றமை சாட்சியாகலாம். அதன்பின் தமிழர் ஏலவே மரவுரியைப்பின்னி உடுப்போராயினர் என்பது நம்முள் வழங்கும் சீலை (சீரை) எனும் பெயரால் விளங்கும். அப்பால் இந்தியாவில் பஞ்சைக் கண்டவர்கள் அதனை நூலாக்கி ஊடும் பாவுமாய் நெய்து உடுத்தனர். முன் சிந்து என்ற மெல்லிய துணியைப் பற்றிச் சொல்லியவற்றையும் நினைந்துகொள்க. துணிநெய்தல் தமிழரது பழையதொழிலானது பற்றிப்போலும் நெசவுக்கும் அதனோடு கூடிய பொருள்களுக்கும் உள்ள பிறபாஷைப் பெயர்கள் பல தமிழடியாய்ப் பிறந்திருக்கக் காண்கின்றோம். இழைத்தல் எனும் பொருளுள்ள நெய் எனும் தமிழ்ச்சொல் கிரேக்கத்திலும் இலத்தீனிலும் நெயோ (*Neo*) என நின்று

நூல் நூற்றலையும் நெய்தலையும் குறிக்கும். கிரேக்கத்திலுள்ள நேஸிஸ் *(Nesis)* என்பது தமிழ்நெசவாகும். நேமா *(Nema)* இராட்டினம், நேத்றொன் *(Netron)* நூற்கும் கதிர்; வடமொழியில் நீவி *(Nivi)* என்பது பெண்கள் அரையிற்கட்டும் துணி, நெசவாலானது என்பது பொருள். கொதிக்பாஷையில் நெற்ல் *(Nethla)* இங்கிலீஷில் நீடில் *(Needle)* என்பன நூலோடும் ஊசியாகும். நெசவு தொழிலின்பெயரோடு பின்னுதல் எனும் தொழிற்பெயரையும் அதற்கடுத்த ஒரு கருத்தில் தமிழ்தான் ஆரியமொழிகளுக்குக் கொடுத்தது போலும். இப்பின்னுதற் சொல் பல பாஷைகளில் ஸ்பின்னன் *(Spinnan)* ஸ்பின் *(Spin)* என நிற்கும். ஸ்பின்டிள் *(Spindle)* எனும் இராட்டினப்பெயரும் அதிலிருந்து வந்தது. கிரேக்கத்தில் பேனியொன் *(Penion)* என்பது தார்க்குழலிற் சுற்றிய நூல். இலத்தீனில் பன்னுஸ் *(Pannus)* பின்னியது, துணி எனப்படும். நூற்கும் கதிருக்கு வடமொழியில் தர்க்குஸ் *(tarkus)* கிரேக்கத்தில் அதற்க்தொஸ் *(atraktos)* என உள்ள சொற்கள் திருகுதல் எனும் தமிழ்ச்சொல்லோடு ஒற்றுமையுள்ளனவே. வர்த்தனீ, வர்த்துலா *(vartani, vartula)* எனும் வடசொற்களும் வேர்த்திசில்லுஸ் *(verticillus)* எனும் இலத்தீனும், எமது உருட்டு எனும் சொல்லுக்கு இனமானவையாம்.

ஐரோப்பியர் அதிகமாய் வழங்கும் கம்பளியுடை (வூல் *-wool-* வெள்ளை) ஆட்டு மயிரினாற் செய்யப்படுவது. வெள்ளை எனும் சொல் தமிழில் ஆட்டுப் பெயர்களில் ஒன்று. அதற்கு அடியாய் உள்ளது எலி எனும் ஆதி ஆட்டுப் பெயராம். ஆடு எனும் சொல்லிற்கும் எலி எனும் சொல்லே அடியாகிய விநோதத்தை எமது சொற்பிறப்பு ஒப்பியல் அகராதியிற் காண்க. இனி, கெம் - எலி என்பது சிவந்த ஆடு. அதுதான் பின் செம்மலி, செம்மறி என வந்தது. கெம்மலியிலிருந்தே மகரத்தோடு அதற்கினமான பகரம் அணைந்து (கெம்பெலி) கம்பிளி எனும் சொல் வரும் கம்பிளியாடு என்பதையும் நோக்குக. ஆரியருடைய கம்பலம் எனும் துணியும் பழந்தமிழ் நூல்களின் எலிமயிற்போர்வையும் ஒன்றே எனக் காண்க. பழைய எலிச்சொல் சிங்களத்தில் எலுவ என இன்றைக்கும் நிற்பினும் அது தமிழில் வேறோரு சிறுபிராணிக்கு உரியதாகிவிட்டமையால் எலிமயிர் என்றது (மயிரற்ற) அந்தச் சிறு பிராணியின் மயிரே என்று மயங்குவாரும் உளர். ஆட்டுப்பெயர் சுமேரியத்திலும் தமிழிலும் தமிழோடு சேர்ந்த பிற இந்திய மொழிகளிலும் ஐரோப்பியப் பாஷைகளிலும் ஒன்றாயிருப்பது, சுமேரியரும் அவர்களோடு ஒன்றான தமிழருமே முதன்முதல் ஆட்டை ஓர் வீட்டு மிருகமாய் வளர்த்து அதன் பயனை அனுபவிப்போராயினர்

எனக் காட்டுவதாகலாம்.

உடைக்கு உபயோகப்பட்ட கம்பிளி (செம்மலி) ரோமம் தமிழருள் முன் அறியப்பட்டது போலவே பஞ்சுநூலுமாம். ஆரியர் தாம் முன் அறிந்திராத பஞ்சை பஞ்சி (*Panji*) என்றும் பிசு (*pisu*) என்றும் சொல்லி வந்தனர் அவர்களுள் பஞ்சுக்கு ஆகுபெயராய்வழங்கிய வேறு சொற்கள் கர்ப்பாஸ், கர்ப்படம், படம் என்பவை வெட்டியது என்ற பொருளுள்ளவை. நமது 'துணி'க்குச் சரியானவை. துணித்தது துணி. அறுவை என்ற பெயரும் துணிக்கு இப்படியே வந்தது. இனிப் பஞ்சு தமிழ் நாட்டினின்றே மேல்நாட்டுக்குப் போனது என்பது அதற்குரிய கொட்டை எனும் வேறொரு பெயர்தான் பினீசியர், சீரியர், கலதேயர், அராபியருக்குள் குட்டுன் (*qutun*) என்றும், எபிரேயருள் கெட்டோனெற் (*ketoner*) என்றும் ஸ்பானியருள்ளும் ஆங்கிலேயருள்ளும் காற்றன் (*coton, cotton*) என்றும் வந்திருக்கின்றமையால் தெரியவரும். கி.மு நாலாவது ஆயிரமாண்டளவில் பஞ்சு இந்தியாவிலிருந்து பாரசீகக்குடாக்கடல் முகரிக்கு ஏற்றுமதியாயிற்று என்றும் அங்கிருந்து எகிப்திற்குப் போயிற்று என்றும் புரொபசர் சேயிஸ் காட்டுகின்றார். இந்தியாவிலே மரங்களின் காய்களிலே கம்பளிமயிர் காணப்படுகின்றது என்று எரோடோத்துஸ் வரைந்து வைத்தார். இந்தியாவிலே, ஆதியிலே பயிரான பஞ்சு பின் மேற்கு நாடுகளுக்கும் கொண்டுபோகப்பட்டது.

அறுபத்து நான்கு கலைகளும் ஆரியருடையன என்ற ஒரு எண்ணம் பலர் மனதில் இடம்பெற்றிருக்கலாம். ஆயின் கலை எனும் சொல்லே சந்தேகமறத் தமிழாகும். கலைகளுட் பெரும்பான்மையானவை தமிழ் உற்பத்தியையே உடையன.

சுமேரியரோடு ஒற்றுமைப்பட்டும் பபிலோனியரோடு சம்பந்தங் கொண்டுமிருந்தோரான தமிழர் வானசாஸ்திரத்தின் பலதுறைகளை அறியாமற்போயிரார்கள். அவர்கள் சூரிய மாசத்தைக்கைக் கொண்டுவந்ததாக முன்னர் எடுத்துச்சொன்னோம். வாரத்தின் கிழமைகளை ஆதிநாட்களில் அறிந்திருந்தனரோ என்பது ஒரு கேள்வி. கிழமைப் பெயர்கள் தமிழேயாயிருத்தலால் ஆரியர் வரவுக்குமுன் தமிழருள் நாட்கள் அப்பெயர்களால் அறியப்பட்டிருக்கலாம். ஆரியருடைய இராசிச்சக்கரத்தில் எட்டுப்பெயர்கள் தனித் தமிழாயிருத்தல் கவனிக்கத்தக்கது. தமிழருடைய பழைய இராசி வீடுகள் எட்டே என்ற கொள்கை சென்ற அதிகாரத்திலே காட்டப்பட்டது. மாதப் பெயர்களோ எல்லாம் வடமொழியாயிருந்தும்

அவற்றுக்குத் தமிழ்ப்பெயர்களும் வழங்கினவாகச் சங்கநூல்களிற் காண்கின்றோம். அப்பெயர்கள் ஸம்ஸ்கிருதத்தின் மொழிபெயர்ப்போ எனத் துணிய முடியவில்லை. ஆரியரும் முன் கிரேக்கரோடு ஒன்றாயிருந்து பிரிந்தவர்களாதலாலும், பழைய நாகரிகமுள்ள பபிலோனியர்களோடும் சம்பந்தங்கொண்டவர்களாதலாலும் அன்னோரைப்போலப் பதின்மூன்று சந்திரமாதங்களும் அவற்றைச் சூரியமாசங்களாக எண்ணிப் பன்னிரண்டு சூரிய மாசங்களும் உள்ளவர்களாக இருக்குவேத வாக்கியமொன்றினால் தோன்றுகிறது *(I, 25-8)* பன்னிரண்டு சூரிய மாசங்களுக்குச் சரியாகவே அவர்களது ராசிச்சக்கரத்திலும் பன்னிரண்டு வீடுகள் இருந்தன *(I, 164.11)*.

ஆரியருடைய வானசாஸ்திரத்துக்குத் தமிழர் நேரே உதவி புரியாவிடினும் அவர்களுடைய சோதிட சாஸ்திரமோ முழுதும் தமிழருடையது என்று சொல்லலாம். பழைய சுமேரியர் எகிப்தியர்களுடைய மாயவித்தைகள் குறிச்சாத்திரங்களிலெல்லாம் தமிழர் துறைபோயிருந்தவர்களென்றது மொகஞ்சோதரோவின் வழிபாடுகள் பழக்கவழக்கங்களால் நன்றாய்த் துணியப்படும். அவைகளினின்றுதான் ஆரியருடைய அதர்வணவேதம் பிற்காலம் எழுந்ததெனத்தோன்றும். இதனாலன்றோ ஸ்ரீகண்டசாஸ்திரி எனும் அறிஞர் மொகஞ்சோதரோ நாகரிகம் ஆரியருடையது எனும் தமது மதத்தை நாட்டும்பொருட்டு அதனைச்சார்ந்த பல பழக்கவழக்கங்களை அதர்வணவேத ஒழுக்கங்களோடு ஒற்றுமைப்படுத்தி வைப்பவரானார்.

எழுத்து முறையும் திருந்திய ஆரியமும்

ஆரியருக்கு எழுத்துமுறையை அளித்தவர்களும் தமிழரே என்று ஒருவாறு துணிந்து சொல்லலாம். மொகஞ்சோதரோ, ஹரப்பா முதலிய இடங்களிலுள்ள சித்திரலிபி எனும் உருவெழுத்துக்கள் அறியப்படுமுன், முதலில் வியாபாரக் கணக்குகளை எழுதி வைப்பதற்காகத் தமிழரும் அப்பால் ஆரியரும் பினீசியரிடமிருந்து எழுத்துமுறையைப் பெற்றுக்கொண்டனர் என்ற ஒரு எண்ணம் ஆராய்ச்சியாளருக்குள் இருந்தது. இன்றைக்கு அப்படியல்ல. தமிழர் கி.மு. மூவாயிரம் ஆண்டுகளுக்கு முன்னரும் உருவெழுத்து முறையைக் கொண்டிருந்தார்கள் என்பது வெளிப்படவே, அதில் நின்றுதான் இந்தியாவிலே பிற்காலத்து வழங்கிய லிபிகளெல்லாம் மருவி வந்திருக்கவேண்டுமென்று காணப்படலாயிற்று. தற்கால இந்திய லிபிகளுக்குத் தாய் எனப்படுகின்ற பிராமிலிபி சிந்துவெளியாரது

உருவெழுத்திலிருந்துதான் பிறந்திருக்கவேண்டும். இதுவரையில் இரண்டொரு பிராமியெழுத்துக்களுக்குச் சிந்துவெளி உருவெழுத்து உற்பத்தி காட்டக்கூடியதாயிருக்கின்றது. அவ்வுருவெழுத்துப் படிப்படியாய் அடைந்துகொண்டுவந்த மாற்றங்களுக்கு ஒருநாள் சாட்சிகண்டுபிடிக்கப்படும் போது சிந்துவெளியுருவெழுத்தே பிராமிக்கு மூலம் எனும் உண்மை நன்றாக நிச்சயிக்கப்படும்.

தமிழும் வடமொழியும் எனும் இருபாஷைகளும் ஒன்றினால் ஒன்று திருத்தப்பாடடைந்தன என்பது உண்மையன்றி, வடமொழியால் தமிழே திருத்தமடைந்தது என இதுகாறும் சிலர் எண்ணியது தவறாகும். பிற்காலத்து சம்ஸ்கிருதம் பெருந்தொகையான சொற்களையும் சில நவமான இலக்கணத் துறைகளைத்தானும் தமிழுக்குக் கொடுத்தமை உண்மையே. இது தமிழ் இடைக்காலத்திலே பராதீனப்பட்டு நெடுநாள் இலக்கிய வளர்ச்சியில்லாமற் கிடந்தமையால் வந்த கேடு. தமிழ் இலக்கணங்களுள் முந்தியனவாகிய அகத்தியமும் தொல்காப்பியமும் சம்ஸ்கிருத வியாகரணங்களின் வழியே இடைக்காலத்தில் அமைக்கப்பட்டன. ஆயின் ஆதியிலே இருக்குவேத காலத்து வடமொழியிலும் தமிழ்க்கலப்புத் தோன்றாமலில்லை என்பதையும், தமிழொடு கலந்துதான் அது சம்ஸ்கிருதமாக, (அதாவது திருந்திய மொழியாக) வந்தது என்பதையும் நாம் மறந்துபோகவொண்ணாது. இருக்குவேததத்திலேயே ஆரியருடையவையான மிகப் பழைய உருவங்களோடு, பிற பாஷைகளோடு மருவி நிற்கும் உருவங்களும் காணப்படுகின்றன என்பர் ஆன்றோர். பிற பாஷைகள் எனும்போது அன்னோர் திராவிட மொழிகளோடு அவற்றுக்குச் சார்பான முண்டா அல்லது கோள மொழிகளையும் கருதுவர். ஆயினும், முண்டாமொழிகளையும் அடக்கி மேலிடத்தைக் கொண்ட தமிழையே நாம் இங்கு எடுத்துக் கொள்ளுகின்றோம். அங்ஙனமாக, ஒருசாராருடையதும் அக்காலத்தாருடைய தேவைகளுக்குரியவைகளை மட்டும் விரித்ததுமான இருக்குவேத பாஷை விரிந்துவரவேண்டிய காலையில், பழைய ஆரியச்சொற்களிலிருந்து உண்டான புதிய உருவங்களைத் தவிர, வடஇந்தியாவில் பழங்குடிகளுள் விசேஷித்தோரான திராவிடரின் சொற்களும் பலநூற்றுக்கணக்காய் எடுத்துச் சிறிது திரிபுகளோடு வழங்கப்படலாயினமை ஆச்சரியமன்று. விசேஷமாய் மூர்த்தன்னியம் (*Cerebral*) என்று சொல்லப்படுகின்ற டகர ணகர ளகரங்கள், ஆரியமொழிகளுக்கு இல்லாதன வடமொழியில் இடம்பெற்றது இந்தியப் பழங்குடிகள்மூலமாகவே என்பர் மொழி நூலோர். கிற்றெல் எனும் அறிஞர் (*Rev. F. Kittel*) தமது கன்னட

இங்கிலீஷ் அகராதியில் நானூற்றுக்கு மேற்பட்ட திராவிடச் சொற்கள் சம்ஸ்கிருதத்தில் சென்றடைந்திருப்பதாக விளக்குகிறார். எமது சொற்பிறப்பு ஒப்பியலகராதியில் அதினும் பன்மடங்கான சொற்கள் திராவிடத்திலிருந்து வடமொழியில் உருமாறி நிற்கின்றமையைக் காட்டிவருகின்றோம். உதாரணமாய் ஹாலு எனும் வட சொல், பல்லு எனும் தமிழிலிருந்து கன்னடத்தில் உண்டான ஹல்லுவின் மூலம் வந்தது. தமிழ்ப்பகரம் கன்னடத்தில் ஹகரமாய் மாறிவரும். சம்ஸ்கிருத ஆரத்தி, ஆலாட்டுதல் எனும் தமிழின் மரூஉ. ஆலிங்கனம் தமிழ் அழுங்குதலிலிருந்து வந்த வடசொல். தேகலி (*dehali*) தமிழ் இடைகழி. ஹேரம்ப என்றது தமிழில் எருமை. இவற்றையும் இன்னும் பலநூறு சொற்களையும் எமது அகராதியிற் பார்த்து உணர்ந்துகொள்க.

இன்றைக்கு வடஇந்தியாவின் மாகதி, வங்காளி முதலான பாஷைகளை நோக்கும்போது அவைகள், இலங்கையின் சிங்களத்தைப்போல, முழுதும் தமிழ்வசனக்கட்டுள்ளவைகளாய்க் காணப்படுகின்றன. சொற்கள் பெரும்பாலும் வடமொழியும் பாளியுமாய் இருப்பினும், இலக்கணமோ ஏறக்குறையத் தமிழைப் போன்றது. இதற்கு நியாயமென்னவெனில், வடஇந்தியப் பாகதங்கள் பழைய சம்ஸ்கிருதத்தைப் போல ஆரிய பாஷைகளல்ல, இந்து ஆரிய பாஷைகளாம். அதாவது, இந்தியாவின் பழைய தமிழ்ப் பாஷையை அடிப்படையாய் வைத்துக்கொண்டு ஆரியச்சொற்களை மிக மேற்கொண்டவைகளாம். ஆகவே, வடஇந்தியப் பாகதங்கள் எல்லாவற்றிலும் தமிழ்ச்செல்வாக்கே பிரகாசிக்கின்றது. அதுமட்டோ! பிற்கால சம்ஸ்கிருத வசனக்கட்டிலும் அந்தச்செல்வாக்கு இடையிடையே எதிர்ப்படலாம். உள்ளபடி இருக்கு வேதத்துக்குப் பிற்பட்ட சம்ஸ்கிருத நூல்கள் பல ஆரியரோடு கலந்து கொண்ட திராவிடர்களாலேதான் எழுதப்பட்டன என்பதை நாம் குறிக்கொள்ளாதிருக்கப்படாது. பழைய நாட்களிலே தத்துவ சாத்திர யுக்தமான தர்க்கங்களில் விசேட அறிவுபெற்றிருந்த சத்திரியர் என்னப்பட்ட அரசர்கள் ஆரியப் பிராமணருக்கும் தத்துவ உபதேசம் செய்ததாக வாசிக்கின்றோம். அந்தச் சத்திரியர்கள் சம்ஸ்கிருதம் கற்ற முழுத்தமிழர் அல்லது தமிழ்க் கலப்புள்ளவர்களாவர் என்பது ஊகிக்கக் கிடக்கின்றமையும் இங்கே குறிக்கத்தக்கதாகும். நமது காலத்தில் நம்முளே பலர் ஆங்கிலம் படித்து அதில் நூல்களும் இயற்றுவது போல, அக்காலத்தில் ஆரியநாட்டுத் தமிழர் வடமொழியில் நூலெழுதியமை பொருத்தமற்றதாகாது. பல சம்ஸ்கிருத நூல்களைத் தமிழரே எழுதினரென்று தற்கால ஆராய்ச்சியாளர் எண்ணுகின்றனர். வடமொழி

இராமாயணத்தை இயற்றிய வான்மீகி முனிவருமே தமிழரென்பதை மதுரைச் செந்தமிழ்ப் பத்திராசிரியர் நன்றாக விளக்கியிருக்கின்றார். மகாபாரதம் கூறுகின்ற கௌரவரும் பௌரவரும் திராவிடரேயன்றி ஆரியரல்லர் என்பது ஆராய்ச்சியாளர் பலர் கருத்து. ஆகவே, பல கைசேர்ந்து ஆக்கிய அந்த மகாநூலில் தமிழருடைய பங்கு சிறிதாவது இராமற்போகாது. பிரம்மசூத்திரமாபாடியம் வரைந்த சங்கராச்சாரியர் யார்? அவரும் தமிழ்நாட்டவரே என்பது யாவரும் அறிந்தது. சைவ ஆகமங்களெல்லாம் தமிழ்நாட்டில் தமிழரால் வடமொழியில் புனையப்பட்டன. புராணங்களுள்ளும் பல தமிழரால் எழுதப்பட்டன அல்லது தமிழிலிருந்து வடமொழியிலே திருப்பப்பட்டன. நாம் இதனை இருந்து வரைகின்ற நல்லூரில் நின்று இன்றைக்குச் சில நூற்றாண்டுகளின்முன் தென்னிந்தியாவிற்குச் சென்று அங்கு வசித்தவரான ஞானப்பிரகாசாசாரியர் வட மொழியில் எழுதிய 'சிவஞானபோதவிருத்தி' இப்போது எமது கண்முன்னே இருக்கின்றது. இவ்வாறே தமிழும் தமிழரும் சம்ஸ்கிருதத்திற்குச் செய்த உதவி பெரிதேயாம்.

சமய வழிபாடும் தத்துவ சாத்திரமும்

ஆரியருடைய பழையநூலும் அன்னோரது முற்காலக் கொள்கைகளுக்கு நற்சான்றுமாகிய இருக்குவேதத்தில் நாம் காண்கின்றபடி, அவர்களுடைய சமயவழிபாட்டின் அடிப்படையில் ஏகதேவக் கொள்கையே இலங்குகின்றது. ஆயினும், அவர்கள் 'கட்புலனாகாக் கடவுளைக்காட்டும் சட்டகம்போல' இந்திரன் வருணன் அக்கினி ஆதிய பௌதீக தெய்வங்களை ஒன்றன்பின் ஒன்றாய்க் கைக் கொண்டு அவை ஒவ்வொன்றுக்கும் முதன்மை கொடுத்து ஏக தெய்வம்போலப் போற்றுவதைக் காண்கின்றோம். அவர்களுடையது பலதெய்வ வழிபாடு அல்லது வெவ்வேறு தனித்தெய்வ வழிபாடு எனல் தகும். ஆயின், அன்னோர் மாறிமாறிப் போற்றிக்கொண்டு வந்தவைகளோடு வேறு தெய்வங்களையும் சேர்த்து அனைவரையும் ஒன்றுபடுத்தும் வமிச வரலாறுகள் அமைக்கவும் புராணக்கதைகள் கட்டிவைக்கவும் துணை புரிந்தவர்கள் தமிழரேயாவர். ஆரியர் தாங்கள் முன் அறிந்திராத சிவபிரானைத் தமிழரிடத்தில் நின்று கிரகித்துக்கொண்டனர் என்பது சகல ஆராய்ச்சியாளரும் சம்மதித்துக் கூறுவதொன்று. காளி, துர்க்கை, உமை என்று பேதித்து வழங்கும் மகாதேவி என்ற தெய்வமும் தமிழர் மத்திய

தரைக்கடலோரங்களிலிருந்து கொண்டுவந்ததேயன்றி ஆரியருடைய தன்று. இருக்குவேதம் 22 ஆம் சூக்தம் முதலியவற்றிலே சொல்லப்பட்ட இந்திரன், வருணன், அக்கினி ஆகியோருடைய துணைவிகள் தெய்வத்தன்மையுடையோராய்ப் போற்றப்பட்டிருப்பினும், அவர்கள் தமிழருடைய மகாதேவியைப் போலத் தலைமை வகித்தவர்களல்லர். ஆரியர் தமிழரின் பெண் தெய்வத்தை மேற்கொண்ட நாளில் அவர்களது சக்திக்கொள்கையையும் பெற்றுக்கொண்டார்கள். இந்து மதங்களுக்கெல்லாம் பொதுவான அக்கொள்கை முழுதும் தமிழருடையதேயாம். அது ஒரு புறத்தில் அரோசிகமான பல துராசாரங்களுக்கு இடமான சக்தி பூசையாய் வர, மறுபுறத்தில் மிக்க அழகுபொருந்திய அருட்போதகத்திற்கும் பின்னர்ப் பக்தி மார்க்கத்துக்கும் வழிதிறந்து விட்டது. மேலும் பசுவோம்பல், நந்திவழிபாடு, நாகவழிபாடு எனும் இவைகளும் ஆதிகாலந்தொட்டுத் தமிழருக்குத்தான் சிறப்பானவை. பின் சிறிது சிறிதாய் ஆரியர் சமயத்தில் இடம்பெற்றுக்கொண்டன. ஆலயநிர்மாணம், விக்கிரகவமைப்பு, தீபதூபங்களோடு கூடிய பூசைச்சடங்குகள், ஊர்வலம் முதலியனவெல்லாம் தமிழருடையன. இவைகளை அவர்கள் சுமேரியர் எகிப்தியரோடு வதிந்திருந்த நாட்களில் அன்னாரோடு பயின்று பின் இந்தியாவிற்குக் கொண்டுவந்தனர் என்பது ஆராய்ச்சிவல்லோரது அபிமதம். பூசை (பூஜா) என்ற சொல்லும் தமிழன்றி வடமொழியல்ல என்பது பலர் கருத்து.

ஆரியருடைய தற்காலச் சரியை, கிரியைகள் தமிழருடையனவாதலோடு, யோகமும் அவர்களுடையதே என்பது இன்றைக்கு மொகஞ்சோதரோவிலே கண்ட சில ஏதுக்களாற் பெறப்படுகின்றது. மந்தைகளை மேய்த்துக்கொண்டும் சூறையாடிக் கொண்டும் திரிந்த ஆதி ஆரியர் யோகஞ்சாதிக்கும் போக்குடையவர்களாகவில்லை. நிலையூன்றிய சீர்திருத்தத்தில் மேற்பட்டிருந்த தமிழரே அதனை ஆதியிற் பயின்றனர். மேலும் இந்தியாவின் அறு சமயங்கட்கும் அத்திவாரம்போல் நிற்கும் மறுபிறப்புக் கொள்கையும் ஆரியரதன்று; தமிழருடையதே எனல் தகும். ஆரியர் உத்தம நோக்குள்ளவர்கள்; அவர்கள் பூலோகத்திலே தெய்வங்களைத் தொழுது பாதகங்களை விலக்கிச் சீரும் சிறப்புமாய் வாழ்ந்து பின் முடிவுற்ற காலம் பிதிரர்களோடு சுகம் துய்க்கலாம் என்ற கருத்துள்ளோர், ஆகவே மீண்டும் ஒருமுறை பிறந்துவரலாம் என்று எண்ணவில்லை. ஆழ்ந்து ஆழ்ந்து சிந்திக்கும் போக்குடையோராயிருந்த தமிழர், தங்கள் முன்னோரான எகிப்தியரைப்போல, ஆன்மாக்கள்

மறுபடியும் ஏழுதரம் பிறக்கும் என எண்ணினார்கள். அவ்வெண்ணம் ஆரியரையும் பற்றிக்கொண்டது. அதுதான் இந்தியாவிலே கிளைத்தெழுந்த பல தரிசனங்களும் அவற்றோடு பௌத்தமும் உண்டாவதற்கு ஒரு தனித்த ஏதுவாயிற்று. அதுதான், இந்தியரை, பிறவிப் பெருங்கடலை நீந்துவது எவ்வாறு? என்ற விசாரத்தில் ஆழ்த்தி, அவர்கள் உலக விவகாரங்களைத் தேடாமல் இனிப் பிறவாதிருக்க உதவும் சூழ்ச்சிகளைச்செய்வதில் தங்கள் வாணாளைப் போக்குவித்தது. அதுதான் அவர்களை மனம்தடுமாறச் செய்யும் தத்துவ ஆராய்ச்சியில் மேம்பட்டோரென உலகம் முழுவதும் மதிக்கச் செய்ததன்றோ!

தமிழர் ஆரியருக்குக் கொடுத்தவை

கிறிஸ்தவாப்தத்தை அண்டிய காலங்களில் முன்போலவும் இன்னும் அதிகமாகவும் மேல் நாட்டோடு தமிழர்கொண்டிருந்த வியாபாரப் போக்குவரத்தையும் சாவகம் முதலிய கீழ் நாடுகளோடு கொண்ட தொடர்பையும் சுட்டி இங்கே பேசுவது நமது கருத்தல்ல. தமிழரின் ஆதிவரலாற்றையே நாம் ஆராய்கின்றோம். ஆதலால், இனி அன்னோர் இடைக்காலத்தில் வந்து புகுந்துகொண்ட ஆரியரோடு கலப்புண்ட காலையில், புயவலியால் தங்களை வென்ற ஆரியரை மனவலியால் எவ்வாறு வென்று அவர்கள் மேல்நிலையை அடையப் பண்ணினார்கள் எனப் பார்ப்போம்.

ஆரியர் தொடக்கத்திற் சிறிது ஏராண்மையுடையோராயிருந்த போதிலும், பெரும்பான்மை மந்தைகளை மேய்த்து அவைகளாற் சீவித்தோராயும் நிலையான வீடுவாசல் இல்லாது இடம் விட்டுப்பெயர்ந்து கொண்டிருந்தோராயுமே தோன்றுகின்றனர். அவர்களுக்குப் பலவளங்களுங் கொண்ட நகரங்கள் இல்லை. தாசர் என்று அவர்கள் இகழ்ந்த தமிழரோ நகரங்களும் கோட்டை எனும் அர்த்தத்தில் புரங்களும் உள்ளோராயிருந்தனர் என அவர்களது இருக்கு வேதப் பாடல்கள் காட்டுகின்றன. *(RV.X49 முதலியன)* நகரம், கோட்டை எனும் சொற்களும் தமிழருடையன. தமிழரே, பழைய நாட்களிற் சுமேரியாவிலே தாங்கள் செய்ததுபோல, இந்தியாவிலே ஏரிகளைக் கட்டிப் பல கால்வாய்கள் வகுத்து ஏராண்மையை விருத்தியாக்கி நகரிகளை நிருமாணித்து வாழ்ந்து வந்தனர். ஆதி ஆரியருக்கு நிலையான பட்டணங்கள் இல்லாத போதே, உயர்தரமான பயிர்ச்செய்கையையும் சீர்திருந்திய வாழ்க்கைக்குரிய பல கைத் தொழில்களையும் அவர்கள் பயின்றனராகத் தோற்றவில்லை. ஆரியர்

என்ற சொல்லினுக்குச் சிலரது கருத்துப்படி ஏருழவர் என்றது பொருளே ஆயினும், ஏருக்கு அவர்கள் கொண்ட தனிச் சொற்பெயர் ஹலம் எனும் தமிழ்க் 'கலப்பை'ப் பெயரேயாயினமை நோக்கத்தக்கது. கலப்பையின் உருவம் ஏலவே மெசொப்பத்தாமியாவின் சித்திரங்களுட் காணப்படுகின்றது. அங்குப்போல இந்தியாவிலே ஆரியர் வருமுன்னும் தமிழருள்ளே கலப்பை வழங்கியமையை அறிஞர் யாவரும் ஒப்புகின்றமையால் அத்தமிழர் மொசப்பத்தேமியாவிலிருந்து புறம் போந்தமையும் இதனால் உறுதிப்படுகின்றது. கலப்பை மட்டுமன்று, லாங்கலம் எனும் ஆரியரது கலப்பையின் வேறொருபெயரும் தமிழரின் 'உழுங்கலத்தை' நினைவூட்டுகின்றது. உண்மையில் ஆரியர் ஆதியில் உழுது பயிரிட்டோராகக் காணப்பட்டிலர். அவர்கள் யவம் எனும் காட்டுத் தானியத்தை மட்டும் பிசைந்து உண்டவர்கள். உரலையும் அறியாதிருந்து இருக்குவேத காலத்திலேயே தமிழரிடம் உரலோடு அதன் பெயரையும் பெற்றோராகி உரற்கல்லை உலூகலம் என்றனர். உலக்கையை 'மசிக்குமது' எனும் அர்த்தமும் உற்பத்தியுமுள்ள முசலம் என்றனர். கோதுமை எனும் சொல் இந்தியாவிலும் பாரசீகத்திலுமுள்ள ஆரியரிடத்திலல்லாது பிறவிடத்து ஆரியருட் காணப்படாமையால், அதுவும் திராவிடருடையதே என்று சொல்ல வேண்டும் போலும். கோதுமை விளையும் வடஇந்தியப் பாகங்களெல்லாம் திராவிடரின் ஆதி உறைவிடங்களே என்றதை நாம் மறந்துபோகவொண்ணாது. ஆரியருடைய வ்ருகி, தமிழருடைய அரிசியேயென்பதிற் சந்தேகமில்லை. ஒருவகை நெல் *(oriza coarctata)* மொசப்பத்தேமியாவுக்குச் சிந்து கங்கைப் பள்ளத்தாக்குகளுக்கும் உரியது என்பர் ஆராய்ச்சிவல்லோர். மொசப்பத்தேமியாவிலேதானே திராவிடர் நெல்லைப் பயிரிட அறிந்திருந்தனர் எனலாம். அன்னோர் தங்கள் ஆதியிருப்பிடத்திலிருந்து பெயர்ந்து கிழக்கே சென்றபோது அவரோடு நெற்செய்கையும் துருக்கி, பாரசீகம், இந்தியா என்னுமிடங்களிற் பரவி அப்பாற் சீனாவிலும் அறியப்பட்டது போலும். தமிழ் 'அரிசி'யே இங்கிலீஷ் ஆதிய ஐரோப்பிய மொழிகளில் *(Rice)* ஆதிய உருவந்தாங்கி நிற்பது யாவரும் அறிந்தது. *(vruhi = oriza = riz = rice = arros)* ஆரியர் ஏராண்மையைத் தமிழர்களிடத்திலே திருத்தமாய்க் கற்றுக் கொண்டமைக்கு அன்னோர் இவர்களிடம் தண்ணீரிறைக்கும் யந்திரப்பெயரையும் பெற்றமை ஒரு சான்றாகலாம். அறகட்ட *(araghattas)* எனும் அப்பெயர் இறைகட்டு எனும் தமிழ்ச் சொல்லேயாம். அது ஹிந்தியின் வழியாய்த் தமிழில் மீண்டுவந்து இன்றைக்கு இராட்டினம் எனப்படுகின்றது.

உணவுப் பொருள்களோடு மருந்துச் சரக்குகளையும் பெரும்பான்மை திராவிடரே ஆரியருக்குக் கொடுத்தனர். இஞ்சி, கொத்தமல்லி, ஏலம் முதலான பல மூலாதிகளுக்குத் தமிழ்ப் பெயர்களே, சொற்பிறப்பு நூற்பயிற்சியில்லாதோர் மயங்கும்படியாக சம்ஸ்கிருதம் போல வழங்கியிருக்கின்றன. சிருங்கவேரத்தில் இஞ்சிவேரும், குஸ்தும்பரீயில் கொத்துமல்லியும் ஏலாவில் ஏலமும் கரந்து நிற்கின்றன. பலம் (பழம்) மூலம் (முளை) என்பவைகளும் தமிழ்ச் சொற்களே. இவற்றோடு சந்தனம் (சாந்து), புஷ்பம் (பூ), மாலா (மலர்) ஆதிய அழகு செய்யும் பொருள்களும் தமிழிலிருந்து பெயரடைந்தன. மணி, முத்து, பவளம், கடகம், கங்கணம், வலயம், கேயூரம், மகுடம் முதலான ஆபரணப் பொருள்களும் தமிழே. மயிரை முடிக்கும் மோடிகளையும் ஆரியர் தமிழரிடமிருந்து பெற்றுக்கொண்டதற்குக் குந்தளம், சூடா, ஜடா, தாடிகா இவையும் பிறவும் தமிழ்ச் சொல்லாயிருத்தல் சான்று. எண்ணெய்ச் சொல்லும் தில, தைலம், ஸ்நேகம் என்று தமிழிலிருந்து வந்திருக்கின்றமை ஒரு விநோதம். தில என்பதற்கு எள் என்றது அடியென்பர். ஸ்நேகம், நெய் என்னும் தமிழ்ச் சொல்லிலிருந்து வந்தது. இவை ஒரு காலம் ஒன்றாயிருந்த தாய்ப் பாஷையில் நின்று தனித்தனியே திராவிடத்திலும் ஆரியத்திலும் வந்தனவுமாகலாம்.

நாகரிகத்தோடு கூடிய வேறுபல விஷயங்களிலும் ஆரியர் திராவிடரிடம் இரவல் வாங்குவோராயினர். உதாரணமாய் ஊஞ்சல் ஆடும் பொழுது போக்குக்கு முன் ஒரு சொல் கொண்டிராதவர்கள் தமிழரது துலா முன்னும் பின்னும் வீசுவதைக் கண்டு அச்சொல்லிலிருந்து ஊஞ்சலை தோலா, தோலிகா *(dolo, dolika)* என்றனர். இவ்வாறே விசிறியை முன் அறியாதவர்கள் தமிழ்ப் பெயராலேயே அதனையும் வ்யஜன என்றனர். வீசு எனும் தமிழ்ச் சொல்லிலிருந்தே அன்னோர் அலைக்கும் வீசி என்று பெயரிட்டமையால், கடலோடு தாங்கள் கொண்டிருந்த சம்பந்தம் சிறிதே என்று நாம் முன் சொல்லியதை வலியுறுத்திக் காட்டிவிட்டனர். அது மட்டோ? ஆரியருடைய லகரீ எனும் சொல் தமிழ் அலையேறு என்பதிலிருந்து வந்தது. தரங்கம் என்பது தமிழ்திரை திரங்கம் என்பதின் மரூஉ. இன்னும் இவ்வாறு பல சொற்கள் உள. எமது சொற்பிறப்பு ஒப்பியல் தமிழகராதியிற் காண்க. நாகரிக உயர்ச்சிக்குக் கைத்தொழில் இன்றியமையாதது. கைத்தொழிலாலேதான் இந்தியாவின் பழங்குடிகளான தமிழர் மேம்பட்டிருந்தனர். ஆரியர் பழங்குடிகளோடு கலந்து கொண்ட அளவில் மாத்திரம் அவர்கள் வசித்த பாகங்களிலே

கைத்தொழில் வளர்ச்சி பெற்றது. தமிழர் அக்காலந்தொட்டுச் செம்பு, வெள்ளீயம், பொன், வெள்ளிச் சுரங்கங்களைக் கண்டுபிடித்து உலோகங்களை அகழ்ந்தெடுத்து உருக்கியும் வேலைசெய்தும் வந்திருக்கின்றனர். சிந்துவெளிப் பழ நகரங்களுட் காணப்பட்ட பலவகைப்பட்ட ஆபரணாதிகள் இதற்குப் போதிய சாட்சி. அவற்றுள் இருந்த செம்பும் வெள்ளீயமும் கலந்துருக்கிச்செய்த வெண்கலப்பொருள்களும் பொன்னில், மணியில், தந்தத்தில், கொம்பில், சங்கில், கல்லில், சுட்டமண்ணில் அமைத்த சித்திர வகைகளும், அக்காலமே மேல்நாடுகளில் புகழ்படைத்த அவர்களது நிலைமை முதலியனவும் தமிழரின் பழமையான கைத்தொழிற்றிறனை வெளிப்படுத்துகின்றன. இன்றைக்கும் ஆரியர் இத்தொழில்களில் தமிழரை வெல்ல மாட்டாதவர்களாயிருக்கின்றனர். எந்த லோகத்தின் கருஞ்சிவப்பு நிறத்தைக் குறிப்பாற் காட்டி அதற்கு மிலேச்சமுகம், மிலேச்சாசியம் என்று ஆரியர் பெயரிட்டனரோ அந்தச் செம்பின்பெயரும் தமிழரிடம் வாங்கினதேயாம். செம்பு (சிவந்த உலோகம்) தான் தம்ப என்று சிங்களத்திலும், தாம்ர என்று சம்ஸ்கிருதத்திலும் வந்தது. அது நிற்க. தமிழர் அந்நாட்டொட்டுப் பலதிறப்பட்ட கைத்தொழில்களில் விசேடம் பெற்றிருந்தமையும் வேறிடத்தில் இல்லாதனவாய் அவர்கள் கையாண்டு கொண்டு வந்த தாதுப்பொருள்கள் ஆதியனவுமேதான் அவர்களது பிறதேச வர்த்தகம் பெருகியதற்கு ஒரு சிறந்த ஏதுவாயின. விதம் விதமான கைத்தொழிலாளிகள் அனைவரையும் போஷிப்பதற்கு வேண்டிய உணவுப்பொருட்களும் தமிழருள் அபரிமிதமாய்ப் பயிர் செய்யப்பட்டன. இவ்வாறு ஏராண்மையும் கைத்தொழிலும் ஒன்றற்கொன்று துணையாய் நின்றதனாலன்றோ பண்டைத்தமிழருள் உயர்ந்தநாகரிகம் விளங்கிய பட்டணங்களும் பல உண்டாயின.

[எ] குறிப்பான தெய்வ வழிபாடுகள்

மனிதன் தன்னை அடக்கி ஆளுகின்ற ஒருபரம வல்லமை தனக்கு மேல் உண்டு என்றதை ஆதிதொட்டே உணர்ந்து அந்தப் பரம்பொருளுக்கு வழிபாடு செய்வோனானான் என்பதற்கு ஒரு சிறிதும் ஐயம் அன்று. அறிவு விளக்கம் உள்ள எல்லா மனிதரிடத்திலும் இருக்கின்ற மனச்சான்று இதற்கு ஒரு திறம்பாத அத்தாட்சியாம். தகாதது செய்தவுடன் நெஞ்சை வருத்துவதும் தக்கது செய்யும்போது அதை மகிழ்விப்பதுமான ஒரு நடுத்தீர்ப்பு மனிதர் அனைவருடைய மனத்தினுள்ளும் காணப்படுகின்றது. நல்வினை தீவினைகளுக்குப் பலன் அளித்து அனைத்தையும் ஆண்டு நடத்தும் ஒருவர் உண்டு என்ற இந்த உணர்ச்சி புத்தித் தடுமாற்றமில்லாத சகலர் மட்டும் நிகழ்கின்றது. வேறொரு வகையாய்க் கூறின் கடவுள் உண்டு எனும் தீர்ப்பான உணர்வு எல்லாக் காலத்திலும் எல்லா இடங்களிலும் எல்லாச் சனங்களுள்ளும் ஆரம்பந்தொட்டே நிலைபெற்று வருகின்றது. பண்டை நாட்களின் பெரும் மனுக்கூட்டங்களாகிய சுமேரியர், எகிப்தியர், பபிலோனியர், இந்தியர், சீனர், அமெரிக்கர், கிரேக்கர், உரோமர் ஆதியவர்களெல்லாம் குன்றாத கடவுட்கொள்கையுடையவர்கள். திரிபுபடாத மனதுள்ள எவனாதல் எக்காலத்திலாதல் பரம்பொருளின் உண்மையை நெஞ்சார மறுத்தது உண்டோ என்பது சந்தேகம். வாயினால் நிரீச்சரவாதம் பேசுவோரும் உள்ளத்திலே கடவுள் உண்மையை மறுக்கமாட்டாதோரேயாம் என்பது உய்த்துணரத்தக்கது.

தனிமுதற் கொள்கை

கடவுட்கொள்கை மனுக்குலத்தின் இளமைக் காலத்திற் காணப்பட்டதில்லை என எம் நாட்களிற் சிலர் கூறியது உண்டே எனில், அக்கூற்றுப் பொருந்தாது. அது மனிதனுக்கு அழியாத சித்துரூபமான ஆன்மா இல்லை என முன்னெகுதால்வாதித்த சடவாதிகளுடைய ஒவ்வாதகொள்கையால் எழுந்தது. மண் கல் முதலிய

சடப்பொருள்களிலிருந்து தாவரங்களும், அவற்றிலிருந்து மிருகாதிகளும், அவற்றிலிருந்து மனிதரும் இலட்சாதிலட்ச ஆண்டுகளாய்ப் படிப்படியாய்ப் பரிணாமம் அடைந்து உலகிலே தோற்றினார் என்பது அவர்களது கொள்கை. ஆயின், மண் கல் ஆதியன கோடா கோடிலட்ச வருசங்களாய்க் கிடந்தும், தங்களில் அடங்கியிராததாகிய உயிரைப் பிறப்பிக்க முடியாது. உயிருள்ள தாவரங்கள் எத்தனை ஊழிக் காலங்களாய் நின்று தழைத்தும், தங்களது வளர்ச்சிச்சக்திக்கு மேற்பட்டதாகிய பஞ்சேந்திரிய தத்துவத்தைப் பிறப்பிக்க அறியா. ஐம்புல அறிவுமாத்திரங் கொண்ட மிருகாதிகளும் பேரூழிகள் வெள்ளமாய்ச் செல்லும் வரையில் ஓடியாடித் திரிந்தும், சித்துருபமான மனித ஆன்மாவை உண்டாக்க முடியாது. சடத்திலிருந்து சித்துவருதல் ஒருபோதும் கூடாதாகையால், மனித ஆன்மா படிப்படியாய் எழுந்ததென்ற கொள்கை பொருந்தாது. மனிதன் என்றும் சித்துருபமான ஆன்மாவுள்ளவனாகவே இருந்துள்ளான் என்பது ஐயந்திரிபற்ற உண்மை. ஆதலால் அவன் என்றும் மனச்சான்றும் கடவுட்கொள்கையும் உள்ளவனாகவே விளங்கினான் என்பது ஒருதலையாம். சென்ற நூற்றாண்டில், அண்டிறுலாங் என்பவரைத் தலைவராய்க்கொண்ட விஞ்ஞானிகள் சிலர் இன்றைக்கும் உலகிலே கடவுட் கொள்கையில்லாத காட்டுமிராண்டிச் சாதிகள் இருக்கின்றன என்றும், ஆதலால் காட்டுமிராண்டியேயான ஆதிமனிதனும் அக்கொள்கையற்றிருந்தான் என்றும் சொல்லிக்கொண்டு வந்தனர். ஆயின் அண்டிறுலாங் தாமே பின், பட்சபாதமில்லாத நெடுங்கால ஆராய்ச்சியாற் கண்டுகொண்டபடி, மரம், கல் முதலியவைகளை வழிபடுவோராய் மிக இழிந்த வாழ்க்கையுள்ளோராய் மிருகத்தன்மைபூண்டு கிடக்கின்ற காட்டுக் குலங்களிடத்திலும் அனைத்தையும் ஆண்டு நடத்தி வருகின்ற ஒரு தலைமை பொருந்திய தெய்வத்தைப் பற்றிய உணர்ச்சி அடிப்படையில் காணப்படாமல் இல்லை என்பது வெளிப்பட்டது. தற்காலத்து நடுநிலையுள்ள ஆராய்ச்சியாளரது ஒத்த துணிபின்படி, ஏககடவுட் கொள்கையே நாகரிகமற்றுக் கிடக்கின்ற பழங்குலங்களிலெல்லாம் காலத்தளவில் முந்தியது. அக்கடவுளை அன்னோர் ஆபத்தான தருணங்களில் மட்டும் உதவிக்கு அழைப்போராயிருந்தும், சாமானிய உலக வாழ்க்கையில் தாங்கள் ஒவ்வோர் நியாயம் பற்றி ஏற்படுத்திக்கொண்ட சிறுசிறு தெய்வங்களையே வழிபடத் தொடங்குவோராயினர். பெரிய கடவுளுடைய சர்வ ஏகாதிபத்தியத்தை ஒருவாறு பிரித்து ஒவ்வோர் தெய்வத்திற்கு உரிமையாக்கிக் கொண்டமையே பலதெய்வ வழிபாட்டுக்கு உற்பத்தியாம். ஒன்று என்ற எண்ணை அடிப்படையாய்

வைத்துக் கொண்டதல்லாமல், இரண்டு முதலிய எண்களை வழங்கக் கூடாதது போல ஒரு தனிமுதலை அடிப்படையாக்காமற் பலதெய்வக்கொள்கை வரமுடியாது என்பர் ஆன்றோர்.

தொடக்கத்தில் மனிதன் மிருகத்தன்மைகொண்ட காட்டுமிராண்டியாய் இருந்தனன் எனச் சொல்லுதலும் அமையாது. பழங்குலங்களெல்லாம் ஆதிமனிதனின் பூரணநிலைமையைப் பாரம்பரியமாய்ச் சாதித்துக்கொண்டு வந்தன. கிரேதயுகம் என்றும் பொன்யுகம் என்றும் பெயரிடப்பட்ட ஆதி காலத்தில் மனிதன் ஒரே கடவுட் கொள்கையுள்ளவனாய்ச் சீராய் வாழ்ந்திருந்தான் என்பது எல்லாப் பூர்வசாதியாரிடத்தும் உள்ள ஐதிகம். பழைய கற்கால மனிதர் எனப்படும் பண்டை மானுடர் கற்களைக்கொண்டு ஆயுதங்களை உண்டாக்கினார் என்றமையால் அவர்களுடைய புத்திதீட்சணியத்துக்கு இழுக்குவராது. செம்பு முதலிய உலோகங்கள் அந்நாட்களிலே கண்டுபிடிக்கப்படாமையினாலேயே அன்னோர் தமக்குக் கற்களால் உபகரணங்களை ஆக்கிக் கொண்டார். ஆயின் அக் கல்லாயுதங்களை நாம் நோக்கும்போது, அவைகளைப் பண்டைநாள் மனிதர் சூழ்ந்து உருவாக்கிய விதம் நமக்கு ஆச்சரியத்தை விளைவிக்கின்றது. கல்லைக்கொண்டே ஊசிபோன்ற மெல்லிய ஆயதங்களையும் ஆக்குவது எவ்வளவு அரியசெயல்! அக்கல்லூசிகளால் நிறக்கல் மணிகளைத் துளைத்து ஆபரணங்களாகக்கோர்த்து அணிந்தது எத்துணை விசித்திரம். ஆதலால், புத்திக்குறைவல்ல, ஏற்றமுதற்பொருட்குறையே கல்லாயுதங்கள் வழங்கக் காரணமாயிற்று. என்றேனும் கண்டுபிடிக்கப்பட்ட மிகப் பண்டைக்கால மனிதரும் நெருப்பு மூட்டுதல், மிருகங்களைப் பழக்கியெடுத்தல், சித்திரம் வரைதல், இறந்தோரைச் சேமித்து அன்னோர் பின்னுஞ் சீவிப்பர் எனும் நம்பிக்கையை வெளிப்படுத்துகின்ற அன்னபானாதிகள் ஆயதங்கள் முதலியவற்றை அவரோடு வைத்தல் முதலியனவாய் எந்த உயர்ந்த விலங்குதானும் செய்ய முடியாதவைகளைச் செய்திருக்கின்றமைக்குத் திறம்பாத சான்று உண்டு. ஆதிமனிதன் போதிய புத்தியுள்ளவனாதலால் மனச்சான்றும் உள்ளவனே. மனச்சான்றுள்ளவனாயின் கடவுட்கொள்கையும் உள்ளவனே என்றது மறுக்கப்படாத ஒரு முடிபு.

மனுக்கூட்டங்களுட் பெரும்பங்கானவை வெகுதொலைப்பட்ட காலத்திலேயே பல தெய்வ வழிபாட்டை மேற்கொண்டு விட்டனவாகத் தோன்றுகின்றன. ஏகதெய்வ வழிபாட்டில் நிலைகொண்ட பண்டைக்குலம் ஒன்றே சரித்திரத்தில் வெளிப்படுகின்றது. அது எபிரேய குலமாம். இதற்கு அக்குலத்தாருடைய விவிலியநூலில்

அடங்கிய மோசேசின் பஞ்சாகமம் தெளிந்த சான்றாகும். எபிரேயசனம் ஒன்று நீங்கலாக மற்றைய புராதனகுலங்கள் கொண்ட சமயவழிபாடு நாம் ஆராய்கின்ற துறைக்கு ஒரு நல்ல எதுவாகின்றது. ஒரு பெருங்குலம் தான் பண்டுதொட்டு ஏற்படுத்திவைத்துக் கொண்ட தெய்வங்களையும் வழிபாடுகளையும் இலகுவிற் கைவிடாது. அது பிரிவுபட்டு வெவ்வேறு இடங்களிற்போய்க் குடியேறும்காலையிலும் தன் தெய்வம் வழிபாடு ஆதியவைகளை ஒரு சிறிதாவது கொண்டுசென்று கைக் கொள்ளாமலிராது. இதனால் பல தூரப்பிரதேசங்களிலே ஏறக்குறைய ஒத்தபெயர் குணங்குறிகள் உள்ள தெய்வங்களும் சிறப்பான ஒத்த வழிபாடுகளும் காணப்படுமாயின், அவைகளைப் பயில்வோர் ஒரு காலம் ஒரே இடத்தில் ஒருங்கு வசித்தவர்களாதல் வேண்டும் அல்லது தங்களுள் மிக நெருங்கி அளவளாவிய கூட்டுறவாவது கொண்டவர் களாதல் வேண்டும். இனி, மத்திய தரைப் பழங்குலங்களையும் இந்தியாவெங்கணும் பண்டைக் காலத்தில் பரந்திருந்த நம் தமிழரையும் இவ்வுரை கல்லில் உரைத்தறியக்கடவோம்.

நிலமடந்தையும் அவள் இளம்புதல்வனும்

இற்றைக்குச் சில ஆண்டுகளின் முன்னரே, வடமேற்கு இந்தியாவின் சிந்துநதி ஒரு காலம் ஓடிக்கொண்டிருந்த பிரதேசத்தில், வடக்கே ஹரப்பாவும் தெற்கே மொகஞ்சோதரோவும் எனும் இரு பூர்வகாலப் பட்டணங்களின் அழிவுகள் அகழ்ந்து காணப்பட்டன. புதையுண்ட அப் பட்டணங்களை மூடிக்கொண்டிருந்த மண்மேடுகளைத் தோண்டி வெளிப்படுத்திய அரசாங்கப் பழம்பொருளாராய்ச்சிக் குழாத்தின் தலைவரான சேர் ஜோன் மார்ஷல் என்பவருடைய தீர்ப்பான கருத்தின்படி, அன்னவை கி.மு. மூவாயிரம் ஆண்டுக்கும் முற்பட்டவை. சரித்திரத்திற்கு எட்டாத காலங்களின் பாரதகண்டத்து வரலாறு அவ் அழிவுகளுட் கண்டெடுத்த விக்கிரகங்கள், முத்திரைகள், மட்பாண்டங்கள், கல்லாயுதங்கள், வளையல்கள், நகைநட்டுக்கள் முதலிய பொருள்களால் ஒருவாறு நிச்சயிக்கத்தக்கதாய் இருக்கின்றது. இனி ஆங்கு அகப்பட்டவைகளுட் பல பெண்தெய்வ உருவங்கள். அவற்றினாலும், எகிப்து, இலாம், மொசெப்பத்தேமியா, சின்ன ஆசியா, சிரியா, சிப்புறுதீவு, கிரேத்தாதீவு, பால்கன்ஸ், திறான்ஸ், கஸ்பியா, பலுச்சிஸ்தான் எனும் இடங்களிற் கண்டெடுத்த பெண் விக்கிரகங்களாலும் இந்தியா தொடக்கம் கிரேசியா வரைக்கும் இடையீடில்லாதே ஒருகாலம் பெண்தெய்வ வழிபாடு நடந்தமை

வெளிப்படும். இவ்வழிபாடு அக்காலத்துப் பிற குலங்களுள் இல்லாதது, மத்தியத் தரைக்குலங்களுக்கே சிறப்புரிமையானது. பெண்தெய்வ வழிபாடு ஆதிதொட்டு மனுக்குலத்தால் ஆசரிக்கப்பட்டதும் அன்று. அது முந்தியதாகிய ஏகதேவ வழிபாட்டில் நின்றுதான் இடையில் பரிணமித்து வந்தது என்றமை நோக்கத்தக்கது. தங்களுக்கு ஊனும் உடையும் பலமும் சுகமும் உண்டாகக் காரணமானவர் அனைத்தையும் ஆக்கி அளித்து, அழிக்கும் தனிமுதலே என்ற உண்மையை உணர்ந்தவர்களுள் ஒருசாரார் காணப்படாத அவரைத் தூரத்தில் வைத்துவிட்டு, இவற்றைக் கண்கூடாகத் தந்த நிலமே வழிபாட்டிற்குரியது என்று கொள்வோரானார்கள். நிலத்தைப் பெண்ணாகக் கருதியதற்கு வேறு ஒரு நியாயத்தை அறிஞர்கள் எடுத்துச் சொல்லுவர். மத்திய தேசங்களில் பெண்களே நிலத்தைப் பயிர்செய்து நிலத்தரசிகளாய் வந்தமையினால் நிலமும் பெண்ணாகக் கருதப்பட்டது என்பர். வட துருவத்தை அண்டிப்போய் வெள்ளையராகிவிட்ட குலத்தவர்கள் பஞ்ச பூதியங்களைப் பெரும்பான்மை ஆண்ரூபமாகவைத்து வழிபடத்தொடங்க, தென்பாகங்களிற் குடிகொண்டோர் மிருக வேட்டையில் நாட்கழித்து மிருகவழிபாட்டை மேற்கொண்டார் என்பர். ஆகவே இக் கொள்கையை ஒரே படித்தாய்க் கொண்டோர் எல்லாம் ஒன்றில் ஒரேயிடத்தில் வதிந்திருந்து பின் பிரிந்துபோனவராதல் வேண்டும். ஒன்றில் வெவ்வேறிடத்தில் வதிந்திருந்தும் ஆதி நாளில் இதை ஒருவரிடமிருந்து ஒருவர் பெற்றுக்கொள்ளத்தக்கபடி தம்முள் அன்னியோன்னியக் கூட்டுறவு உள்ளோராய் நிலைபெற்றிருந்தவராதல் வேண்டும்.

நிலமடந்தை ஆராதனமும் இயற்கைவழிபாடும் ஒன்றே என்பதற்கு, ஹரப்பாவில் கண்டெடுத்த ஒரு நீள்சதுர முத்திரையில் ஒரு பெண் காலிடந்தபடி தலைகீழாய் நிற்க அவள் உதரத்தில் நின்று ஒரு பூண்டு வெளிப்படுவது நற்சான்று. நிலமடந்தை வழிபாடு மொசெப்பத்தேமியிலிருந்து தெற்கிலும் மேற்கிலும் பரவிற்றென்று சிலரும், மொசப்பத்தேமியாதானும் இதனை அனத்தோலியா அல்லது சிரியாவிலிருந்து பெற்றுக் கொண்டது என்று சிலரும் ஊகிப்பர். பினீசியாவே இவ்வழிபாட்டுக்குத் தாயகமாம் என்பாரும் உளர். எகிப்தியரின் செக்கேத் (சொக்கீத்) அல்லது ஹற்-ஹோர் (ஹோறாஸ் தெய்வத்தின் தாய்) ஒரு உக்கிரதேவதை என்று சொல்லப்படுகின்றது. இவள் சிங்கமுகமுள்ளவளாதலால் செக்கேத் எனப்பட்டாள் என்ப. ஆதியில் இவள் பசு ரூபமாய்த் தொழுது கொள்ளப்பட்டவள். மனுக்குலம் செய்த தீவினையின் நிமித்தம் இப்பெண் அணங்கு

உலகமுழுதையும் இரத்தத்தில் தோயச்செய்தாள் என்றும் மனித இரத்தமும் வாற்கோதுமைக் கள்ளும் கலந்த ஏழாயிரங் குடம் மதுவை இவளுக்கு ஊட்டிய பின்னே வெறி மயக்கால் தன் அழித்தற்றொழிலை நிறுத்தினாள் என்றும் பண்டை எகிப்தியர் நம்பினர். இவளைப் போர்த்தெய்வமாகக் கொண்டமையால் இவளுருவம் கையில் அம்பும் வில்லும் பிடித்தபடி இருக்கும். கீழே எகிப்தில் வழங்கிய பெரிய பெண்தெய்வம் நெயித்து என்று சொல்லப்பட்டது. இவள் சூரியனுக்கும் தாய் எனப்பட்டாள். அசீரியர் பபிலோனியருடைய இஷ்டர் எனும் மகாதேவியும் நிலமடந்தையின் குணங்குறிகள் உள்ளவளே என்ப.

நிலமடந்தை வழிபாடு நிலவிய நாடுகளிலிருந்து வந்தோராம் என நாம் நன்றாக ஊகிக்கக் கிடக்கின்ற திராவிடர் நெடுங்காலம் நிலையாகக் குடிகொண்ட பரதகண்டத்திலேதான் அவ்வழிபாடு அறியப்படாத காலந்தொட்டு ஆழமாய் வேரூன்றி இன்றைக்கும் பலவிடங்களில் நடைபெறுகின்றது. அவளுடைய ஆலயங்களை இந்தியாவெங்கணும் சகல பட்டணங்கள், பட்டிக்காடுகளிலும் காணலாம். அவளே பூலோகமாதா, மகாதேவி, காளி வழிபாட்டையும் இரத்தப் பலிகளையும் எடுத்துச் சொல்ல வேண்டியதில்லை. இவ்வாராதனத்தில் நின்று பிற்காலம் எழுந்த தத்துவக்கொள்கை முன்பு பிரகிருதியாகவும் பின்பு சக்தியாகவும் வந்தது. நிலமடந்தை கற்பிதமான ஒரு தெய்வமேயாயினும் கடவுட் பக்தியை இயல்பாகக் கொண்ட நம்மவர்கள் அவளைத் தற்காலம் எண்ணிக்கையில்லாக் கிராம தேவதைகளாக்கித் தொழுவார்கள். இத்தேவதைகளெல்லாம் தத்துவார்த்தத்தின்படி சக்தியின் பல பேதங்களாகக் கொள்ளப்படும். கிராமதேவதைகளுக்கு ஆரியப் பிராமணர் இன்றிப் பழைய தமிழ்க் குலங்களில் உள்ளோரே சமய ஆசாரியர்களாய்ப் பணிவிடை செய்கின்றமையும் இத் தெய்வங்கள் திராவிடருக்கே உரியவை எனக் காட்டும் எனலாம். உள்ளபடி, திராவிடருடைய வழிபாட்டிற்போல் ஆரியருடையதில் பெண்தெய்வம் எப்போதாவது தலையிடத்தை வகித்ததில்லை. பிருதுவீ எனும் அவர்களது நிலத்தெய்வத்துக்கும் திராவிடருடைய அம்மன் தெய்வத்துக்குமிடையில் வெகு வேற்றுமையுண்டு. இருக்குவேதத்தில் மகாதேவிக்கு ஒப்பான ஒரு பெண்தெய்வம் சில தடவை தனித்தும் சில தடவை வானத்தொடு ஒட்டியும் குறிக்கப்பட்டிருத்தல் ஆரியருடைய ஆதிக்கொள்கைகளுக்கு ஒரு சான்று ஆகாது. பிற்காலம் அன்னோர் காளி (கரியவள்) என உருவம்மாறிய திராவிட தெய்வத்தை ஏற்றுக் கொண்டதுபோல்,

ஆதிகாலத்திலும் திராவிடரிடமிருந்தே தங்கள் பெண் தெய்வக் கொள்கையைக் கிரகித்தனர் என நம்ப இடமுண்டு.

நிலமடந்தையினின்று உண்டான சக்திக்கொள்கை சின்ன ஆசியாவிலும் பிற மத்திய தரைக்கடற்பிரதேசங்களிலும் முன்னாளில் இருந்தமைக்குப் போதிய சான்றுகள் உள. இன்றைக்கு இந்தியாவில் சக்தியானது சிவபிரானோடு ஒன்றாயுள்ள ஒரு வன்மையாம் எனும் அழகிய போதகம் வழங்குகின்றது. பழைய நாட்களிலோ சக்தியானது உலகமாதா என்ற அளவில் எல்லா உயிர்களுக்கும் தெய்வங்களுக்கும் மேற்பட்ட ஒரு பொருளாய் வைக்கப்பட்டது. அப்பெண்பாற் பொருளோடு ஒற்றுமை பூண்டதும் அதினின்று எழுந்ததுமான ஒரு ஆண்பாற் பொருளும் உண்டு. அது இளமைபொருந்தியதாய்ப் பெண்தெய்வத்தின் மகவாய் விளங்கியது. கொற்றவையும் முருகனும் எனப் பிற்காலத்துத் தமிழ் இலக்கியங்களும் குறிப்பிடுகின்ற இவை இரு தெய்வங்களையும் திராவிடருக்கு ஒருகால் தாயகமாய் இருந்தது என நாம் ஊகிக்கத்தக்க பிறவிடங்களிலும் காண்கின்றோம். "பியூனிக் ஆபிரிக்காவில் தனித்துவும் அவள் குமாரனும், எகிப்தில் ஈசிசும் ஹோறசும், பினீசியாவில் அஷ்டரோத்தும் தம்முசும் (=அடோனிஸ்), சின்ன ஆசியாவில் கிபேலெயும் அத்திசும், கிரேக்கில் றேயாவும் சேயுசும் என எங்கும் ஒரு பெண் தெய்வத்தோடு கூட இளம் ஆண் தெய்வமும் ஒன்று சொல்லப்படுகிறது. பெண் தெய்வம் மணஞ்செய்யாதவள், முன்பு தன்னோடுள்ள ஆண்பாலைக் கன்னியாயிருந்து பெற்றவளாகவும் பின்பு தன் குமாரன் மூலமாய் எல்லாத் தெய்வங்களுக்கும் உயிர்கள் அனைத்துக்கும் தாயாகவும் கருதப்படுவாள். இவ் ஆதிக் கொள்கைகளுக்கு ஒரு ஞாபகமாய் அவளது வழிபாடுகளில் (முக்கியமாய் அதிக தத்துவார்த்தம் பொதிந்தவற்றில்) உண்மை மணத்தையும் ஆண்பெண் எனும் வேற்றுமையையும் அழித்துப்போடுகின்ற சடங்காசாரங்கள் கைக்கொள்ளப்பட்டு வந்தன. இவற்றோடு இந்தியாவில் இன்றைக்கும் நடக்கின்ற சக்தி வழிபாட்டை ஒரு புறத்திலும் காளி, முருக வழிபாடுகளை ஒருபுறத்திலுமாக வைத்து நோக்குவோமாயின், அடிப்படையில் ஒரே கொள்கைதான் பிரகாசிப்பதாகும்.

ஆண் எனும் பழந்தெய்வம்

பண்டை இந்தியாவில் வழிபாடடைந்த ஆண்தெய்வமும் மத்தியத் தரைக் குலங்களது ஆண்தெய்வத்தோடு உறவு பூண்டதே எனத்

தோன்றும். மொகஞ்சோதரோவில் அகப்பட்ட ஒரு சித்திரத் தகட்டில் ஆண்தெய்வம் ஒன்று விளங்குகின்றது. அது மூன்று முகமுள்ளது. (பின்புறத்தில் நாலாவது ஒருமுகம் காட்டப்படாதிருக்கலாம்). அது, நமது நட்டில் இன்றைக்கும் வழங்கும் வடிவமுள்ள ஒரு தவிசின்மேல் அட்டணைக்கால் கூட்டியும் கைகளை நீட்டி முழங்கால் மேல் வைத்தபடியும் உட்கார்ந்திருக்கின்றது. மணிக்கை தொடக்கம் தோள்வரையும் கைவளைகள் விளங்குகின்றன. மார்பில் ஒரு முக்கோணப் பதக்கம் அல்லது ஒன்றாய் இணைத்த மணிவடங்கள் தொங்குகின்றன. இதுதான் ஒருவேளை பிற்காலத்துச் சாக்தருடைய கவசத்தின் உற்பத்தியாகலாம். இதுபோன்ற ஒரு அணி பலுச்சிஸ்தானத்தில் கண்டெடுத்த பிற்கால உருவத்திலும் காணப்படும். அதுநிற்க, தகட்டிலுள்ள உருவத்தின் கீழ்ப்பாகம் உடையின்றிக் கிடக்கின்றது. அரையிற் சுற்றிய ஞாணின் தொங்கலோ அன்றி ஊர்த்துவமான ஆண்குறியோ கீழே காணப்படுகின்றது. தலையில் அமைந்த பாகையின் இருமருங்கும் வளைந்தகொம்புகள் முளைத்திருக்கின்றன. உருவத்தின் வலப்பக்கத்தில் யானையும் புலியும், இடப்பக்கத்தில் காண்டாமிருகமும் எருமையும் நிற்கின்றன. ஆசனத்தின் அடியில் இரு மான்கள் தலையைப் பின்புறமாகத் திருப்பி தங்கள் நெடிய கொம்புகள் நடுவிடத்தை நாடவைத்துக்கொண்டு நிற்கின்றன. தகட்டின் தலைப்பில் உருவெழுத்தால் அமைந்த ஒரு வாக்கியம் உண்டு. அதில் நந்தூர் எனப்பட்ட மொகஞ்சொதரோவின் ஆண் எனும் தெய்வம் குறிக்கப்பட்டுள்ளதாக ஹிறஸ் சுவாமியார் எனும் ஆராய்ச்சி நிபுணர் கூறுவர்.

சுமேரியருள் வழிபாடடைந்த அனு (அணத = ஆணு) எனப் பெயர் கொண்ட தெய்வமும் இதுவும் பெயரளவில் ஒன்றே எனலாம். இத்தெய்வத்தின் குணங்குறிகளுட் பல மத்திய தரைக் குலங்களின் தெய்வங்களுடையனவற்றோடு ஒற்றுமைப்படுகின்றன. இது மிருகங்களின் மத்தியில் இருத்தல்போலக் கிரேத்தாதீவின் ஆண், பெண் தெய்வங்கள், சிங்கங்கள் அல்லது சிவிங்கிகளின் மத்தியில் விளங்குகின்றன. அத்தெய்வங்களை மிருகங்களின் தலைவன் தலைவி எனச்சொல்லுவர். அனத்தோலியாவின் கிபெலே தெய்வமும் சிங்கங்களின் நடுவே அமைக்கப்பட்டது. பிற்காலச் சிவனுக்குப் பசுபதி எனும் நாமம் வந்தமை மொகஞ்சோதரோத் தெய்வம் மிருகங்களின் நடுவில் இருந்ததை அனுசரித்தே போலும். இத்தெய்வத்தின் கொம்புகளும் நோக்கத்தக்கன. சுமேரியாவிலும் பபிலோனியாவிலும் மனுஷத் தலையிற் கொம்பு வைத்தல் தெய்வத்துக்குக்

குறிப்பாயிருந்தது. தெய்வத் தன்மையுள்ளவர்களாய்க் கருதப்பட்ட அரசர்கள் சமய ஆசாரியார்களுக்கு அவ்வாறே கொம்பு கொடுக்கப்பட்டது உண்டு. இம்முறையை ஒட்டி, மொகஞ்சோதரோவில் வேறு ஆளுருவங்களும் கொம்போடு விளங்கக் காணலாம். (ஆண்) தெய்வத்தின் கொம்புகளும் தலையணியும் சேர்ந்து பிற்காலத்துத் திரிசூலமாய்வந்தது என்பது சிலர் கருத்து. இது பிற்காலம் சிவபிரானுக்குச் சிறந்த அறிகுறியாயிருந்து அப்பால் வெவ்வேறு ரௌத்திரர் சங்கமர் ஆதிய கிளைச்சமயிகளால் மட்டுமன்று, பௌத்தராலும் தங்கள் புத்ததர்ம சங்கம் எனும் திரிரத்தினங்களுக்கும் இலாஞ்சனையாக்கப்பட்டது என்ப.

ஆண் தெய்வவுருவம் மூன்றுமுகம் உள்ளதெனில், அதுவே பிற்கால மும்மூர்த்திகளின் உருவத்துக்கு அடிப்படையாயிற்றெனலாம். அல்லது மும்முகவுருவம் முற்பட்ட காலத்து மூன்று வெவ்வேறு தெய்வங்களை ஒன்று கூட்டியவடிவமும் ஆகலாம். மூவர் ஒன்றான தெய்வவுணர்ச்சி மெசொப்பொத்தேமியாவில் ஸின், ஷமஷ், இஷ்டர் என்றும், அனு என்னில் ஏய என்றும் சொல்லப்பட்ட தெய்வத்தொகுதியிலும் விளங்குகின்றது. இந்தியாவிலே பின்வந்த ஆரியருள்ளும் இது அக்கினி, இந்திரன், சூரியன், பூ, புவர், சுவர் ஆதிய மும்மைகளிற் காணப்படும். இன்னும் பிற்பட்ட காலத்துப் பிரம்மா, விட்டுணு, உருத்திரன் எனும் மும்மையும் கவனிக்கத்தக்கது. 'ஆண்' தெய்வம் நான்கு முகம் உள்ளதேயாக அதன் பின்முகம் தகட்டில் காட்டப்படாததெனில், நான்குமுகம் உள்ளதாகக் கருதப்பட்ட பார்சிகருடைய செர்வன் தெய்வத்தோடு இது ஒப்புநோக்கப்படத்தக்கது. செர்வன் (*Zrvan*) எனும் சொல் சென்ட் பாஷையில் காலம் எனும் பொருள் உள்ளது. ஒருவேளை அது கிழவன் என்ற தமிழ்ச் சொல்லோடு ஒப்புமை கொண்டதாகலாம். அத் தெய்வத்தின் நான்கு முகங்களும் காலம் ஒளி வன்மை அறிவு எனும் நான்குக்கும் குறிப்பாம் என்பர். பிற்காலத்துச் சிவனுக்குக் காலன் எனும் பெயரோடு நான்கு முகங்களும் சொல்லப்பட்டதை மகாபாரதத்திலே திலோத்தமை கதையால் அறியலாம். சிவலிங்கங்களும் பலமுறை நான்குமுகங்களோடு ஆக்கப்படுகின்றன. இவை தற்காலம் நாற்றிசையும் பார்த்தறியும் தெய்வத்திற்குக் குறிப்பு என்பர். மொகஞ்சோதரோ 'ஆண்' தெய்வம் நான்குமுகம் உள்ளதாயின் இருமருங்கிலும் உள்ள நான்கு மிருகங்களும் அவ்வத்திசையை குறிப்பனவாகலாம். சாரநாத்திலிருக்கும் அசோக தம்பத்தின் மேல் நாற்புறமும் உள்ள யானை, சிங்கம், எருது, குதிரை எனும் மிருகங்கள் நாற்றிசையையும்

குறிக்கின்றமையும் நோக்கத்தக்கது.

'ஆண்' தெய்வம் யோகநிலையிலிருப்பது போலத் தோன்றுகின்றமையையும் ஆராய்ச்சியாளர் குறித்திருக்கின்றார்கள். பிற்காலத்தார் சிவபிரானை யோகியாய்க் கருதும் முறைமை இதில் நின்று எழுந்ததுபோலும். இந்த நிலையில் பின்னும் இரு உருவங்கள் மட்கல முத்திரை இரண்டிற் காணப்பட்டன. இவற்றில் தெய்வத்தின் இருபுறமும் ஒவ்வொரு நாகம் விண்ணப்பஞ் செய்யும் மேரையாய்க் குறித்திருக்கிறது.

[ஏ] பணியரும் பண்டுதேசமும்

கி.மு. மூவாயிரம் ஆண்டு வரையில் பிரக்கியாதிபெற்றிருந்த தமிழ் நாகரிகத்துக்கு எமது காலத்திலேதானே தோண்டி வெளியாக்கப்பட்ட பழையபட்டணங்களின் சான்றுகள் கண்டோம். அந்த நாகரிகம் அழிந்துபடுவதற்கு உண்டான காரணங்களுள் ஒன்று ஆரியர் சப்தசிந்துவில் வந்து இறங்கத்தொடங்கினமையாகும். தமிழர் உயர்ந்த நாகரிகமுள்ளவர்களாய்ப் பட்டணங்களில் வசித்தபோதிலும், தற்காப்புக்குரிய அடுக்கணிகளிற் குறைவுள்ளோராய்க் காணப்பட்டனர். ஆரியர் குதிரைமீதேறிப் போருக்குவரக் குதிரையில்லாத இவர்கள் முதுகுகாட்ட நேர்ந்தது. இதனால், காலகதியில் தமிழரிருந்த பாகங்களில் ஆரியரே நாட்டாண்மை செலுத்துவோரானார்கள். ஆயினும் தமிழருள் ஒருசாரார் தங்கள் உள்நாட்டுக் கச்சவடத்திலும் பிறதேச வர்த்தகத்திலும் நெடுங்காலம் தளரா ஊக்கங்கொண்டிருந்ததை ஆரியரது இருக்குவேதத்திற் பல மேற்கோள்களால் அறிகின்றோம். அதில் தமிழ் வியாபாரிகளைப் பணிகள், பணியர் எனக் கூறியிருக்கிறது. பிற்காலத்து வணிகரும் இவர்கள் அடியிலுள்ளவர்களே போலும். தங்கள் சத்துருக்களான பழைய இந்தியக் குடிகளையெல்லாம் தசியுக்கள் தாசர் என இகழ்ந்து வந்த ஆரியர், பணியரை விசேசமாய் ஓநாய்களைப் போல அவா பிடித்தவர்கள் என்றும் *(C,U VI. 51,14)* இழுப்புணிகள் என்றும் *(VI. 61.1)* நாள் எண்ணி வட்டிவாங்குவோர் என்றும் *(VIII. 66.10)*, பலி கொடாதவர்கள், கொடியபேச்சுள்ளவர்கள் என்றும் *(VI. 6,3)* அவமதித்துவரக் காண்கின்றோம். பணியர் கையிலேயே வியாபாரம் முழுதும் இருந்ததற்குப் பண்ய(விலைப்பொருள்) எனும் வட சொல்லும் சான்று என்பர். தமிழில் பணம் என்பதும் அது. பணியர் குற்சன் எனும் அரசனோடு எதிர்த்துப்போராடி முதுகுகொடுத்தவர்கள் என்றும் குறித்திருக்கிறது *(VI. 20, 4)*. பிறிபு எனும் ஒரு பணியன், பரத்துவாசன் எனும் இருடி, பொழுதுசாய்ந்தபின் காட்டினுள் வழிதெரியாது அலைந்து பசியோடிருந்தவனுக்கு உதவியமை புகழப்பட்டிருக்கிறது *(VI. 45, 33)*. பிறிபு அல்லது விறிது

தச்சுவேலையில் பேர்போனவன். அவனைத் துவஷ்டா என்றும் பாராட்டியிருக்கிறது. பணிகள் என இருக்குவேதம் கூறுவது மனுஷரைப் பற்றியல்ல, ஆகாயச்சத்துருக்களைப் பற்றியே எனச் சிலர் கருதினும், நல்லாராய்ச்சியின்படி தசியுக்கள் என ஆரியர் கூறிய இந்தியப் பழங்குடிகளுள் ஒரு சாராரும் பணி எனும் சொல்லாற் குறிக்கப்பட்டமைதான் பொருத்தமாகும்.

இந்தப் பணியரே கப்பல் வழியாய்ப் பிறதேச வர்த்தகஞ் செய்தவர்களுமாகலாம். இவர்கள் மொசப்பொத்தேமியாவிலும் வடஆபிரிக்காக் கரைகளிலும் தென்ஐரோப்பாத் துறைகளிலும் சென்று அங்கங்கே சீர்திருத்தத்துக்கு அடியிட்டார்கள் எனக் கூறப்படுகின்றது. பொயினிக்கே எனக் கிரேக்கர் அழைத்த பினீசியரோடு இவர்களை ஒற்றுமைப்படுத்துவாரும் உளர். பியுனிக் சாதியும் தமிழரும் ஆதியில் ஒற்றுமையுள்ளவர்கள் எனப்படுகின்றமையால், பினீசியரோடு அவர்களுக்குத் தொடர்பு உண்டாயிருந்தமை பெறப்படும். எறொடோத்துஸ் எனும் ஆதிக்கிரேக்க சரித்திர ஆசிரியர் தம்காலப் பினீசியரிடத்திற் கேட்டு எழுதிவைத்த பாரம்பரியத்தின்படி அன்னோர் முன்னாளில் எருத்திரியக் கடலோரங்களிலிருந்து வந்தவர்களாகலாம். எருத்திரியக் கடல் எனும் பெயர் அக்காலம் செங்கடலுக்கின்றி அராபிக்கடலுக்கு வழங்கியபடியாலும் அக்கடல் அராபியா, பர்சியா, பலுச்சிஸ்தான், மேற்கிந்தியா எனும் கரைகளை அலைசினமையாலும் இந்தியாவிலிருந்து சென்ற பணியரே ஆதியில் மத்திய தரைக்கடலருகில் தமரோடு போய்ச் சேர்ந்து பொனிக்கோய் எனும் பெயர் அவர்களுக்கு உண்டாகக் காரணமாகியிருக்கலாம். பினீசியப் பெயரைப் பனையோடு சேர்த்துச் சொல்லுவாருமுளர். தமிழர் மத்திய தரைக் கடலோரங்களிலிருந்து இந்தியாவுக்குக் கொண்டுவந்த சீர்திருத்தம் ஏற்றம்பெற்று மீண்டும் அக்கடலோரங்களுக்குச் சென்றது எனக் கொள்ளுவதில் தவறு ஒன்றுமில்லை. முன்னொருகால் காட்டுமிராண்டிகளாயிருந்த ஐரோப்பியர், தமிழருக்கும் எகிப்தியர், பபிலோனியருக்கும் பொதுவாய் அக்காலம் விளங்கிய சீர்திருத்தத்தினால் மேல்நிலையடைந்து கொண்டவர்கள் இற்றை நாளில் மீண்டொருகால் சீர்திருத்தத்தைத்தர வந்திருத்தலையும் காண்கின்றோம்.

எகிப்தியருள் வழங்கிய பண்டு எனும் நாட்டுப் பெயரும் பணியரோடு தொடர்புடையது என்பர், 'இருக்குவேத இந்தியா' எனும் நூலாசிரியர். பணி எனும் சொல்லிலுள்ள ணகரம் நமது பண்டம் எனும் சொல்லிற்போல் 'ண்ட்' என உச்சரிக்கப்படவேண்டியதென்பதும்,

பண்டியர் என்றதிலிருந்து பாண்டியர் எனும் தமிழ்நாட்டுப் பழைய அரசர்களின்பெயர் வந்ததென்பதும், அவர்களது நாடு பண்டு என்று அழைக்கப்பட்டதாகலாம் என்பதும் அவர்கருத்து. பாண்டியர்கள் வடநாட்டிலிருந்து வந்தவர்கள் என்ற ஐதிகம் பணியர், முன் வடநாட்டிலே பரந்து மிக்கிருந்தவர்கள், பின் தென்னாட்டில் ஒருங்குவந்து வாழ்ந்ததைக் காட்டுவதாகலாம். ஆங்ஙனமாயின், எகிப்தியர் பண்டு எனும் பெயரால் ஆபிரிக்கக் கரையிலிருந்த ஒரு பிரதேசத்தோடு பாண்டியர் நாடாகிய தென்னிந்தியாவையும் குறித்தனர் என வேண்டும். எங்ஙனமெனில், எகிப்தியருடைய சாசனங்களில் அவர்களுக்கு அதிக தூரத்திலிராத சோமாலிலாண்டும் சில தடவை பண்டு எனும் பெயராற் குறிக்கப்படுகின்றது. அதிக தூரமான ஒரு நாடும் குறிக்கப்படுகின்றது. ஆதலால் அவர்களுக்குள் பெயரைச் சுட்டி நியதமான ஒரு எண்ணம் நிலவாதிருந்தது போலும். எகிப்தியர்கள் அதிகமாய்க் கருதிய பண்டு தேசத்தைப் பற்றிச் 'சரித்திராசிரியர்களது சரித்திரம்' எனும் நூல் சொல்லுவது இது: ''எகிப்து (கமிற்) நாட்டுப் புராதனகுடிகள் பண்டு எனும் பெயரினால் ஒரு தூரதேசத்தைக் கருதினார்கள். அதனை மகாசமுத்திரம் அலைசிக்கொண்டிருந்தது. அதிலே குன்றுகளும் கருங்காலி முதலிய விலையேறப்பெற்ற மரக்காடுகள் நிறைந்த பள்ளத்தாக்குகளும் இருந்தன. அங்கே சாம்பிராணியும் வாசனைப் பிசினும் விலையுயர்ந்த லோகங்கள் கற்களும் காணப்பட்டன. மிருகங்களும் மிக இருந்தன. எங்ஙனமெனில், அங்கே ஒட்டைச்சிவிங்கியும் சருகுபுலியும் வேங்கையும் நாய்த்தலைக் குரங்கும் நீண்டவாற் குரங்கும் உள. நவீனமான சிறகுடைய பட்சிகள் அதிசயமான மரக்கிளைகளிற் பறந்தேறியிருக்கும். அம்மரங்களுள் சாம்பிராணிமரமும் தென்னையும் விசேஷமானவை. எகிப்தியர் கூறிய ஒப்பீர்தேசமும் அதுதான். அராபியாவுக்கெதிரே கடலுக்கப்பாற் கிடக்கின்ற சோமாலி லாண்டையே அன்னோர் பண்டு என்றனர்'' ஆயின், எகிப்தியர் கூறிய விபரங்களில் ஒன்றிரண்டன்றி மற்றவை சோமாலி லாண்டுக்குப் பொருந்துமாறில்லை. அவர்கள் கருதிய தூரதேசத்தின் மிருகங்களுள் ஒட்டைச்சிவிங்கியொன்றைத் தவிர ஏனையவைகள் இந்தியாவுக்கே உரியன. ஒட்டைச்சிவிங்கி என்றது சம்பார் (*Sambhar*) அல்லது அதனைப்போன்ற வேறொன்றாகலாம். சாம்பிராணி என்றது சந்தனத்தை அல்லது அகிலைப்போன்றது. இதுதான் முற்காலத்து மேற்குநாட்டாரால் இந்தியாவிலிருந்து விரும்பித் தேடப்பட்டது. கருங்காலி விலையுயர்ந்த கற்கள், குரங்கு, மயில் ஆதியன இந்தியாவிலிருந்துதான் முற்காலம் மேற்குச் சீமைகளுக்கு

ஏற்றுமதியாயின. எகிப்தியருடைய வேறொரு பழங்கதையின்படி அவர்களது ஹோரூஸ் எனும் தெய்வம் பண்டுதேசத்திலிருந்து மேற்கே எழுந்து வருகின்ற உதயதாரகை எனப்பட்டது. ஆகவே, எகிப்தியருக்குப் பண்டுதேசம் கிழக்கிலுள்ளது. சோமாலி லாண்டோ அவர்களுக்குத் தெற்கிலுள்ளது. அன்றி, இது எக்காலத்திலாவது விசேட சீர்திருத்தத்துக்கு உறைவிடமாயிருந்ததுமன்று. பின்னும், பண்டுநாட்டுக்குப் போக வர மூன்று ஆண்டுப் பயணம் வேண்டும் எனப்பட்டமையால் தென்னிந்தியாவே அவர்கள் பல சந்தர்ப்பங்களிற் சுட்டிய பண்டுவாம் என முடிக்கலாம்.

பண்டுதேசத்திலேதான் ஒப்பீர் இருந்ததென்பது எகிப்தியரது கொள்கை. ஒப்பீரை எபிரேயரும் மோசேசு காலந்தொட்டு இந்தியாவிலுள்ளதாக அறிந்திருந்தனர். பிற்றைநாளில் (கி.மு. பத்தாம் நூற்றாண்டு) சலோமொன் அரசன் காலத்தில் தீர்தேச மன்னன் கப்பல்கள் அந்த அரசனுக்காக ஒப்பீரிலிருந்து பொன்னும் அகிலும் யானைத் தந்தமும் குரங்கும் மயிலும் கொண்டுசென்றன என்பது யோசேபு எழுதிய சரித்திர நூலிலும் பழைய ஏற்பாட்டின் அரசராகமத்திலும் காணப்படுகின்றது. பழைய ஏற்பாடு எபிரேயபாஷையிலுள்ளது. ஆயின், இந்தியாவுக்கு மாத்திரம் உரிய இப்பொருள்களின் பெயர்களோ சிறிது உருவம் மாறிய தமிழ்ச் சொற்களாய் வருகின்றன. அகில் அல்கும் (*algum*) அல்லது அல்முக் (*almug*) எனப்பட்டது. அகில் தென்னிந்தியாவில் மட்டும் உள்ளதாகையால் அச்சொல் (சிலர் எண்ணியது போல) வடசொல்லாவதில்லை. வல்முக் எனும் வட சொல் தமிழ் அகிலின் திரிபாகலாம். யானைத்தந்தம் (*Shen Habbim*) இபப்பல் எனப்பட்டது. இபம் என்பது வடசொல்லெனச் சிலர் கூறிப்போந்தனர். ஆயின், அது இம்பா எனும் யானையை உரப்பும் சொல்லிலிருந்து வந்த தமிழ்ச் சொல்லேயன்றி அதற்கு வடமொழியில் தாது கிடையாது. குரங்கு கோப் (*quof*) இது கவி எனும் தமிழ்ச் சொல்லாம். கவிழ்ந்து நடப்பது கவி. குரங்குப் பெயரும் குரங்குதலில் நின்று வந்தது போலும். குரங்கின் பெயராகிய கவி எனும் சொல் எகிப்திய சித்திரலிபியிலும் கவு (*kafu*) எனக் காணப்படுகின்றது என்பர். மயில் எபிரேய நூலில் துகிம் (*tukkyim*) என்று வழங்கப்படும். இது தோகை எனும் தமிழ் - மலையாளச்சொல். தோகைதான் துகி (ஒருமை) என்று எபிரேயத்திலும் தொபோஸ் (*tofos*) என்று கிரேக்கத்திலும் தபிஸ் (*tavis*) என்று பாரசீகத்திலும் பவோ (*pavo*) என்று லத்தினிலும் மாறிவந்து அப்பால் பீ-கொக் (*pea-cock*) என ஆங்கிலத்தில் ஆயிற்று. தென்னிந்தியாவுக்குத் தனியுரிமையுள்ள

இப்பொருள்களோடு பொன்னும் அங்கு மிக்கிருந்ததற்கு ஒருகாலம் அங்கு விளங்கிய பொற் சுரங்கங்களும் பொன் மணலை வாரிச்சென்ற பொன்னியாறும் போதியசான்று என்பர். ஆதலால், தென்னிந்தியக் கரையே ஒப்பீர் எனப்பட்டது எனலாம். உவரி எனும் கரைப்பட்டணப் பெயர்தான் ஒப்பீர் ஆயிற்று என்பது சிலர் கருத்து. வேறு சிலர் சிந்துநதி முகத்துவாரத்திலுள்ள அபீரா என்பர்.

[ஐ] பரதகண்டத் தமிழர் நாகரிகம்

இதுகாறும் எடுத்தோதியவைகளால், தமிழர் எனும் திராவிடர், பண்டைநாளில் மத்திய தரைக்கடலைச் சார்ந்த நாடுகளில் வசித்திருந்து ஒரு படித்தான நாகரிகத்தை அடைந்துகொண்ட பின் மேற்கிலும் கிழக்கிலும் பரவியவர்களாவர் என்பதும், அன்னோருள் ஒரு கிளையினர்களே இந்தியாவினுட் புகுந்து அங்கு தங்கள் மேலான நாகரிகத்தை நாட்டினார்கள் என்பதும் பல ஏதுக்களைக்கொண்டு ஒருவாறு பெறப்பட்டது. தமிழரானோர் சுமேரியர், எகிப்தியர், அக்கத்தியர், கல்தேயர் ஆதிய மத்திய தரைக்குலங்களோடு ஆதியில் ஒன்றானவர்கள். ஆகவே, இவர்களது புராதன நாகரிகத்தில் தாங்களும் பங்குகொண்டவர்களாகக் காணப்படவேண்டியவர்களன்றோ? உள்ளபடி, தமிழர் இந்தியாவில் உட்பட்டபோது, அங்கு முன்வந்திருந்தோராகிய மிகக் கறுத்த அநாகரிக மக்கள் அறியாத திருத்தங்களைக் கொண்டு வந்தோராய்க் காலகதியிலே நகரிகளைக் கட்டி அவற்றிற்குரிய நாகரிகத்தைத் துலங்கச் செய்வோராகவே இருந்தனர் எனத்தோன்றும். இவ்வாறு தமிழர் மென்மேலும் அடைந்துகொண்ட சீர்திருத்தத்தின் பயனாகவே பழைய மொகஞ்சோதரோ, ஹரப்பா ஆதிய இந்திய நகரிகளும் உண்டாயின எனல் தகும். எயுபிறேத்திஸ், திகிறிஸ் எனும் நதிகளின் செழிப்புள்ள கரைகளைச் சார்ந்து சுமேரியர் ஆதியோரும், நீலநதி ஓரங்களில் எகிப்தியரும் அடைந்து கொண்ட பண்டைச் சீர்திருத்தத்தைப்போன்றதே சிந்துநதிக் கரைகளில் வந்து குடியேறிய தமிழருடையதும் என்க.

பழங்காலப் பட்டணங்கள்

தமிழரது பழைய சீர்திருத்தம், பின்னாளில் நமது காலத்தில் 1923 ஆம் ஆண்டு மட்டும் அறியப்படாமலிருந்தது. பழம் பொருளாராய்ச்சி யாளர்கள், மொசபொத்தேமியாவிலும் எகிப்திலும் புராதன நகரங்களின்

புதைபொருள்களை, ஆப்பெழுத்துச் சாதனங்களை ஆராய்ந்து அந்த நாடுகளின் பழஞ்சீர்திருத்தத்தைப் பற்றிப் பல ஆச்சரிய விபரங்களை வெளியிட்டுக் கொண்டிருந்தவர்கள், நாங்கள் இந்தியாவின் சீர்திருத்தம் பழமையானது பழமையானது என்று சொல்ல எங்களை நம்பாமற் போயினார்கள். ஆயினும் 1923 ஆம் ஆண்டுத்தொடக்கத்தில், R.D பானர்ஜி எனும் பழம்பொருளாராய்ச்சி உத்தியோகத்தர் சிந்நதிப் பள்ளத்தாக்கில் மொகஞ்சோதரோ எனும் இடத்திலுள்ள ஒரு பாழான புத்தஸ்தூபியின் பக்கத்திலிருந்த சில மண்மேடுகளை அகழ்ந்து பார்த்தபோது ஒரு தாழ்வில் குஷன் காலத்து நாணயங்கள் சிலவும் இன்னுங்கீழே உருவெழுத்துள்ள ஒரு புராதன 'முத்திரையும்' அகப்பட்டன. அதேகாலத்தில் ஹரப்பாவில் ஆராய்ச்சிசெய்து கொண்டிருந்த இராவ் பகதூர் தயாராம் சஹானி என்பவரும், அங்கே இதுபோன்ற 'முத்திரைகளும்' மைதீட்டிய மட்கலங்களும் கண்டெடுத்திருந்தார். 1924 ஆம் ஆண்டு இவற்றை இந்தியப் பழம்பொருளாராய்ச்சியாளர்களின் தலைவராய் இருந்த சேர் யோன் மார்ஷல் என்பார் பலுச்சிஸ்தான் முதலிய பிறநாடுகளின் புதைபொருள்களோடு ஒப்புநோக்கி இவற்றின் தொன்மையைப் பத்திரிகைகள் வழியாய் வெளியிடவே அச்செய்தி உலகம் முழுதிலும் உள்ள அறிஞர்களுக்கெல்லாம் ஆச்சரியத்தை விளைத்தது. அதன்பின் பத்துவருஷங்களுக்குள் மொகஞ்சோதரோவிலும் ஹரப்பாவிலும் இரு பெரிய பட்டணங்களின் அழிவுகள் கிண்டித் திறந்துவிடப்பட்டன. முந்திய பட்டணத்தினுள்ளே அகலமான வீதிகள், குறுக்குத்தெருக்கள், அவற்றை அண்டிய இல்லிடங்கள், மேல்மெத்தையுள்ள கட்டடங்கள், பொது ஸ்நானக் கூடங்கள் ஆதிய நாகரிக சீவியத்துக்குரிய எல்லாம் விளங்கின. உருவெழுத்துள்ள நூற்றுக்கணக்கான 'முத்திரைகளும்' வெளிவந்தன. முத்திரைகள் எனும் இவைகள் பெரும்பாலும் மென்மையான கல்லிற்செதுக்கிச் சாந்தூட்டிச் சுடப்பட்டவை. சில செப்புத் தகடுகளிற் கொத்தப்பட்டவை. மட்கலங்கள், சுட்ட மண்வளையல்கள், பொன்நகைகள், தந்தக்கோல்களிலும் எழுத்துக்கள் உள. பலவடிவமான சுட்டமண்தகடுகளும் 'முத்திரை'களாய்ச் செய்யப்பட்டிருந்தன. எல்லாம் அச்சுப் போலப் பதிப்பதற்குச் செய்யப்பட்டனவல்ல என்பது பலர் கருத்து. இவைகள் பெரும்பான்மை சதுரப் பாங்கானவை. இரண்டு மாத்திரம் சுமேரியாவிற் போலத் திரண்டவடிவுள்ளன. மட்கலம் ஆதியவற்றிற் பதிக்கப்பட்ட பதிவுகளும் உள. பதிவுகள் போக ஏனையவை சம்பவங்களைக் குறிக்கும் சாசனங்களே என்பது ஹிறஸ் சுவாமியாரின் துணிபு. இங்கு கண்டெடுத்தன போன்ற சதுரப்பாங்கும் இந்திய உருவெழுத்துங்

கொண்ட 'முத்திரை'கள் பன்னிரண்டுக்கு மேல் சுமேரியாவிலே ஊர், கிஷ், தொல்அல்மர் எனும் இடங்களில் அகப்பட்டன. அச்சீர்திருத்தம் கி.மு. ஏறக்குறைய மூவாயிரம் வருஷங்களுக்கு முற்பட்டதாம் என்பது சேர் யோன் மார்ஷல் ஆதிய மேதாவிகளின் கருத்து.

அகழ்ந்து காணப்பட்ட மொகஞ்சோதரோ, ஹரப்பா எனும் இரண்டு பட்டணங்களுக்கும் சேர்ந்த எல்லாப் பாகங்களும் இதுவரையில் பரிசோதித்து முடியவில்லை. அல்லது இவைகள் மட்டுந்தான் இன்றைக்கு ஐயாயிர ஆண்டுக்கு முற்பட்ட ஒரு மகாசீர்திருத்தத்தைக் காட்டுகின்றவை என்று சொல்லிவிடவும் போதாது. ஏனெனில், இவைகளைப் போலப் பல பழம் பட்டண அழிவுகள் இன்னும் மண்மேடுகளின்கீழ் மூடுண்டு கிடக்கின்றன என்பதே ஆராய்ச்சியாளர்களது முடிபு. ஹரப்பா என்னுமிடம் மொகஞ்சோதரோவிற்கு வடக்கே சுமார் நானூறு மைல் தூரத்திலுள்ளது. இவை இரண்டிற்கும் இடையில் இன்னும் பல இடங்களிற் பழம்புதைபொருள்கள் காணப்பட்டன. பஞ்சாப்புக்கு வடக்கே கொட்ல நிஹங்கிலும் *(Kotla Nihang)* அவ்விதப் பொருள்கள் கிடைத்தன. தெற்குச் சிந்துவுக்கும் வடக்குச் சிந்துவுக்கும் இடையிலுள்ள பழைய பாதையை அண்டிய மலைப் பிரதேசங்களிலும் பல புராதன நிலையங்களை *N.G.* மஜீம்தார் எனும் ஆராய்ச்சியாளர் கண்டுபிடித்தார். சமீபகாலத்திலே சிந்துநதியின் கீழ்க்கரையிலுள்ள *(Khairpur)* கயிர்ப்பூர் இராச்சியத்திலும் கத்தியவாரைச்சேர்ந்த *(Limbdi)* லிம்டியிலும் சிந்துவெளி நாகரிகத்துக்குரிய பழம் பொருள்கள் அகழ்ந்தெடுக்கப்பட்டன. கயிர்ப்பூரின் நாகரிகம் மொகஞ்சோதரோவுக்கு முந்தியதுமாகலாம் என்பது சிலர் கருத்து. சிந்துநதியின் கிழக்குக்கரையில் சங்குதரோ *(Chanhudaro)* எனும் ஒரு பழம்நிலையத்தை ஒரு அமெரிக்கச்சங்கத்தார் கிண்டிப் பல பழம்பொருள்களை எடுத்தார்கள். அவைகளும் மொகஞ்சோதரோ நாகரிகத்தைச் சேர்ந்தவைகள். அவற்றுள் வழிபாடடைந்த ஒரு மரத்தின் உருவமும் ஆட்டின் உருவமும் விசேஷ கவனத்துக்கு உரியவை. சிந்துநதியின் மேற்குக்கரையில் பயறோ கொத் *(Pairo Gott)* புகைரத ஸ்தானத்துக் கணித்தாயிருக்கும் லொகுஞ்சோதரோ *(Lohunjo Daro)* விலும் ஓர் மேட்டின்கீழ்ப் பழைய நாகரிகப்பொருள்கள் கிடைத்தன. பின்னும் அலிமுறட் *(Ali Murad)* எனும் கிராமத்துக்கு அணித்தாகவுள்ள ஒரு திடலும், *(Manchar Lake)* மன்சர் வாவியடியிலுள்ள வேறொரு மண்மேடும் இவ்வாறே பழங்கால நாகரிகத்தை மூடிக்கொண்டிருக்கின்றன. அப்பால் கங்கைநதிப்

பள்ளத்தாக்கிலும் பழங்காலத்துச் செப்பாயுதங்கள் கண்டெடுக்கப்பட்டன. அவைகள் தோற்றிய இடங்களைப் பரிசோதிக்குங்கால் சிந்துநதிப் பள்ளத்தாக்கினோடு ஒற்றுமைகொண்ட ஓர் சீர்திருத்தம் வெளிப்படும் என்பர். ஏனெனில், கல்லாயுதங்கள் சிறுபான்மையும் செப்பாயுதங்கள் பெரும்பான்மையும் சேர்ந்ததே சிந்துநதிப் பள்ளத்தாக்கின் பழம் நாகரிக காலமாம். கங்கைநதிப் பள்ளத்தாக்கின் கீழ்ப்பாகத்தில் கயிர்ப்பூரிலும் காசியிலும் வெளிப்பட்ட செப்பாயுதங்களோடு உருவெழுத்துள்ள பொருள்களும் பவளத்தில் அறுத்துச் செய்த மணிகளும் சிந்துநதிப் பள்ளத்தாக்குப் பொருள்களோடு ஒத்தகாலத்தனவாகின்றன. ஆகவே, வடமேற்கிந்தியாவின் நாகரிகம் வடகிழக்குவரையும் படர்ந்திருந்தது என்றாகின்றது. அதுமட்டோ! இந்த நாகரிகம் நருமதை, தப்தி ஆற்றுப் பள்ளத்தாக்குகளிலும் ஒருநாள் காணப்படும் என்பர். அதுமட்டோ! மொகஞ்சோதரோவில் பெண்பாலார் பிரீதியோடு அணிந்து வந்த வளையல்கள் அறுத்த சங்கு காணப்பட்ட இடம் சென்னை மாகாணப் பிரிவின் தென்கிழக்குக் கோடியாகிய திருநெல்வேலிப் பிரதேசமே. ஆதலால், அங்குள்ள கொற்கை ஆதிய பழைய நிலையங்களில் சிந்துநதிப் பள்ளத்தாக்கின் சீர்திருத்தத்தை அடுத்த ஒன்றின் அடையாளங்கள் ஒருகாலம் கண்டுபிடிக்கப்படாமல் போகா என்பது ஆராய்ச்சியாளர்களது நம்பிக்கை. ஐதராபாத்திலும் திருநெல்வேலிப் பாகங்களிலும் உருவெழுத்துத் தீட்டிய பழைய மட்பாண்டங்கள் ஏலவே கண்டெடுக்கப்பட்டன. இலங்கையிலும் அவ்வெழுத்துக்கொண்ட பழைய நாணயங்கள் வழங்கினவெனக் காட்டுவர் ஹிறஸ் சுவாமியார். எம் தீவிலே கேகாலையிலிருந்து எட்டு ஒன்பது கட்டை தூரத்திலுள்ள எதுபதே எனும் ஒரு குகையிலும் அவ்வித எழுத்துக்களைத் தாம் கண்டதாக அவரே குறிக்கின்றார்.

சிந்துவெளி நாகரிகம் இந்தியாவிலும் இலங்கையிலேதானும் பண்டைநாட் பரந்திருந்தமை ஒருபுறம்கிடக்க, அது இந்தியாவில் வந்திறங்கிய பாதையும் அறிஞர்களால் ஆராயப்பட்டுள்ளது. அந்த நாகரிகம் பிறநாகரிகங்களோடு தொடர்பில்லாமல் தனியே எழுந்ததுமல்ல, எழுந்திருக்கத்தக்கதுமல்ல. அது தமிழருடைய ஆதிஇருப்பிடங்களிலே முளைத்துஅரும்பி, வழிவழியே போதாகி ஈற்றில் இந்தியாவில் மலர்ந்த ஒரு நறுமணங்கமழும் பூவாகும். சேர் ஸ்றேயின் *(Sir Aurel Stein)* எனும் பழம்பொருளாராய்ச்சி நிபுணரின் தளரா முயற்சியால் பலுச்சிஸ்தானிலும் தென்பாரசீகத்திலும் சிந்துநதிப் பள்ளதாக்கிற் கண்ட சாயலான அக்காலத்துக்குரிய வர்ணந்திட்டிய

மட்கலங்களும் வேறுபல பழம்பொருள்களும் அகழ்ந்தெடுக்கப் பட்டன. மலையாட்டின் உருவம் வரையப்பட்ட மட்கலங்களும் இந்தியா முதல் சுமேரியா மட்டும் உள்ள மாதிரிகளாம். பலாக்காய் முள்ளுப்போலச் சூளையில் வைத்துச்செய்யப்பட்ட கலங்கள் இறாக்கின் · மேற்பாகத்திலே தெல்அஸ்மர் எனும் இடத்திற் கண்டெடுத்தவை போன்றவை. இவற்றால் மேற்கே சுமேரியர் இலாமித்தரும் கிழக்கே தமிழரும், அந்நாட்களிலே தம்முட் கலந்து ஒரேபடித்தான சீர்திருத்தத்தை வளர்த்துவந்தனர் என்பது புலனாகின்றது. ஐயாயிரத்துக்கு மிகமேற்பட்ட ஆண்டுகளின் முன், தமிழர் தங்களோடு இனங்கொண்டவர்களை விட்டுச் சற்றுச் சற்றாய் மொசப்பொத்தேமியாப் பாகங்களை நீங்கி, இறாக்கினூடாய்த் தென்பாரசீகத்தில் இறங்கி பலுச்சிஸ்தானத்திலும் தங்கி, அப்பால் இந்தியாவைச் சேர்ந்து முந்திய இருப்பிடங்களுக்கும் இப்புது இருப்பிடத்துக்கும் பொதுவான ஒரு நாகரிகத்தை நாட்டிச் சீரும் சிறப்பும் சமாதானமுமாய் வாழ்ந்துவரக் காண்கின்றோம். பின்பு ஆரியர் எனும் வேற்றுக்குலத்தார் இவர்களது பழைய இருப்பிடங்களிலும் இந்தியாவிலும் வேறொரு வகையான போர்க்கோலமான சீர்திருத்தத்தோடு உட்புகுந்து, நிலத்தரசர்களைத் துரத்தியடித்து அவர்கள் நகரங்களையழித்து அவர்களது பழமையும் செம்மையுமான சீர்திருத்தத்தைக் குலைத்துவிட்டு தாம் இடங்கோலிக்கொண்டனர். இதுவே ஒரு வார்த்தையில், பிற்காலம் தமிழர் தாழ்ந்து ஆரியர் மேற்பட்ட வரலாறு.

இவை இவ்வாறிருப்ப, சிந்துநதிப் பள்ளத்தாக்கின் சீர்திருத்தம் இந்தியருடையதல்ல, பிறதேசத்திலிருந்து வியாபார நிமித்தமாய் குழுமியிருந்தவர்களுடையது என்று சிலரும், ஆரியருடையதென்று வேறு சிலரும் தடைசொல்லுவார்களே, அதற்கு விடையாது? எனில் கூறுவோம். வியாபாரத்தின் நிமித்தம் குழுமிய பிரதேசத்தவர்களின் நாகரிகமே மொகஞ்சோதரோவிலும் ஹரப்பாவிலும் உள்ளதென்றால் இந்தியாவில் வேறு இடங்களின் நாகரிகம் யாருடையது? ஆயினும், சிந்துநதிப் பிரதேசத்திலிருந்த பிற பட்டணங்களுள் மொகஞ்சோதரோ ஒரு தலைப்பட்டணமாயிருந்தது எனவும், அங்குப் பிற தேசத்தவர்களும் வந்திருந்தார்கள் எனவும் சொல்லுதல் அமையும். உள்ளபடி அங்கு கண்டெடுக்கப்பட்ட மண்டையோடுகளிற் கூடிய தொகையானவை நெடுந்தலைகொண்ட மத்திய தரைக் குலத்தவர்களுடையனவே. ஆயினும், அவுஸ்திறோ-ஆசிய குலத்தவர்களுடையன சிலவும் மத்திய ஆசிய சமபூமிகளில் பரந்த

தலைமக்களின் மண்டையோடுகள் சிலவும் இருந்தன என ஆராய்ச்சியாளர் கூறுவர். ஆகவே அந்நகரில் இற்றைநாளிற் பம்பாய் ஆதியவற்றிற்போல வெவ்வேறு பிறசாதியார் போக்குவரவு செய்வோராயிருந்தமை பிரசித்தம். ஆயின் மொகஞ்சோதரோவின் சீர்திருத்தம், இந்தியாவின் அக்காலப் பட்டணங்கள் பலவற்றின் சீர்திருத்தத்தோடு ஒன்றானதாகையால் அது சுதேசிகளுடையதேயன்றிப் போக்குவரத்தானவர்களுடையதல்ல என முடிக்கப் போதிய நியாயம் உண்டு.

இனி, மொகஞ்சோதரோ, ஹரப்பாப் பட்டணங்கள் ஆரியருடையன எனக் கூறுதலும் பொருந்தாது. ஏனெனில் ஆரியர் இந்தியாவினுள் இறங்கியது கி.மு. 1500 வரையிலாம் என்பது பல ஏதுக்களைக்கொண்டு முடிந்த ஒரு முடிபு. இப்பட்டணங்களோ கி.மு. 3000 வரையில் செழித்தோங்கியவை என்பது பல மேதாவிகளின் கருத்து. அது மட்டுமன்று, ஆரியருடைய பழக்கவழக்கங்கள், சமயவழிபாடுகளுக்கு முழுதும் மாறானவைகளே அப்பட்டணங்களில் நடை பெற்றமையைக் கண்டோம். ஆரியர் தங்களுக்குமுன் இந்தியா முழுதும் நன்றாய் நிலையூன்றியிருந்த தாங்கள் உள்நுழைவதைத் தடுத்துக்கொண்டிருந்த தமிழரையே தங்கள் இருக்குவேதப்பாடல்களில் தசியுக்கள் அல்லது தாசர்கள் என்று இகழ்ந்தும், தங்களுக்கு நிலையான பட்டணங்களில்லாதவர்கள் என்று அவர்கள் புரங்களைப் பற்றிப் பேசியும் வருவதைக் காண்கிறோம். புரம் என்றது, கோட்டை என்ற அர்த்தத்தில் அன்னோர் தமிழரிடமிருந்து மேற்கொண்ட ஒரு தமிழ்ச் சொல்லே போலும். தசியுக்களுடைய புரங்கள் கல்லாற் கட்டி அரண் செய்தவைகள் என்றும் ஆரியர் சொல்வதைக் கேட்கின்றோம் (இருக். 4:30 20) இவற்றோடு சேர் யோன் மார்ஷலுடைய அறிக்கையடங்கிய மூன்று பெருங் காண்டங்களையும், நாம் கிழக்குச் சீமைகளிலுள்ளார் எவர்க்கும் முன்னே பெற்று வாசித்தவுடன், மொகஞ்சோதரோ தமிழருடையது எனக் காட்டிப் பத்திரிகைகளில் ஒரு முக்கிய நியாயத்தை வெளிப்படுத்தினோம். அது யாதெனில் அந்தப் பட்டணத்தின் பிரசித்தமான லிங்கவழிபாடாம். லிங்கவழிபாடுதான் மொகஞ்சோதரோவிலும் ஹரப்பாவிலும் அதிக பிரசித்தமாய்க் காணப்படுவதால் அவைகள் தமிழருடைய பட்டணங்களே என்றும் அந்நாளிட் காட்டினோம். அப்பட்டணத்தாரின் லிங்கவழிபாட்டோடு ஏனைய மர, மிருக தெய்வ வழிபாடுகளும் எல்லாம் ஆரியருடைய இந்திர, வருண, சூரிய, அக்கினி வழிபாடுகளுக்கு முழுதும் மாறானவை. ஆயின், மொகஞ்சோதரோ, ஹரப்பா பட்டணங்களின்

வழிபாடே இன்றைக்கும் தமிழருடையதாகத் தென்னிந்தியா எங்கனும் விளங்குகின்றது. ஆகவே, அப்பட்டணவாசிகள் எவ்வாற்றானும் ஆரியரல்லர், திராவிடரே: என்று முடிக்கக் கடவோம்.

இனி, தமிழ்ப்பட்டணங்களான மொகஞ்சோதரோ, ஹரப்பா என்னும் இவை இரண்டிலும் அக்கால நாகரிகநிலையை ஸர் யோன் மார்ஷல், டாக்டர் *E.J.H.* மக்கே, ராவ் பகதூர், *K.N.* தீசித் என்பவர்களுடைய நூல்களைப் பின்பற்றி ஒருவாறு சுருக்கிக் கூறுவோம்.

முன்பு இவ்விரண்டு பட்டணங்களிலும் நகரமைக்கும் திறமை அக்காலத்திற்கு மேற்பட்ட பூரணம் அடைந்திருப்பதைக் காண்கின்றோம். அவை தமிழருடைய சொந்த மதிவலியால் எழுந்தவை அன்றி, முன்வந்திருந்தவர்களிடத்தில் இரவல்கொண்டு செய்து முடித்தவைகளாகத் தோன்றவில்லை. பின்வந்த தமிழரே தங்கள் ஆதியிருப்பிடத்தில் தாங்கள் அடைந்துகொண்ட தேர்ச்சியைக் காலச்செலவில் இன்னும் விருத்தியாக்கி அப்பட்டணங்களைச் சமைத்தார்கள் எண்ணவேண்டும். தமிழர் அக்காலத்துக் கட்டிய பல பட்டணங்களுள் பஞ்சாப்பிலே ஹரப்பாவும் சிந்துவெளியிலே மொகஞ்சோதரோவும் தலைநகரிகளாயிருந்தன எனச் சொல்லலாம் போலும். முந்தியதிலும் பிந்திய நகரைத்தான் ஆராய்ச்சியாளர் நன்றாய்ப் பரிசோதிக்கத்தக்கவர்களானார்கள். மொகஞ்சோதரோ ஒரு நல்ல சமபூமியில் சிந்து ஆற்றுக்குச் சமீபத்தில் அமைக்கப்பட்டது. முற்காலத்தார்களெல்லாம் தண்ணீர் வசதியைநோக்கி ஆறு, வாவி ஆகிய நீர் நிலைகளை அடுத்தே தங்கள் வாசஸ்தலங்களை அமைப்பர் (காட்டு மிருகங்களால் ஊறு நிகழாதிருக்கும் பொருட்டு வாவிகளில் கம்பங்கள் நிறுத்தி அந்தரத்திலே கொட்டிலமைத்துச் சீவித்தோரையும் இங்கு நினைக்கத்தகும்). மொகஞ்சோதரோவிலே சிந்து நதியின் தண்ணீர் நலத்தினை நோக்கி அதன் சமீபத்தில் இருந்தவர்களுக்கு அந்த நதிதான் கேடாகிப் பெருக்கெடுத்து அன்னோர் வீடுகளை நிலமட்டத்திலிருந்து உயர்த்தி உயர்த்திக் கட்டப்பண்ணிக் கொண்டுவந்தது. இவ்வாறே அப்பட்டணம் காலத்திற்குக் காலம் அடித்தளத்தில் ஒன்றும் அதற்குமேல் வேறொன்றுமாக மாறுபட்டு வந்திருக்கின்றது. அதனால், இப்போது கண்டுபிடித்த பட்டணத்துக்குக் கீழே வேறொன்று உண்டு. ஆயின், அதனைத் தோண்டிக்காண ஆற்றில் நின்று கசிந்து வரும் நீர்ப்பெருக்கு இடங்கொடாது. சிந்துநதிதான் ஈற்றில் மொகஞ்சோதரோ மக்கள் தங்கள் இல்லிடங்களை விட்டு வலசை வாங்கச்செய்த காரணங்களுள் ஒன்றாயிற்றுப் போலும்.

இப்பட்டணத்திற் பிரதான வீதிகள் விசாலமானவை. அவற்றுள் ஒன்று 33 அடி அகலமுள்ளது. இந்த வீதிக்குக் குறுக்கே பதினெட்டடி வரையில் அகலமுள்ள குறுக்குத் தெருக்கள் வருகின்றன. கட்டடங்கள் நெருங்கிய பகுதிகளில் ஒன்பது முதல் பதின்மூன்றடி அகலமான சிறு தெருக்களும் உள. உடைந்த செங்கல் கலவோடுகளைக் களிமண்மேற் போட்டு இறுக்கித் தெருக்கள் இடையிடையே கெட்டியாக்கியும் விடப்பட்டிருக்கின்றன. தெருக்களிலிருந்த வீடுகள் சிலவற்றின் சுவர்களில் இன்றைக்கு இருபது இருபத்தைந்து அடிவரையில் அழியாமல் நிற்கக் காண்கின்றோம். இவைகளின் கீழ்ப்பாகம் பழைய பட்டணத்திற்குரியதும் அதிக உறுதியாய்க் கட்டப்பட்டதுமாம். மொகஞ்சோதரோவிலும் ஹரப்பாவிலும் சுட்ட செங்கல்லே கட்டடங்களுக்கு உபயோகிக்கப்பட்டது. இடைவெளிகளை நிரப்புவதற்கும் அத்திவாரங்களுக்கும் பச்சைக்கல் வழங்கியிருக்கிறது. சுவர்களின் வெளிப்பூச்சுக்குத் தவிட்டோடு கலந்த களிமண் உபயோகித்ததாகத் தோன்றும். செங்கற்கள் தற்காலத்தாருக்கு ஆச்சரியம் விளைவிக்கும்படியான நல்ல அளவுப் பிரமாணத்தோடு அறுக்கப்பட்டன. அதாவது 11 அங்குல நீளம் $5^{1/4}$ அல்லது $5^{1/2}$ அங்குல அகலம், $2^{1/4}$ அல்லது $2^{3/4}$ அங்குல கனம். இது கட்டு வேலைக்கு மிகவும் வாய்ப்பான ஓர் அளவு. இந்தியாவிலே பிற்காலம் இவ்வளவு வசதியான ஒரு அளவுப்பிரமாணத்தை எங்கேனும் மேற்கொண்டாரில்லை. செங்கற்கள் திறந்த சூளையிற் சுடப்பட்டன என்று எண்ண இடமுண்டு. சுமெரியர் எகிப்தியருள்ளும் இவ்விதமான செங்கல் கிடையாது. பிற்காலத்து உரோமர் மட்டும் நமது பழம் பட்டணத்தாருடையன போன்றவைகளைச் சுடுவோர் ஆனார்கள். மோகஞ்சோதரோவின் வீட்டு உள் முற்றங்களிற் கிணறுகள் கட்டியிருக்கும் சிறப்பு மெச்சத்தகுந்தது. செங்கற்கள் நன்றாய்த் தேய்த்து உபயோகிக்கப்பட்டிருக்கின்றன. பிற்காலத்தார் நீர்மட்டம் எழும்ப எழும்ப உயர்த்திக் கட்டிய பாகம் நன்றாயிராவிடினும், கீழ்ப்பாகம் ஐயாயிரம் வருஷங்களின் பின் இன்றைக்கும் அப்படியே உறுதியாய்க் காணப்படுகின்றது. பழம்பொருளாராய்ச்சியாளரும் வேலைக்காரரும் இன்றைக்கு அந்தக் கிணறுகளை துப்புரவாக்கியபின் அவைகளிலிருந்தே தண்ணீர் எடுத்துக் குடிக்கிறார்கள்.

வீடுகள் உபயோகத்துக்கு மிக ஏற்றவைகளாயன்றி, எகிப்திற்போலச் சிற்ப அலங்காரம் விளங்கவும், சுமேரியாவைப் போல அழகான முகப்புக்கள் அமையவும் கட்டப்பட்டனவல்ல. ஆயினும், அந்தத் தேசங்களிலேயிருந்த பொதுசனங்களின் இல்லங்களைக் காட்டிலும்

மொகஞ்சோதரோ வீடுகள் வசித்தற்குப் பலமடங்கு சிறந்தவைகள். இவற்றுள் அதிகமானவைகள் ஒரு அடுக்குக்கு மேற்பட்ட மெத்தை வீடுகளாம். நிலமட்டமான கீழ் அடுக்கில் இரண்டு மூன்று சயன அறைகளும், மேல்மெத்தையிற் பழக்கத்துக்குரிய அறைகள், சாலைகளும் இருந்தன. வீடுகள் பொதுவாய் ஒன்றோடொன்று தொடுத்திருக்க தெருக்களே வெளிமுற்றம் போலிருக்கும். ஆயின் இல்லங்களெல்லாம் நாற்சாரும் வீடும் போல நடுவில் உள்முற்றமும், பக்கங்களில் அறைகள் சார்களும் கொண்டவைகள். நடு முற்றங்களிலேதான் ஆடுமாடுகள் கட்டி நின்றன போலும். முற்றத்தின் மூலைகளில் அடுப்படியும் இருந்ததாகலாம். பட்டணத்தின் சிறிய வீடுகள் முப்பது அடி நீளம் இருபத்தோரடி அகலம் வரையில் உள்ளன. அவைகளில் நாலு அல்லது ஐந்து அறைகளிருக்கும். பெரிய வீடுகளில் முப்பது அறைகள் வரை இருந்தன. அறைகள் தற்காலத்தவைகளிலும் பார்க்கச் சிறியவை. சுவர்களோ, மேல் மெத்தையைத் தாங்குதற்குப் போலும் மிகத் தடித்தவைகளாக அமைக்கப்பட்டுள்ளன. சுவரின் மேற்புறத்திற் பலமுறை காணப்படும் சதுரத்துவாரங்கள், கூரையைத் தாங்கிய குத்துக்கால்கள் நின்ற இடம்போலும். குறுக்கு மரங்கள் பரப்பி, நாணற் பாய்களால் மூடித் தடிப்பாய்க் களிமண் அப்பியதே கூரையாகும். இவ்விதமான களிமண் கூரைகளை இன்றைக்கும் சிந்துப்புறங்களிற் காணலாம். அறைக்குள் நிலத்திற் புதைத்திருக்கும் பெரிய சாடிகளுள் தானியங்கள் சேமித்து வைக்கப்பட்டன.

மொகஞ்சோதரோ வீடுகளிலுள்ள ஒரு தனிச் சிறப்பு என்னவெனில், ஏறக்குறைய ஒவ்வொன்றிலும் உள்ள ஸ்நான அறைகளாம். இந்தக் கட்டடங்களின் தளம் உறுதியாகவும் தண்ணீர் இலேசாக இழிந்து தெருக்களில் ஓடத்தக்கபடியும் செய்யப்பட்டிருக்கின்றது. சாக்கடைத் தண்ணீரெல்லாம் ஓடிப் பெரிய கால்களில் விழுந்து பட்டணம் முழுதும் சுத்தமாயிருக்கும்படி செய்திருத்தல் மிக்க விசேஷமானது. நீர்ப்போக்கு விஷயமாய் இந்தப் பட்டணத்தில் அமைந்திருந்த ஏற்பாடுகள் தற்காலத்துச் சிந்துப் பிரதேசத்துப் பட்டணங்களில் இல்லை எனலாம். மேல் மெத்தையிலிருந்து நீர் கீழே ஓடவும், கிணறுகளின் கழிவு நீரைக் கொண்டு செல்லவும் தேய்த்தழுத்திய செங்கல்லாற் சமைத்திருந்த கால்களும் மட்குழாய்களும் வியப்பிற்குரியவை. இந்தியப் போக்கான மலக்கூடங்களும் அமைக்கப்பட்டிருந்தன. அசுத்தங்களை எடுத்துச் செல்லும் தொழிலாளிகளும் இருந்தனரென்று தெரிகிறது. சனங்கள் தேக ஆரோக்கியத்தைக் காப்பாற்றுதற்கு வேண்டியவற்றையெல்லாம் நகரசங்கம் போன்ற ஒரு மேலதிகார ஸ்தாபனம் செய்து வந்ததாகத்

தெரிகிறது.

இப்பட்டணங்களில் ஆலயம், அரசிருக்கை முதலிய பெரிய கட்டடங்கள் இதுவரையில் வெளிவரவில்லை. ஆயினும், மொகஞ்சோதரோவில் விசாலமான ஒரு பொது ஸ்நானத் தொட்டியும் யாரோ பெரியவர்களுடைய மாளிகையின் அழிவுகளும், ஹரப்பாவில் ஒரு பெரிய பண்டசாலையும் கண்டுபிடிக்கப்பட்டன. மொகஞ்சோதரோவின் ஸ்நானகூடம் 40 அடி நீளமும் 23 அடி அகலமுமானது. கீழே இறங்கப் படிக்கட்டுகள் இருக்கின்றன. மேலே சுற்றிலும் ஏழடி அகலமுள்ளதாய்த் தளவிசையிட்ட நடைசார் ஒன்று உண்டு. அது கிராதி போல இடைவெளிகள் அறுத்த ஒரு சுவரினாற் சூழப்பட்டிருக்கிறது. சுவருக்கு வெளியே, சில அறைகளும் இருக்கின்றன. இவை அங்கே ஸ்நானம் பண்ணுபவரோ அல்லது மேற்பார்ப்போரோ தங்குதற்கு அமைக்கப்பட்டது போலும். இந்தக் கட்டடத்திலேதான் தண்ணீர் பொசியாதபடி வெகு தூரத்திலிருந்து எடுப்பித்த கிசில் உபயோகித்திருக்கிறது. தண்ணீர்த் தொட்டியை நிரப்புவதற்கு அண்டையிலுள்ள மூன்று கிணறுகள் உதவியாயின. தண்ணீரை இடையிடையே வெளிப்போக்குதற்கு ஒரு மூலையிலே சதுரமான துவாரமும், அதன்கீழ் வாய்க்காலும், ஒரு ஆள் உட்செல்லத்தக்க உயரமான மதகும் அமைக்கப்பட்டிருக்கின்றன. ஒருவேளை இந்தத் தொட்டி சமீபத்திலிருந்த யாதொரு ஆலயத்திற்குப் போவோர் சமயாசாரப்படி தோய்ந்து கொண்டு செல்வதற்கு வழங்கினதாகலாம்.

மொகஞ்சோதரோவிலே கண்டுபிடித்த மிகப்பெரிய கட்டடம் 242 அடி நீளமும் 112 அடி அகலமும் உள்ளது. இதற்குச் சற்றே சிறியதும் ஒன்று உண்டு. இவைகளுக்குப் பல உள்முற்றங்களும் அவைகளைச் சுற்றி அறைகளும் உள. இக்கட்டடங்கள் பெரிய வியாபார முதலாளி அல்லது தலைவனுடையவை போலும். பல அறைகளிலும் வசித்தவர்கள் கீழுத்தியோகஸ்தர்களும் வேலைக்காரருமாகலாம். முன்சொல்லிய ஸ்நானத்தொட்டிக்குச் சிறிது தூரத்துள்ளே 40 அடிச் சதுரமான ஒரு பெரிய கட்டடம் இருந்தது. அதன் கூரையைத் தாங்க இருபது செங்கற் தூண்கள் நாற்புறமும் நின்றன. அது ஒரு சந்தையாகலாம் என்பது டாக்டர் மக்கேயின் கருத்து. வேறிடங்களிலே பெரிய அறைகளும் வயிரமான தளங்களும் உள்ள கட்டடங்கள் காணப்படுகின்றன. சில தளங்களிற் சாடிகள் பதித்துவைத்த அடையாளம் கிடக்கிறது. இவைகள் தண்ணீர்ச்சாலைகள் அல்லது குடிவகைக் கடைகளாகலாம்.

ஹரப்பாவிலுள்ள பெரியகட்டடத்தின் மீதியொன்றில் ஒன்பது அடித்தடிப்புள்ள சுவர்கள் பல சமதூரத்திலுள்ளவைகளாய்ச் சோடு சோடாக காணப்படுகின்றன. சோட்டுச் சுவர்கள் 52 அடி வரையில் நீளமானவை. இக்கட்டடம் அரசினருடைய தானியங்கொண்ட களஞ்சியமாம் என்பது ஆராய்ச்சியாளர் கருத்து. மொகஞ்சோதரோவுக்கு மேற்கேயுள்ள குன்றுகளில் வசித்த அக்காலத்தார் வேறு வகையான ஒரு சீர்திருத்தமுள்ளவர்கள். அவர்களுடைய வீடுகள் பரும் காட்டுக் கற்களாற் களிமண் சாந்திட்டுக் கட்டப்பட்டன. சில குன்றவர் கோட்டைபோலக் கல் மதில்கள் எழுப்பியும் வைத்திருந்தனர். இவர்கள் மொகஞ்சோதரோ மக்களுக்குப் பன்முறையும் எதிரிகளாய் அவர்களுடைய சமாதான வாழ்க்கைக்கு இடையிடையே பங்கம் விளைவிப்போராய் இருந்தர்கள் என நம்ப இடமுண்டு.

ஊண் உடை நடைகளும் அழகுக்கலைகளும்

இன்றைக்கு ஐயாயிரம் ஆண்டுகளின் முன்னிருந்த தமிழருடைய சீவியப்பாங்கை நன்றாய் நிச்சயித்தற்கு எகிப்திலே போல மொகஞ்சோதரோவிலாவது ஹரப்பாவிலாவது போதிய சான்றுகள் இல்லை. எகிப்தியர் தங்கள் இறந்தோரின் சமாதிகளிலே அபரிமிதமாய் எழுதி வைத்தவைகளைக் கொண்டும், போட்டு வைத்த பொருள்களைக் கொண்டும் அவர்கள் சரித்திரம் மிகவும் விபரமாய் அறியக் கூடியதாயிருக்கிறது. அன்னோரைப் போல நம் தமிழர் இறந்தோரை அவ்வளவு போற்றியதாகக் காணவில்லை. இவர்கள் விட்டுப்போன உருவெழுத்து முத்திரைகளில் ஹிறஸ் சுவாமியார் வாசித்த அளவில் நாம் காணக்கிடப்பதும் மிகச் சொற்பமே. ஆயினும், பிற புதைபொருள்களிலிருந்து பொதுமுறையிற் சில விசேஷங்கள் ஊகித்தறியத் தக்கனவாயுள்ளன.

பண்டைக்கால இந்தியாவிலே வேறு தேசங்களிற் போலப் பெரிய தனவந்தரும் பரம ஏழைகளும் என்ற மிக அகன்ற பாகுபாடில்லாமல் எல்லோரும் ஏறக்குறைய சமமான சுயாதினமுள்ளவர்களாய் வாழ்ந்தார்கள் என்று சொல்லுவதற்கு மொகஞ்சோதரோ பட்டணத்தின் வீடுவாசல்கள் இடந்தருகின்றன. சாதிபேதம் என்ற கட்டுப்பாட்டிற்கு அங்கு இடமில்லை. அந்தப் பட்டணத்தார் கொடுங்கோலரசின் கீழல்ல, நகர சங்கம் போன்ற ஓர் கழக ஆட்சியின்கீழ் சீவித்தார்கள் எண்ண வேண்டும். வெளிநாட்டு வியாபாரமே அப்பட்டணத்தை

மேல்நிலைக்குக் கொண்டு வந்தது போலும். மெகஞ்சோதரோ சிந்துநதியின் முகத்துவாரத்துக்குச் சமீபத்திலும் பெருஞ் சமுத்திரத்துக்குச் சொற்ப தூரத்திலும் இருந்தமையால், அது ஹரப்பாவினும் வியாபாரத்துக்கு அதிக வாய்ப்புடையதாயிற்று. முன் பலுச்சிஸ்தானத்தின் வரண்ட தரைகளிலிருந்து வந்தவர்களே சிந்துநதிப் பள்ளத்தாக்கினர் எனில், இப்புது வாசஸ்தலத்தின் செழிப்பும் சௌகரியமும் அவர்களைச் சீக்கிரம் சீர்திருத்தத்திலே மேற்படச் செய்திருக்கும். தங்கள் பழைய இருப்பிடங்களாகிய மொசொப்பொத்தேமியாப் பகுதிப் பட்டணங்களோடு அவர்கள் என்றும் கொண்டிருந்த உறவும் போக்குவரவும் அச்சீர்திருத்தத்தை மேலும் வளர்த்திருக்கும் என்பதில் மயக்கமில்லை.

அச்சீர்திருத்தத்துக்கு அடிப்படையாயிருந்தது சிந்து சமவெளியில் மிகமிகப் பயிரான கோதுமையும் வாற்கோதுமையுமே எனலாம். இன்றைக்கும் லர்க்கணப் பிரிவிலே பயிர்செய்யப்படுகின்றதாகிய நெல்லும் ஒரு சிறிது சனங்களின் உணவாயிற்றுப்போலும். கோதுமை முதலிய தானியங்களோடு மாடு, பன்றி, ஆடு, கோழி ஆகியவற்றின் மாமிசமும் சனங்களுடைய தினசரி உணவாயிற்று என்பதை வீடுகளையடுத்த வாய்க்கால்களிலும் தெருக்களிலும் சிதறுண்டு கிடக்கும் எலும்புகளைக்கொண்டு விளங்கிக்கொள்ளலாம். ஒருவகை முதலையும் ஆமையும் அன்றிச் சிந்துநதியிற் பிடித்த மீனும் கரைத் துறைகளிலிருந்து வந்த இறைச்சியும் உண்ணப்பட்டன. பட்டணத்தவர்கள் அயற்காடுகளில் வேட்டையாடி மாமிசம் புசித்தனரெனவும் சித்திரங்களால் வெளியாகின்றது. அழிவுகளுக்குள் அகப்பட்ட பெரிய மான்கொம்புகளும் இதற்குச் சான்று. சுட்ட மண்ணுருவங்களில் நாம் காண்கின்ற வேட்டை நாய்களைப் போன்றவை வேட்டையாளருக்குத் துணைசெய்தனபோலும். மரக்கறிகளையும் பாலுணவையும் பற்றி ஒன்றும் விளங்கவில்லை. ஆயினும், அக்காலம் கீரை, கிழங்குகள் அறியப்படாதிருந்தன எனல் கூடாது. மக்களிடம் மாடுகளும் ஆடுகளும் மிகுதியாய் இருந்தன. எனவே பாலுணவுகளும் மிக வழங்கியிருக்கும் எனச் சொல்லலாம்.

சித்திரங்களின் மூலமாய் நாம் அறிகின்றபடி, ஆண் பிள்ளைகளுடைய உடை தற்காலத் தமிழர் செய்வது போல அரையைச் சுற்றிக்கட்டும் பஞ்சுத் துணியேயாயிற்று. ஒருவகை இரெட்டும் உபயோகப்பட்டதாகத் தோன்றுகிறது. மேற்பதவியிலுள்ளவர்கள் எழுத்துச் சீலையான ஒன்றைச் சால்வைபோல இடதுதோண் மேற் போட்டுக்கொண்டதாக ஒரு ஆளுருவத்திலிருந்து தெரிகிறது.

தலைமயிரிலே வெவ்வேறு மோடி காணப்படுகிறது. சிலர் மயிரைக் கட்டையாகக் கத்தரித்து மீசையையும் மழித்துக் குறுந்தாடி விட்டிருந்தார்கள். சிலர் தலைமயிரை வளர்த்துப் பின்னாற் சேர்த்துக் கட்டிக்கொண்டார்கள். பெண்கள் ஒருவிதமான பாவாடை கட்டியிருந்தனர். அரைக்குமேல் உடையின்றியிருப்பதும் உண்டு. சால்வை போன்ற ஒன்றாற் போர்த்துக்கொள்வதுமுண்டு. தலையிற் சட்டிபோன்ற ஒரு அணியிருந்தது. இது மயிர்ப்பின்னலுமாகலாம். நாட்டியப் பெண்கள் இருண்ட நிறமுள்ள ஆதிச்சுதேசிகளே போலும். அவர்களின் உருவப் பதுமைகள் உடையின்றியிருத்தலால் அன்னோர் நிருவாணிகளாய்த் திரிந்தனர் என்று எண்ண இடமுண்டு.

இக்காலத் தமிழ்ப் பெண்களைப் போலவே அக்காலத்தாரும் பலவகைப்பட்ட பூணாரங்களைப் பூண்டும் மேனியை மினுக்கிச் செயற்கையழகு செய்துகொண்டும் வந்தனர் என்பதற்குப் புதைபொருட்களுட் பல சான்றுகள் உள. உடையைச் சுருக்கிப் பிடிக்கும் பூட்டூசிகள், கொண்டையூசிகள், கண்டமாலைகள், மணிகோத்த ஒட்டியாணங்கள், அறுசரங்கொண்ட கையணிகள், உள்ளே அரக்கிட்ட கைக்காப்புகள், நெற்றிச்சுட்டிகள், காற்காப்புகள், காதணிகள், மோதிரங்கள், பலவகைக் கல் இழைத்த பதக்கங்கள் ஆகிய இவைகள் பொன், வெள்ளி, செம்பு, வெண்கலம், கொம்பு, உயர்தரக்கல் ஆகியவற்றாற் செய்யப்பட்டவை கண்டெடுக்கப்பட்டன. பொன் தகட்டாலான நெற்றிப் பட்டங்களும் இருந்தன. இவ்விதத் தகடுகளைக் கிறேத்தா தீவிலும் குருமார் அணிந்தனர். இவற்றோடு முகம்பார்க்கும் வெண்கல ஆடிகள், கண்ணுக்கு மைதீட்டும் ஊசிகள், தந்தம் முதலியவற்றாலான சீப்புகள் ஆதியனவும் இருந்தன. பெண்கள் கண்ணுக்கு மையன்றி உதடுகளுக்குச் சிவப்பும் தீட்டும் வழக்கம் உடையவர்களாயிருந்ததற்குச் சங்குதரோவில் அத்தாட்சி காணப்பட்டது என்பர். நகைகள் தனித்தனியேயன்றித் தொகையாய் வெள்ளி அல்லது செப்புப் பாத்திரங்களில் வைத்து மூடிச் சுவருக்குள் அல்லது உள்வீட்டுத் தளத்திலே புதைத்திருந்தனவாயும் காணப்பட்டன. தொகையாய்ச் சேமித்த நகைகளுக்கு உடையோர், தாங்கள் ஏதோ ஒரு காரணத்தினால் வீடுகளை விட்டு ஓடவேண்டியிருந்தவர்கள், பின்னொரு காலம் மீண்டு வந்து அவைகளை எடுத்துக்கொள்ளலாம் என்று எண்ணினார்கள் போலும். நகைகளுட் பல மிக நுட்பமான அழகு வாய்ந்தவை. அந்நாளிற் பொற்கொல்லர் பொன்வெள்ளிகளை அறவூதி விதம் விதமான ஆபரணங்களைச் செய்யும் வித்தையை அறிந்திருந்தனர். பவளம் முதலிய விலையுயர்ந்த கற்களைச்

சிறுமணிகளாக்கி அவற்றைக் கோப்பதற்கு வேண்டிய சிறு துளையை அறுத்து வைத்தமையும் மெச்சத்தக்க ஒரு வித்தையன்றோ.

பெண்கள் அணிந்த வளையல்களுள் பொன், வெள்ளி, செம்புகளாற் செய்யப்பட்டவை பணம் பண்டம் உள்ளோருடையவையும், களிமண்ணிற் சுட்டவை கீழ்த்தரமானவர்களுடையவையுமாகலாம். சங்குவளையல்களும் தொகையாய் அகப்பட்டன. இவை சிந்துவெளியார் கோடிக்கரையாரோடு கொண்டிருந்த வியாபாரப் போக்குவரவுக்கு அறிகுறியாகின்றன. கல்வகைகள் சிலவற்றை அன்னோர் தென்னிந்தியாவின் வேறு பாகங்களிலிருந்து பெற்றிருக்க வேண்டியவர்கள். கரைமார்க்கமாய் மட்டுமல்ல, கடல் மார்க்கமாகவும் அவர்கள் போய் வந்ததற்குச் சுமேரியாப் பகுதிகளில் முன்சொன்னது போல, அக்காலம் இந்தியாவிற் செய்த 'முத்திரை'கள் ஆதியன கண்டெடுக்கப்பட்டமையும் இதை உறுதிப்படுத்துகின்றது.

வீடுகளிலே பொதுவாக மரக்கட்டில்களும் மரத்தாற்செய்த அல்லது நாணலாற் பின்னிய சிறு முக்காலிகளும் இருந்தன போலும். இவைகளோடு மேசைபோன்ற பீடங்களும் வழங்கியதாக 'முத்திரை' களிற் காணும் சில சித்திரங்களால் அறிகின்றோம். உட்காருதற்கு நாணற் புற்பாய்களே அதிகமாக உபயோகிக்கப்பட்டிருக்கும் என்பர். சமையல் செய்யவும் உணவு கொள்ளவும் பானம் பருகவும் மட்கலங்கள் உதவின. செப்புக் கலங்களும் சில (மூடியோடு) காணப்பட்டன. செம்பினாற் செய்யப்பட்ட அவை இன்றைக்கும் செம்பு என்று வழங்குவதை நோக்குக. ஆயினும் சமய வழிபாட்டுக்குரியவைகள் சங்கினாலும் வெண்கல்லாலும் ஆக்கப்பட்டன போலும். மூக்குள்ளனவும் கைப்பிடி கொண்டனவுமான கலங்கள் சிலவும், மூடியுள்ள பாத்திரங்கள் கனற்சட்டிகளும் கிடைத்தன. மொசொப்பொத்தேமியாவில் வழங்கியன போன்ற காணிக்கைப்பீடக் கலங்களும் இருந்தன. இவை இரண்டடி வரையில் திரண்டுயர்ந்து மேற்பரப்பில் அகன்ற வட்டில் போலுள்ளன. சட்டிபானைகளோ அனந்தம். மொகஞ்சோதரோவில் குயவர் மிக்கக் குடியிருந்த ஒரு பாகமும் உண்டென்பது சிலரது அபிப்பிராயம். சிறுபிள்ளை விளையாட்டுக்காக அரை அங்குல உயரத்தில் வேட்கோவர் செய்திருக்கின்ற மட்கலங்கள் பார்ப்போருக்கு ஆச்சரியத்தை விளைக்கும். குழந்தைகளை மகிழ்விக்கும் பொருட்டு அப்பட்டணத்தார் சேர்த்து வைத்திருந்த பொருள்களும் பல. தந்தத்தால் அல்லது சிப்பி முதலியவற்றாற் செய்த உணவூட்டிகள், மண்மாடுகள், கூடாரவண்டிகள், பந்துமாதிரிக் கிலுக்கிகள், ஊதுகுழல்கள், நாய், குரங்கு, ஒற்றைக் கொம்பன், பறவைகள் முதலியவற்றின் உருவம்

பண்டைத்தமிழர் ✦ 119 ✦

போலச் செய்யப்பட்ட சிறு பதுமைகள், தலையசைக்கும் எருதுகள் ஆதியாய்ப் பல விளையாட்டுச் சாமான்கள் எடுக்கப்பட்டன. வண்டி மாடுகளின் உருவங்கள் அக்காலத்தார் போக்குவரவுக்கு உபயோகித்த மாடு வண்டிகளைக் காட்டுகின்றன. இவற்றோடு பலவகைப்பட்ட ஆயுதங்களும் இருந்தன. வேட்கோவரின் உருளைகள், மெருகிடும் கருவிகள், மழிக்குங் கத்திகள், புரிமணைகள், எலிப்பொறிகள், அம்மி குழவிகள், எந்திரக்கறகள், உரல்கள், பலவகைக் கைவிளக்குகள், இடைவாள்கள், அரிவாள்கள், ஈட்டிகள், வேல்கள், அம்புமுனைகள், கோடரிகள், வாய்ச்சிகள், உழுகலங்கள், தூண்டில் முட்கள் ஆகியன இருந்தன. அரிவாள்கள் வெளியே வளைந்தவைகளாய்ப் பல்லுள்ளனவாயிருந்தமை வேறு பழங்காலப் பொருள்களுள் இல்லாத ஒரு விசேஷம். இவைகள் சங்கறுக்க உதவின எனத் தோன்றும். தராசு படிகள் சரி அளவுள்ளவைகளாய்க் கல்லில் அழுத்தமாய்ச் செய்தவை ஏறக்குறைய எல்லா வீடுகளிலும் காணப்பட்டன. சொக்கட்டான் ஆடுங் கருவிகளும் விசேஷக் குறிப்புக்குரியவை. ஆரியருடைய இருக்குவேதத்திலும் காட்டியிருக்கின்ற இவ்விளையாட்டு இந்தியாவிலிருந்தே ஐரோப்பாவுக்குச் சென்றது என்பது ஒரு தலை. இது சிந்துவெளிச் சனங்கள் காலத்திலேயே ஆரம்பித்திருந்தது போலும். அப்பால் சனங்களுடைய பொழுதுபோக்குக்காகக் கோழிச்சண்டை, எருத்துச்சண்டைகளும் நடந்தன. இப்பிந்தியது கிரேத்தா தீவினருடைய ஒழுக்கமொன்றை நினைவூட்டுகின்றது. பிற்காலம் ஏறுதழுவல் என்று தமிழருள் நடந்த இது இபேரியா எனும் இஸ்பானியாவில் இன்றைக்கும் காணப்படுகின்றது.

இனி, அழகுக் கலைகளை நோக்கின் சிந்துவெளி மக்கள் கூத்தோடு சங்கீதமும் பயின்று வந்தனரென்று அறிகின்றோம். நாட்டியப் பெண்களின் உருவங்களைப் பற்றி முன்னரும் சொன்னோம். தாளம் குறிப்பதற்குத் தோற் கருவிகளும் நரம்புக் கருவிகளும் அக்காலத்திலேயே உண்டாகி விட்டன போலும். சுட்ட மண்பதுமை ஒன்றிலே தோளிலிருந்து தொங்குகின்ற ஒரு மேள வகையைக் காண்கின்றோம். இரண்டு 'முத்திரை'களில் இருமருங்கும் தோல்பூட்டிய மிருதங்கம் மாதிரியான ஒன்று காணப்படுகின்றது. தற்கால வீணையின் முன்னோடியான ஒரு நரம்புக் கருவியின் சாயல் உருவெழுத்துக்களில் விளங்குகிறது என்பர் சில்லோர். ஒரு கைத்தாளமும் கண்டெடுக்கப்பட்டது.

சிற்பத்திலும் கொத்து வேலையிலும் ஓவியத்திலும் சிந்துவெளியாரின் தேர்ச்சி தனிச்சிறப்புடையது. அன்னோரது

சிற்பத்திறமை நகரமைப்பின்கண் நன்றாக வெளிப்பட்டுள்ளது. 'முத்திரை'களிலே காணும் அவர்கள் சித்திரங்கள் சில மிகத் திறமையாய்ச் செய்யப்பட்டன. ஸர்.யோன் மார்ஷல் முன் நாம் குறித்த நமது மூன்று காண்டங்களிலும் புற மட்டையில் எடுத்து வரைந்திருக்கின்ற எருத்து உருவம் அன்னோரது சித்திரத்திறமைக்கு ஒரு நல்ல உதாரணம். ஹரப்பாவிலே கண்டெடுத்த சுண்ணக்கல்லுப் பிரதிமை ஒன்று மிகத் திருத்தமாய்ச் செதுக்கப்பட்டது. களிமண்ணிற் பிடித்துச் சுட்டும் மெதுவான கல்லில் வெட்டியும் செய்த மிருக, பட்சியுருக்கள் சில மிக அழகு வாய்ந்தவை. இவ்வித உருவங்களை மேஸ்திரிமாரல்லாத பலராலும் வெட்டியிருப்பாராதலால் அத்துணைத் திருத்தமில்லாத பதுமைகளும் பல காணப்பட்டன. வெண்கலத்தில் உருக்கி வார்த்த ஒரு எருமையுருவும் நாட்டியப்பெண் பதுமையும் அக்காலத்தாரது சித்திரவன்மைக்கும் அறியப்பட்ட லோகங்களில் வேலை செய்யும்திறமைக்கும் அத்தாட்சி.

சிந்துவெளியாருடைய மருத்துவம், கணிதம், வானசாத்திரம் என்ற கலைகளைப் பற்றிய சான்றுகள் இதுவரையில் அதிகமாய்க் கிடைக்கவில்லை. கிடைத்த கலைமான் கொம்புகளும் கடல்நுரை எனும் கணவாய் ஓடுகளும் ஒரு வேளை மருந்துக்கு உபயோகமாயினவாகலாம். அங்கே காணப்பட்ட சிலாசத்து வகையும் இன்று போல அன்றும் மருந்தாகியிருக்கலாம். அப்படியாயின் ஆயுர்வேதம் எனும் இந்திய மருத்துவ முறை சிந்துவெளியாருக்குள்ளேயே தொடங்கப்பெற்றது எனவேண்டும். கணிதத்தையும் வானசாத்திரத்தையும் பற்றிய குறிப்புகள் ஒருவேளை 'முத்திரை'களின் மேலெழுத்துக்களை நிச்சயமாய் வாசிக்க வசதியேற்படும் போது அறியப்படலாகும். ஹிறஸ் சுவாமியார் அவற்றை வாசித்த அளவில், சிந்துவெளியார் இராசி மண்டலத்தை அறிந்திருந்தார்களென்றும் அவர்கள் கைக்கொண்ட இராசிகள் பன்னிரண்டு அல்ல எட்டு என்று தோன்றும். எகிப்தியருள் ஆதியில் பன்னிரண்டல்ல, எட்டு மாதங்களுக்குரிய எட்டுத் தெய்வங்களே இருந்தன என எறொடொத்துஸ் எழுதிவைத்தது இங்கு கவனிக்கத்தக்கது. மோகஞ்சோதரோவில் சூரியன் ஒவ்வொரு இராசியினுள்ளும் செல்ல ஏழுவிடுதிகள் உண்டானமையிலிருந்து சூரியனோடு ஒற்றுமையாக்கப்பட்ட ஆன்மாக்களுக்கும் ஏழுபிறவி உண்டென்ற கொள்கை எழுந்ததென்றும், இப்பிறவிக் கொள்கை அந்நாளிற் சிந்துவெளியாரிடத்திலிருந்தமைக்கு 'முத்திரை'களிற் சான்று உண்டென்றும் ஹிறஸ் சுவாமியார் சொல்லுகின்றார். அதுமட்டோ!

அவர் கூற்றின்படி மொகஞ்சோதரோவில் வானசாத்திர உப்பரிகை போன்ற நிலையம் ஒன்று இருந்ததாகவும் தோன்றும். அப்பட்டணத்தார் சௌரமான முறையிற் கணித்துவந்ததாகவும் சில அறிஞர் கூறுகின்றார்கள். சிந்துநதிப் பெருக்கு நியதமான காலங்களில் நடந்து வந்தமையால் அன்னோர் அப்பெருக்குகளைக் கணக்கு வைக்கும் பொருட்டு மாதந் திகதிகளைக் கணிக்க வேண்டியவர்களாவதும் இயல்பே. பட்டணத்தின் வீடுகளுக்கு நிலையம் பிரதான திசைகளை நோக்கிச் சரிவர எடுக்கப்பட்டிருத்தலைக் கொண்டு, அன்னோருள் வானகோளங்களைப் பற்றிய அறிவு ஒருபடித்தாய் இருந்திருக்க வேண்டுமெனவும் அறிஞர் ஊகிப்பர்.

பண்டைக்காலத்துச் சுமேரியரையும் எகிப்தியரையும் சேர்ந்தோராயிருந்து, பின் இந்தியாவினுள் வந்து அன்னோரைப் போலச் சீர்திருத்தத்தில் மேம்பட்டு விளங்கிய தமிழர், தங்களது பழைய இனத்தவர்களோடு கடல்மார்க்கமாய்த் தொடர்புகொண்டொழுகினமைக்குச் சான்றுகள் பல உள. எகிப்தியர் சீர்திருத்தத்தில் ஏலவே முன்னேறி முதன்முதல் மரக்கலங்களைச் செய்தோர் என்பது சிலர்கருத்து. அங்ஙனமாயின், தமிழர் எகிப்தியரிடத்திருந்து தொன்று தொட்டே கடலோடும் வித்தையைக் கற்றிருக்கலாம். எகிப்திய நாகரிகத்திற் பங்கு பற்றிய கிரேத்தா தீவாரும் பினீசியரும் முற்காலம் பிரதேசக் கடலோடுதலிற் பிரக்கியாதி பெற்றவர்கள் என்ப. இருபாலாரோடும் தமிழருக்கு உள்ள தொடர்பு இன்றைக்கு அறிஞர்களால் ஒத்துக்கூறப்படுவதை முன்னர்க் கண்டோம். தமிழருள் ஒருசாரார் தங்கள் தாய்நாட்டினின்று கரையையடுத்துக் கடல்மார்க்கமாய் வந்து இந்தியாவை அடைந்திருத்தலும் கூடும். ஆகவே, அன்னோர் இங்கும் கடலோடிகளாக விளங்கினமை ஆச்சரியமாகாது. ஆரியர் பண்டை நாளிற் கடலையும் மரக்கலங்களையும் ஒருவாறு அறிந்திருந்தனர் என அவர்களது இருக்குவேதம் காட்டியிருப்பினும், அவர்கள் தாங்களே கடலோடிகளாயிருந்ததற்குச் சான்றில்லை. அன்னோர் கடலையும் கப்பலையும் பற்றிச்சொல்லுவன அவர்கள் புதியவாய் அறிந்தவற்றை ஆச்சரியத்தோடு விபரிப்பதைக் காட்டுகின்றன என்பர். தமிழர்மட்டிலோ திரமிளர், திரையர், திமிலர், பரவர் எனும் அன்னோர் பெயர்களும் மரக்கலத்துக்கு அவர்கள் அன்றுதொட்டு வழங்கிய ஓடம், தோணி, மிதவை, அம்பி, திமில், மரம், கலம், கப்பல், நாவாய் முதலியசொற்களும் அவர்கள் ஆதிதொட்டே கடலோடு சம்மந்தப்பட்டவர்கள் எனக் காட்டுமன்றோ.

2. பூனையும் பூசையும்

பாஷைகள் எல்லாம் ஆதியிலே ஒரு சில சொற்களை மட்டில் உடையனவாயிருந்து, படிப்படியாகவே பல்லாயிரம் சொற்களைப் பெற்றன என்றது மொழிநூல் என்னும் சாத்திரத்திற் பயின்றவர்கள் சம்மதித்துக் கூறுகின்ற ஓர் உண்மை. அப்பால், முன் இருந்த சில சொற்கள் தாம் மாறியும் விரிந்தும் ஒன்றோடொன்று கூட்டுண்டும், இன்று நாம் கையாளுகின்ற பல சொற்கள் ஆயின என்றது மற்றொரு உண்மை. இம்மாற்றம் ஆதியனவற்றை ஆராய்ந்து கூறுவதுதான் மொழிநூல். மொழிநூல் வேறு, இலக்கணநூல் வேறு. முன்னையது தனிச்சொற்களின் இயல்பையும், அவை தம்முள் அடையும் மாற்றங்களையும் கூறும். பின்னையது சொற்கள் ஒன்றோடொன்று கூடும்போது முன்னிலை, இறுதிநிலைகளில் கொள்ளும் விகாரங்களை எடுத்தோதும். தமிழில் தொல்காப்பியம் முதலாகப் பல இலக்கண நூல்கள் எழுந்துள்ளன. மொழி நூல்களோ சமீபகாலத்தில் மட்டும் வெளிப்படத் தொடங்கியன ஆகும். மாகறல் கார்த்திகேய முதலியார் இயற்றிய மொழிநூல் (1913) இந்த நிலையில் முதன்முதற்செய்த பிரயத்தனமாய் மேலும் பல திருத்தங்களுக்கு இடனாய்க் கிடக்கின்றது. டாக்டர். P.S.சுப்பிரமணிய சாஸ்திரியார் சென்ற வருஷம் வெளியிட்ட 'தமிழ்மொழிநூல்' உண்மையில் இலக்கண ஆராய்ச்சி நூலே அன்றி மொழிநூல் ஆகாது. எனது 'தமிழ் அமைப்புற்ற வரலாறு'(1927) 'தமிழ்ச் சொற்பிறப்பு ஆராய்ச்சி' (1932) எனும் இரண்டும் யதார்த்தமான மொழிநூலினுக்கு உரிய அத்திவாரங்களை இட்டன எனச் சொல்லலாம். மேற்கட்டிடம் மெல்ல மெல்லக் கிளம்பவேண்டியதாகும்.

இவ்வளவையும் முன்னுரையாக வைத்து, இனி, 'பூனையும் பூசையும்' என்ற எமது விஷயத்தை ஆராயக்கடவோம். பூசைச் சொல்லில் நின்றே பூனைச்சொல் எழுந்தது என்று யான் சொல்லிவிடின், இதன் புதுமையை நோக்கி, இதைப் படிப்போர் சிலர்

நகைத்தலும் கூடும். பத்திரிகைகளை வாசிப்போர் குதூகலங் கொள்வதும் நன்றுதான். ஆயின், ஆராய்வோடு வாசிப்பின், முன்பு எள்ள வேண்டியதாகத் தோன்றியது. பின்பு கொள்ள வேண்டியதாக வரும். இனி, பூனைச்சொல்லின் உற்பத்தியை அறிதல் வேண்டுமாயின், பழந்தமிழை ஆராய்தல் வேண்டும். பூர்வ இலக்கியங்களில் அது பூசை என்றே காணப்படுகிறது. 'வெவ்வாய் வெறுகினைப் பூசை யென்றல்' பழங்காலவழக்கம் என்பர் தொல்காப்பியனார் (பொருள்.624). இப் பூசைச் சொல்லைக் கம்பநாட்டாழ்வாரும் எடுத்து வழங்கிப் 'பாற்கடலுற்றொரு பூசை முற்றவு நக்கு புக்கென' எனப் பாடினார். இதனை அடியொற்றி, வீரமா முனிவரும் தமது 'தேம்பாவணி'யில் 'அமிர்தமுடை கடலென்ன நண்ணிப் பூசையுற்றதனை நக்கப் புக்கென' என்று வருணித்தார். ஏலவே தமிழினின்றும் பிரிந்துபோய் விட்ட மலையாளத்தில் இப்பழஞ்சொல் பூச்ச என நிற்கின்றது. தமிழிலும் பூச்சை என வழக்கு உண்டு. இனி, நமது மொழியில் சகரம் ஞகரமாய் மாறுதல் இயல்பாதலால், இப் பூசைச்சொல் பூஞை எனவும் வரலாயிற்று. 'பூசை அலவன் விருடகம் பூஞை' என்பது பிங்கலந்தை (208). பூஞை தான், ஈற்று ஞகரம், தன் இயல்பின்படி னகரமாகி, பூனை என்றாயிற்று எனக் கண்டுகொள்க. பழந்தமிழாகிய மலையாளத்தில் எமது '(இ)யான்' ஞான் என நின்று, பின் தமிழில் 'நான்' என்றதில் ஞகரம் நகரமாவதைக் காணலாம். 'யாத்தல்' ஞாத்தல் எனவும், நான் ஞான் எனவும், மறுபக்கத்தில், 'ஞாயிறு' இழிசனர்வழக்கில் நாயிறு எனவும் வருதல் நோக்கத்தக்கது. இவ்வாறே முன் பூசை என்றிருந்த சொல் தற்காலம் பூனையாகி விட்டமை காண்க.

இனி, பூசை என்ற பெயர் இற்புலிக்கு வந்தது எவ்வாறு எனவும் ஆராய்வது மொழிநூலாளர் கடனாம். பூசைச்சொல்லிற்கு உற்பத்தி 'பூசுதல்' என்று அறிவது பலர்க்கு வினோதம் பயக்கும். பூசுதல், 'தடவுதல்' என்ற அர்த்தம் உள்ள ஒருசொல். பொருட்களில் புறப்பாடாகத் தோன்றும் குணங்களைக் கொண்டுதான் ஆதியில் அவ்வவற்றுக்குப் பெயர் இடப்பட்டது என்றல் சொல்லாராய்ச்சியால் முடிந்த முடிபு அன்றோ? தன் முகத்தையும் பிறவிடங்களையும் அடிக்கடி தடவிக்கொள்ளுதல் பூனையிடம் புறப்பாடாய் உள்ள ஒரு குணம். இதனைக்கொண்டு அப்பிராணி பூசை எனும் பெயர் அடைந்தது எனத்தோன்றுகின்றது. வடமொழியில் பூனையின் பெயர்களில் ஒன்று 'மார்ஜார' என்பது. இதற்குப் பொருள் 'தடவித் துடைப்பதுதான்'. துடைத்தல் எனும் பொருளுள்ள மார்ஜ், அல்லது ம்ருஜ் எனும் அடியில் நின்று மார்ஜாரச் சொல் பிறந்து, அடிக்கடி

துடைத்துக்கொள்ளுகின்ற பிராணிக்குப் பெயராயிற்று என்பது சம்ஸ்கிருத அகராதிகாரரின் கொள்கையுமாம்.

அப்பால், பூசுதல் என்ற சொல் எவ்வாறு எழுந்தது எனவும் ஆராய்வோம். இவ் ஆராய்ச்சி சற்றே விரியும். ஆயினும், வாசிப்போர்க்கு மகிழ்ச்சிதராமல் விடாது. பூசுதற் சொல்லின் அடியைக் காண நாம் பசைச்சொல்லினை நோக்குதல் வேண்டும். அதை விவரித்துச் 'செந்தமி'ழில் *(xxviii393-4)* முன்னொரு முறை யான் எழுதியதை இங்கு அநுவதிக்கத்தகும். 'செந்தமிழ்' நூல்களிற் பசை எனும் ஓர் வினையடி காணப்படும். பசைதல் = பற்றுதல். 'பசைதல் பரியாதா மேல்' (நாலடி). உண்மையில் பசை, பற்று எனும் உருவங்கள் இரண்டும் நச்சு (நசை), நத்து ஆதியன போல அடு, அத்து என்றற்றொடக்கமான முதற்சொல்லடிகளின் விகாரமேயாம். (தமிழ் அமைப்புற்ற வரலாறு 4 ஆம் அதிகாரம் காண்க). பசைதலையும் பற்றுதலையும் ஒப்புநோக்கிக் காணுமிடத்து, கடுமையின் மறுதலையாய், ஒட்டும்பெற்றிவாய்ந்ததாய் இருக்கும் நீர்த் தன்மையோடு கூடிய இளக்கமே பசையாம் என வெளிப்படும். ஈரப்பசை, ஈரப்பற்று எனும் வழக்குகளையும் ஒப்பிடுக. பசைச் சொல்லினுக்கு இதுவே ஆதி அர்த்தமாமென்பது அந்நிய மொழிகளின் சொல்வழக்குகளாலும் இனிது வலியுறுத்தப்படும். ஆரியத்தில் இது பச், பஸ் என, 'தொடுத்தல்', 'கட்டுதல்', 'அன்பு (அண்பு) கொள்ளல்' ஆதிய பொருள்தரும். லத்தீனில் *pango* இறுக்குதல், 'கட்டுதல்' *paciscor* 'தளராது நாட்டுதல்', *pac-o* ஒன்றுகூடல் என நிற்கும். அம்மொழியின் *pax* 'உறவாடல்' எனும் சொல்லும் எமது பசைதல் என்னும் சொல்லும் ஒப்பு நோக்கி மகிழத்தக்கன. இத்துறையை விரிப்பின் வரம்பின்றி ஓடும். இதுகிடக்க, பசைச் சொல்லே பிசை என நிற்கின்றவழி, யாம் எடுத்துரைக்க விரும்புவது இதைப் படிப்போர்கட்கு எளிதிற் புலனாகும். பிசைதல் = நீர்த்தன்மையான பொருளைக் குழைத்தல். பிசைச்சொல் பிசின் என நின்று பசைத் தன்மையுள்ள சாம்பிராணியையும், பசைவிசேடத்தையும் குறிக்கும். பிசினி = பசை. இனி, பிசினியும் பிசுனமும் பஞ்சைக் குறித்தலுமொன்று. பஞ்சுச்சொல்லும் பசைச்சொல்லின் விகாரமேயாம். இளக்கமாய் (பசை), மிருதுவாய் உள்ளது பஞ்சு. பிஞ்ஜ், பஞ்ஜி எனும் ஆரியச் சொற்களையும் ஒப்புநோக்குக. பிசினும் பசையும் ஒருசொல்லே என்பதை மேலும் உய்த்துணரவேண்டின், பிசினே பயின், பயிர்ப்பு என இலக்கியங்களில் நிற்றலைக் காண்க. 'கப்பிணர் மரத்திற் காலும் பயினதாய் (திருவிளை. இந்திரன் பழி. 13) பலகோட் பலவின்

பயிர்ப்புறு தீங்கனி' (கலித். 50). எமது பசை, பிசின் என்னும் சொற்கள் லத்தீனில் பிக்ச் (*pix*) கிரேக்கத்தில் பிஸ்ஸ (*pissa*) வடமொழியில் பீது (தாரு) எனப் பிசினை, பிசின்மரத்தையும், லத்தீனில் *ping-ere*, வடமொழியில் பிந்ஜ் எனப் பசை (வர்ணம்) பூசுதலையும் காட்டும் சொற்கட்கு அடியாய் விளங்குதலையும் அறிந்து மகிழ்க. (தொல்காப். சொல் 308. காண்க).

'பசைதல்' பிசைதலாய் வந்ததைக் கண்டோம். 'பிசைதல்', 'பீச்சுதல்', அதாவது தடவிப் பால்கறத்தல் எனும் சொல்லின் ஊடாய்ப் பூசுதல் என வந்ததுபோலும். ஆங்கிலத்தில் பால் கறத்தல் எனும் பொருள்கொண்ட (*Milk* எனும்) வினைச் சொல் ம்ருஜ் எனும் தடவுதற் பொருள் உள்ள வடமொழி அடியினின்று பிறந்தமையும் நோக்கத்தக்கது. ஈகாரமும் ஊகாரமும் தம்முள் மாறி வழங்குவது இயல்பு. 'பீளை' பூளை என வந்தமை காண்க. ஆகவே பீச்சுதல் (தடவுதல்) தான் பூசுதல் (தடவுதல்) என வந்தது என்று கொள்ளலாம்.

பொருளளவில் (உருவத்தளவில் அன்று) பீச்சுதலோடு ஆங்கில *Milk* மில்க்கு-தலை ஒப்புநோக்கலாம் என்றேன். இம்மில்க் எனும் சொல்லும் ம்ருஜ் எனும் வட சொல்லும் ஒன்றே என்பது ஐரோப்பியமொழி நூலாளர்க்கெல்லாம் சம்மதம். இனி, எம் தமிழ் அடிகள் ஐரோப்பிய பாஷைகளுக்கும் அடிகளாம் என்பது எனது மதம் அன்றோ. அதற்கு இதிலும் ஒரு சான்று இருக்கின்றது. மில்க், ம்ருஜ் எனும் சொற்கள் எவ்வாறு உண்டாயின? எமது மெழுக் (மேல்) எனும் வழியடியே அச் சொற்களுக்குப் பிறப்பிடம். சாணி ஆதியவற்றைத் தடவுதலே மெழுகுதலாம். 'முகிண்முலை மெழுகிய சாந்தின்' (கம்பரா.பிணிவீ.53). 'பூசி மெழுகுதல்' என்ற தொடரையும் கவனிக்க. மெழுகுதலே மில்க் - உதல் ம்ருஜ் - உதல் என வந்தன என்று தமிழ் ரீதிப்படி எழுதிக்காட்டலாம். ம்ருஜ் எனும் வடசொல்லினின்று மார்ச்சாரம் (பூனை) வர, அச்சொல்லின் வேறொரு உருவத்தினின்று *Milk* (பால்) வர, பூனைக்கும் பாலுக்கும் பெருங்கொண்டாட்டம் உண்டாயிருத்தலும் ஒரு விநோதம். அப்பால், மேல் தடவப்படுவதினால், தேனீ சமைத்த 'பிசி'னுக்கு மெழுகு எனும் பெயர் வந்தது. மெழுகை வட மொழியில் மாசிக என வைத்து அதற்கு மஷ் என ஒரு அடியும் பிறப்பிப்பர். மஷ் (தேனீ, நுளம்பு) எமது மெழுகில்நின்றே எழுந்ததுபோலும். மசக எனும் சொல்லும் அப்படியே எனலாம். அப்பால், மெருகு எனும் சொல் மெழுகின் திரிபாம். மெருகிடுதல் = தடவித்தடவி அழுத்தமாக்குதல். மெழுகு என்பதில் மேல் எனும் அடியின் லகரம் ழகரமாயிற்று. மெருகு என்பதில் அந்த

மூகரம் ரகரம் ஆயிற்று. வடமொழி ம்ருஜ் எனும் சொல்லில் மெழுக் என்பதின் மூகரம் றகரமும், ககரம் ஜகாரமும் ஆயின. இவையெல்லாம் மொழிநூல்விதிகளுக்கு ஒத்த மாற்றங்களே.

இனி, கசிதல், குழைதல் எனும் அர்த்தமுள்ள பொசிதல் எனுஞ் சொல்லும் பிசைதலோடு ஒப்புநோக்கத்தக்கது. நீர்த்தன்மையுள்ள பொருளை யாதேனுமொன்றின் மேல் தடவுதல் 'பூசுதல்' என வந்து, பின் கேவலம் கையால் தடவுதலும் பூசுதல் ஆயிற்றுப் போலும். மேற்காட்டிய பிசினை ஒத்த (கடிது எனும்) லத்தீன் சொல்லில் நின்று *Pingre* எனவும், வடமொழியில் பிஞ்ஜ் எனவும் பூசுதல் அர்த்தமுள்ள வினைகள் பிறந்தன அன்றோ? அவ்வாறே பிசை எனும் அடியாய் பூசுதல் பிறந்தமையும் ஒப்பத்தக்கதேயாம். பூசைச்சொல்லின் சரித்திரத்தைப் பின்வருமாறு சூசிப்பிக்கலாம்: - அத்து - பசை- பிசை - பீச்சு - பூசு - பூசை. எமது பூசை எனும் பூனைப் பெயர் பிராகுயிபாஷையில் பிஷ்சி எனப்படும். மூண்டா எனும் வடக்கிந்தியபாஷையில் பூசீ; பலுச்சிஸ்தானியில் பூஷீ: திபேத்பாஷையில் பிசி; ஆப்கானிய பாஷையில் பிசோ; பார்சிகத்தில் புஷக் - போஷக்; ஐரோப்பிய பாஷைகளில் *Puss* முதலிய உருவங்களுண்டு. இவற்றை ஒலிக்குறிப்பு என்பர் சிலர். இச் சொற்கள் பூசையோடு உறவு கொண்டனவாயின் அவர் கொள்கை தவறாகும்.

பூசுதலில் (தடவுதலில்) நின்று பூனையின் பூசைப்பெயர் வந்தது என்றால், ஆலயங்களிலே செய்யும் பூசையும் பூசுதலில் நின்று பிறந்ததா? ஆம் என்பர் ஆராய்ச்சியாளர் சிலர். தெய்வத் திருவுருவங்களைச் சந்தனம் தைலம் முதலியவைகளால் பூசிப் புணர்த்துதல் ஓர் காலம் முக்கியமான ஆலய வழிபாடாய் இருந்தது. ஆயின், அதுதான் பூசை என்று வந்ததாகலாம். வடமொழியில் நமது பூசுதலோடு சம்மந்தப்பட்ட (*bhush* எனும்) வினை அலங்கரித்தலைக் குறிக்கும். தமிழ்ப் பூசுதலும் அலங்கரித்தற் பொருளுள்ளது. 'பூசுறு பரிதியிற் பொலிந்து தோன்றினான்' (சீவகசிந். 953). வடமொழியில் பூஜ் எனும் வினை திருமுன்பாகப் படைத்தலையே ஆதிப்பொருளாகக் கொண்டது போலும். 'ரத்நை பூஜயேத் ஏநம்' 'இரத்தினங்களை அணிவித்து வணங்கல் வேண்டும்'. தமிழிலும் அடியார் திருவமுது செய்வித்தல் பூசை எனப்படும் அன்றோ. இவ் அர்த்தத்தில் பூசைச் சொல்லோடு புசித்தல் (வட. *bhuj*) போசனம் (*bhojana*) எனுஞ் சொற்களையும் ஒப்புநோக்கத்தகும். பிசைதலினின்று பிசைந்து உண்ணுதலாகிய புசித்தல் வந்ததாகலாம். இது 'அப்பம் பிட்டல்' எனும் அர்த்தமுள்ள ஒரு தொடர் எபிரேயருள் சாப்பிடுதலைக் குறித்தது போல

ஆகும். இவற்றால், பூசிப் புணர்த்துதல்தான் பூசை ஆயிற்று எனத் தோன்றும். பூசிப் புணர்த்தப்படுவோர் பூச்சியமானோர் (சங்கைமான்கள்), என வருதலும் இயல்பே. 'பூச்சியம்' வடமொழிப் பூஜ்ய எனும் சொல்லினின்று வருவது. ஆயின் எவ்விடத்தும் சங்கைமான்களைக் காண்பது அரிதென்றமையால், பூச்சியச்சொல் அருமைக்கும், அப்பால், இன்மைக்கும் பெயராயிற்று. இனி, பூச்சியச் சொற்கு அடி பூசுதல்தான் என்றது விளங்க, அது மேற்பூச்சுக்கும் பெயராயிற்று. பூச்சியம் = குற்றம் முதலியவைகளை மறைத்தல் அல்லது 'பூசி மெழுகி விடுதல்'.

அப்பால், பூசைச் சொல்லினின்று பூசாந்திரம், போசக்கை எனும் சொற்களும் கிளைத்தன. பூசாந்திரம் = அருமை பண்ணுதல், ஓர்வகைச் சேலை, ஓர்வகைக் கடுக்கன். போசக்கை = பூசுகை, மேற்பூச்சு, போலிவேலை. போசக்கையை யாழ்ப்பாணத்தில் 'பூசுகை' என்றும் வழங்குவர். அதன் உற்பத்தி இதுவே என்றது நன்றாக விளங்குகிறது.

இனி முடிப்போம். பூனையும் ஆலய பூசையும் சொல் உற்பத்தியளவில் ஒன்றாயினும், காரியத்தளவில் எத்துணையோ தூரமானவைகள்! தெய்வ உருவச்சிலைகளுக்கு உரிய அபிசேகாதிகளோடு கூடிய பூசைக்கு இற்புலியாகிய பூசை உபகாரமாகாது என்றதை விளக்கி அன்றோ: 'கோவிற் பூனை தேவரை மதியாது' என்ற பழமொழியும் எழுந்துள்ளது!

3. பனையின் பெயர்கள்

தொல்காப்பியத்து மரபியலில் (85) 'புறக்காழனவே புல்லென மொழிப' எனும் சூத்திரத்தில், புல்லும் மரமும் எனும் இரு சொல்லின் உற்பத்தி ஒருவாறு கூறப்பட்டிருத்தல் நோக்கத்தக்கது. இச்சூத்திரத்துக்கு நச்சினார்க்கினியர் பின்வருமாறு பொருள் கூறுவர்: 'புறத்துக் காழ்ப்பு உடையனவற்றைப் புல் எனவும், அகத்துக் காழ்ப்பு உடையனவற்றை மரம் எனவும் சொல்லுப. புறக்காழன எனவே அல்வழி வெளிறு என்பது அறியப்படும். அவை, பனையும் தெங்கும் கமுகும் முதலாயின புல் எனப்படும். இருப்பையும் புளியும் ஆச்சாவும் முதலாயின மரம் எனப்படும்' என்கின்றார்.

புறத்தே வைரம் உள்ளனவாய், உள்ளே ஓட்டையாகுந் தன்மையான சொற்றியைக் கொண்டனவாய் இருக்கும் தாவரங்களைப் 'புல்' எனவும், வெளியிற் சொற்றியாய் உள் வைரமாயிருப்பனவற்றை 'மரம்' எனவும் பெயரிட்டு வழங்கியதில், பொருள்களின் இயல்பை அவதானித்து அவற்றிற்குத் தக்க பெயரிடும் வன்மை காணப்படுகின்றது. உண்மையில், புல் எனும் சொல் உட்டுழையைக் காட்டுகின்ற ஓர் அடியிலும், மரம் எனும் சொல் வைரத்தைக் காட்டுகின்ற ஒரு அடியிலும் நின்றே பிறந்தன என நாம் அறிவோம். இச்சிறு கட்டுரையில், புல் எனும் சொல் எழுந்த வரலாற்றை முதலிற் பார்ப்போம்.

புல் எனுஞ் சொல்லைச் சிங்களத்தில் பொல் என வைத்துத் தெங்கின் பெயராகச் சொல்லுவர். சிங்களத்தில் இதுபோன்ற வேறு பல பழந்தமிழ்ச் சொற்கள், பழைய உச்சரிப்பின்படி போலும், இன்றைக்கும் நிலவுகின்றன. பிற்காலத் தமிழினின்று போய்ச் சிங்களத்தில் கலந்தன எனச் சொல்லக்கூடியன, தட்டுகரணவா, உஸ்கரணவா முதலிய ஒரு முந்நூறு நானூறு சொற்களே. ஆயின் எலிய (வெளிச்சம்) எலு (= எலி, யாடு) கொணா (= குடம், பசு, மாடு) ஆதிய பன்னூறு பழஞ்சொற்களும், ஓஹு (உவன் = அவன்) ஆதிய பிரதிப் பெயர்களும் அதிற்

காணப்படுகின்றன. நம் இலங்கையில் இருந்த பழந்தமிழர்களே சிங்களத்தை ஆக்கிக் கொண்டு தாங்களும் சிங்களர் ஆனார்கள். முந்திய தமிழர் வைத்த ஊர்ப்பெயர் காணிப்பெயர்களையே நாம் இன்றைக்கும் வழங்கிக்கொண்டு அவற்றைச் சிங்களப்பெயர்கள் என்கின்றோம். ஒரு உதாரணம் மாத்திரம்:- எத்தனையோ காணிப் பெயர்களின் ஈற்றில் 'வத்தை' என வருகின்றதன்றோ? 'வத்தை' எனும் சொல், இன்றைக்கும் தஞ்சாவூர் முதலிய சில இடங்களில் வழங்குகின்ற வட்டம் என்பதே. வட்டம் = தோட்டம்; இக்காலத்து வளவு (= வளைவு = அடைப்பு) என்பதும் வட்டமும் பெயரளவில் ஒன்றுதான். வத்தையின் வேலியைச் சிங்களர் வய்ற்ற என்கின்றார்கள். வட்டம், வட்ட, வய்ற்ற, வத்த, வத்தை எனச் சொல் திரிந்து வந்ததைக் காண்க. இவ்வாறே பழந்தமிழ் வட்டம், தமிழ்ச் சொல் சிங்களத்தில் வத்தையாகி வந்து, இன்றைக்கும் யாழ்ப்பாணத்திற் தமிழரால் காணிப்பெயர்களில் எடுத்தாளப் படுகின்றது! உண்மை எவ்வாறு எனில், ஒரு காலம் பழந்தமிழ் ஒன்றேயாயிருந்து பின் பாகதங்களாய்ப் பிரிந்துபோன பொழுது, இலங்கைத் தமிழ், சிங்களம் எனும் பாகதம் ஆயிற்று. சிங்களத் தீவிற்கு ஸ்ரீஈழம் என்றும் உற்பத்திக் கூறுவர் இது சரியாயின், ஈழ பாஷையே சிங்களம் எனச் சொல்லப்பட்டதாகலாம்.பழைய சிங்கள பாஷையை எலு (ஈழ) என அழைக்கும் வழக்கும் ஒன்று இருக்கின்றது. இவ்விசயத்தை இங்கு அதிகமாய் விரித்துக்காட்டல் அமையாது. (எனது *The Dravidin Element in Sinhalese* எனும் கட்டுரையைக் காண்க.) மேலும், சிங்களமானது கன்னடம் ஆதிய பிற திராவிட பாகதங்களுக்கு முற்பட்டது ஆதித் தமிழோடு ஒற்றுமை கொண்டது. பழைய ஈழபாஷை, புத்தசமயம் இலங்கைக்கு வந்த பின்னர் மாகதம் ஆதிய வடபாககதங்களினின்றும், பாளி, சம்ஸ்கிருதம் ஆதியவைகளினின்றும் பல்லாயிரம் சொற்களை எடுத்துத் திரித்துத் தற்பவமாகத் தன்னோடு சேர்த்துக்கொண்டமையால் பிற்காலம், நமக்குச் சிங்களம் 'தனக்கடாச் சிங்களம்' ஆகி, மேலோட்டமாய்ப் பார்ப்போர்க்கு ஆரிய பாஷைகளில் ஒன்றாகத்தோன்றும். அதை நாம் தமிழ் மொழிநூல் எனும் துணைக் கருவியோடு ஆராய்வது உண்டாயின், அது அடித்தளத்தில் (வசனக்கட்டிலும், ரூபகரம், வியக்தி ஆதியவைகளிலும், அதிக பழமைவாய்ந்த சொற்றொகுதியிலும்) தமிழே என்பது கரதலாமலகம் ஆகும். 'பொல்' என்பது பழைய ஈழச்சொற்களுள் ஒன்றென்பதில் மயக்கமில்லை. பொல்கஹவெல ஆதிய இடப் பெயர்களிலும் பழைய சிங்கள நிகண்டுகளிலும் அதனைக் காணலாம். றுவன்மல் நிகண்டில்: நெறளு, மகறுக், 'கஸ, பொல' என வருகின்றது. இவற்றுள் ஈற்றில் நிற்பதே முந்தியது என்பது பல ஏதுக்களாற் பெறப்படும்.

ஆதலால் தென்னை, பனை ஆதிய உட்டுளைத் தாவரங்களின் பெயர் ஆதியில் பொல் என இருந்தது எனலாம். இப்பொல் அல்லது புல் பொள்-ளுதல் எனும் வினையோடு சம்பந்தப்பட்டது என்பதில் ஐயப்பாடில்லை. பொள் என்பது அவ்வினைச் சொல்லோடு சேர்ந்த ஒரு பெயர். இதற்குப் பொருள் உட்டுளை அல்லது ஓட்டையேயாம். பொளி என்பதும் அது. பொள்-ளிலிருந்து பொள்-ளல் பொள்-ளை எனுஞ் சொற்களும் கிளைத்து, உட்டுளை என்ற அர்த்தத்தையே அடிப்பொருளாகக் காட்டும். ஆதலால், பொல் அல்லது புல் எனும் சொல்லிற்கு உற்பத்தி பொள்ளுதலே எனக்கொள்ளலாம். பொள்ளுதலினின்று பொள் எனும் சொல்வந்து, உட்டுளையைக் குறித்தது. அப்பால் ஆகுபெயராய் உட்டுளையுள்ள தாவர வர்க்கங்களைக் குறிக்குமிடத்து, ஈற்று ளகரம் தன்னோடு பிறப்பொத்ததாகிய லகரமாகத் திரிந்ததனால் பொல் என்று ஆயிற்று. மேலும் 'பொல்' புள் என்று ஆயிற்று. ஒகரமும் உகரமும் தம்முள் மாறிநடப்பது தமிழிலும் பிறபாஷைகளிலும் பெருவழக்கு.

புல் எனுஞ்சொல் உட்டுளையுள்ள தாவரங்கள் எல்லாவற்றிற்கும் பொதுப்பெயர். ஆகவே, பனை ஆதியவற்றிற்கு வெவ்வேறு சிறப்புப் பெயர்களும் வேண்டப்பட்டன. அவற்றுள் பனைக்குப் பொள் என்ற அடியினின்றே ஒரு பெயர் எழுந்தது. அது போந்து என்ற பெயர். பொள்ளுதலே போழ்தல் என்றாகி, போழ்ந்தது (உட்டுளையுள்ளது) 'போந்து' என வந்தது. போந்து பனைப்பெயராவதை உதயணன் கதை இலாவாண காண்டம் 12, 24 இல் காணலாம். பிங்கலந்தையும் போந்து பனை எனவும் போந்தை இளம்பனை எனவும் குறிக்கின்றது. போந்துச்சொல்லே போந்தை என்று மாறிற்று என்பது வெளிப்படை. பொய்கையார் பாடலிலும் 'அவன் பொன்முடிமேற் போந்து கண்டாள்' என வரும். இம் மேற்கோளில் போந்து பனம்பூவை (சேரன் மாலையை) ஆகுபெயராய்க் குறித்தது. (பெருந்தொகை.690). பதிற்றுப் பத்தில்(51) 'போந்தைப்பொழில்' பனஞ்சோலை, 'போந்தைத்தோடு' பனந்தோடு என வரும். புறநானூற்றில் (85) 'முழாவரைப்போந்தை' 'மடல்வன் போந்தை' (297) எனப் பனை குறிக்கப்படும். ஆயின், 'இரும்பனம் போந்தைத்தோடும்' என்பது பொருணராற்றுப்படை(143). இங்கு, போந்தை என்பது முதலின் பெயர் சினைக்குப் பொருந்திய ஆகுபெயராய் வந்தது. பனையின் பெயர் குருத்துக்கு ஆயிற்று. பூவுக்கும் ஆவதைத் தொல். பொருள்.60-இல் காண்க.

இனி, பனைப்பெயர் எழுந்த வரலாற்றை நோக்குவோம். முன்பு சுட்டிய பிங்கல நிகண்டு மேற்கோள் பின்வருவது :-

பனையின் பெயர்: போந்து, தாலம், பெண்ணை, புற்பதி, தாளி, கரும்புறம், புற்றாளியும்பனை.

இளம்பனையின் பெயர்: போந்தை இளம்பனை.

கூந்தற்பனையின் பெயர்: தாளி கூந்தற்பனை.

பனைக்குக் கூறப்படும் இச் சொற்களுள் தாலம் வடமொழி வழக்கு. அதுவும் தாளி எனுந் தமிழ்ச்சொல்லின் மரூஉவாம் எனக் கொள்ளல் வேண்டும் போலும். ஸம்ஸ்கிருத அகராதிகளில் தாலச்சொல் தட்(டுதல்) எனும் அடியினின்று பிறந்தது என்பர். பாளி அகராதிக்காரர் இச்சொல்லைக் கிரேக்க *talis telethao*(செழுமையாயிருப்பது, தழைப்பது); லத்தீன் *telea* (தழை,கிளை) எனுஞ் சொற்களோடு ஒற்றுமைப் படுத்துவர். ஆயின், தொங்குகின்ற கூந்தல்களின் நிமித்தம் தமிழில் பெரிது தாளிப்பனை என வந்த பெயரே, பின், வடமொழியில் தாலம் ஆயிற்று என்பதுதான் தகுதி. மிக்க கூந்தலுடைய பனைவருக்கத்தைத் தித்திப்பனை, தளப்பற்றுப் பனைகளிற் காண்க. பனை வடநாட்டில் இல்லாது தென்னாட்டில் மட்டும் உள்ள மரமாகவே, வடமொழியாளர் தமிழ்ப்பெயரையே திரித்து அதற்கு வழங்கியிருப்பர் என்றலும் ஒன்று. தாளிச்சொல் வடமொழியினின்றும் வந்தது என்று சொல்லி விடவும் இடமில்லை. அது தமிழில் தொங்குகின்ற படர்கின்ற பல கொடிகளுக்குப் பெயராயிருத்தல் பிரசித்தம். கம்பந்தாளி, காட்டுத்தாளி, குறுகுற்றாளி, செந்தாளி, தேவதாளி முதலாக இப்பெயர் பல கொடி செடி கொடிகளுக்கு வழங்குதல் காண்க.

தாலச் சொல் எவ்வாறாயினும், பிங்கலந்தை எடுத்தோதிய ஏனைச்சொல் எல்லாம் தமிழே என்பதில் மயக்கம் இல்லை. இவற்றுள் கரும்புறம் என்றது கருமையான புறப்பாகத்தை உடைய காரணத்தால் பனைக்குப் பெயர். உட்டுளையுடைமையால் புல் என வந்த பெயரே பிற உட்டுளை பொருந்திய தாவரங்களுக்கும் பெயரீடு ஆனமையால், பனையைப் புற்களுள் விசேடம் பெற்றது எனக் காட்டிப் புற்பதி என்றார் நம்முன்னோர். இதனையே திருணராஜா என மொழிபெயர்த்தார் வடமொழியாளரும். இனி, புற்றாளி என்ற பெயரும் வெளிப்படை. இது புல்லும் தாளியும் எனும் இருபெயர் ஒட்டிவந்த ஒருபெயர். போந்து எனும் பெயர்வரலாற்றை முன் கண்டுகொண்டோம். அப்பால், பெண்ணையும் பனையுமே மிகுந்திருக்கின்றன. இவை இரண்டு பெயரும் ஒன்றே என்பது ஒருசிறிது ஆராயுங்கால் ஊகிக்கக் கிடக்கின்றது. பொள்ளுதலே புல்லுக்கு அடி என்றனமே. அப்பொள்ளுதல் போழ் எனவும், அப்பால் பேழ் எனவும் நின்று,

பேழை எனுஞ் சொல்லுக்கு அடியாயிற்று. போழ்வாய் என்றும் பேழ்வாய் என்றும் இரு உருவமாய் வழக்கு இருத்தலும் காண்க. பேழுற்றது பேழை; அதுபோலவே பெள்ளூற்றது (பொள்ளூற்றது) பெட்டி என வந்தது. பெள்ளுதல் எனும் உருவம் தமிழில் இப்போது இல்லையாயினும், போழ் என்றது பேழ் என வந்தது போல, பொள்ளுதல் பெள்ளுதல் என்று ஆகியே பெட்டி எழுந்தது என நாம் ஒலிநூல் விதிகளுக்கு ஒப்ப முடிக்கலாம். பேழையும் பெட்டியும் துழைக்கப்பட்டவையாய் உள்ளே போழ்வுள்ளவையாய் இருத்தலால் அப்பெயரடைந்தன. தொள்ளுதலினின்று தோணி வந்தமையையும் நோக்குக. துளைத்தலே தொள்ளுதலாகி, தொள்ளுதலினின்று தொட்டலும், தோண்டுதலும் தொட்டியும் தோணியும் முறையே உருவங்கொண்டன. தோண்டி உள்ளிடம்வகுத்த மரம் தோணி. அவ்வாறே போழ்ந்திருப்பன (பேழ்ந்திருப்பன) பேடை(பெட்டி) என்றும் பெண்ணை என்றும் வரலாயினபோலும். ‘பெண்ணை’ பண்ணை எனும் வழக்கொழிந்த உருவத்தினூடு பனை என மருவிநிற்றல் ஒலிநூல்விதிகட்குப் பொருத்தமுடையதேயாம்.

ஆதலால் புல், புற்பதி, புற்றாளி, போந்து, பெண்ணை, பனை ஆகிய இவ் ஐந்து சொல்லும் உட்டுளையுடைமையால் தால விருட்சத்திற்குப் பொருந்திய பெயர்களாம் எனக் காண்கிறோம்.

4. தண்ணீரும் எண்ணெயும்

எமது தேனிலும் இனிய தீந்தமிழின் அடிகளும் வடமொழி, கிரேக்கம், லத்தீனியம், சர்மனியம், ஆங்கிலம் ஆதிய ஆரியமொழிகளின் அடிகளும் ஒன்றே என்பது எனது கொள்கை. இதை மறுத்துரைப்பாரும் உளர். அன்னோர் சொல்லும் தடை பின்வருவது:-

''திராவிடமும் ஆரியமும் தாதுக்கள்மட்டில் ஒன்றே என்கின்றீர். அங்ஙனமாயின் இருவகை மொழியாளரும் வழங்குகின்ற மிகப்பழமையான பெயரீடுகளுள் ஒற்றுமை காணப்படல் வேண்டுமே! மானுடருக்கு இன்றியமையாதனவாயுள்ள பொருட்களுக்கு இடப்பட்ட பெயர்களே மிகப் பழமையான சொற்களாகும். உதாரணம்: தண்ணீரும் எண்ணெயும் எவ்வெக்காலத்தும் மக்களுக்கு அவசியமானவை. இவற்றின் பெயரீடு ஆதிதொட்டே மக்களுள் வழங்கியிருத்தல் வேண்டும். ஆயின் திராவிடத்தில் தண்ணீர் என்பதை ஆரியபாஷைகளில் உதகம், உவாட்டர் *(water)* ஆதிய பெயர்களாலன்றோ சொல்லுகின்றனர்? எண்ணெயை ஸ்நேகம், ஆயில் *(oil)* எனவன்றோ பெயரிடுகின்றனர்? இங்ஙனமாகும்போது நுமது அடியொற்றுமை முயற்கொம்பாகின்றதே? என்பர்.

சூடு தணிந்த நீர்

இதற்கு விடை மேல்வருவது: திராவிடமொழிகளும் ஆரியமொழிகளும் ஒன்றாயிருந்த காலம், வரையறுக்கக்கூடாத ஒரு புராதனகாலமாம். அப்பண்டைநாட்களில் வழங்கிய சொற்களுள்ளே சில ஒருபகுதியாரிடத்தும், சில ஒருபகுதியாரிடத்துமாக வழக்கிறந்து போயிருத்தல் கூடாதா? திராவிடத்திலே தண்ணீரும் எண்ணையும் பிற்காலத்துச் சொற்கள் என்பது யாவர்க்கும் புலமாகும். பிற்காலத்துத் திராவிடச்சொற்களை நாம் பண்டைக்காலத்திற் பிரிந்துபோன ஆரியமொழிகளில் தேடுதல் ஒக்குமா? அவற்றிற்கும்

திராவிடமொழிகளுக்கும் பொதுவாயிருந்த அடிச்சொற்கள் எமது மொழிகளிற் சிதைந்து வேறுபட்டிருப்பதுபோல, அம்மொழிகளிலும் திரிபுபட்டன்றோ கிடக்கும்.

இனி, தண்ணீர் என்றது ஒருசொன்னீர்மையான தொடர்ச்சொல். தணி(ந்த) நீர் தண்ணீர் ஆயிற்று. தணிதல் எனும் உருவம் தாழ்தலினின்றுவந்து, குறைதல் எனும் பொருளை உணர்த்தும். 'விளக்குத்' தணிந்தது எனும்போது சுடர்குறைந்ததை அன்றேல் அற்றுப்போனதை உணர்த்துகின்றோம். சூடுகுறைந்த நீர் (குளிர்ந்தநீர்) தணி நீர். தணிதலே தண்மை, தட்பம் ஆதிய பண்புச் சொற்களாயும் வரும். அப்பால் தணி, தண்மை ஆதிய வழிச்சொற்கள் ஆரிய மொழிகளில் நமக்கு எதிர்ப்படாவிடினும் இவற்றின் அடியாகிய தாழ்தலை வடமொழி தா, லத்தீன் தா (*dare*) ஆதியவற்றிற் காணுதல்கூடும். இழிந்தோர்க்கு ஈயும்பொருட்டுக் கையைத் தாழ்த்தலே தாதல் (தருதல்) ஆம். வடமொழி தாவும் அது. இச்சொல் கிரேக்கமாகிய பிற ஆரியமொழிகளிலும் உண்டு. இனி நீர் எனுஞ்சொல்லும் நீரம் நாரம் என வடமொழியில் நிற்கும். நீர்ச்சொல்லிற்கு முற்பட்டதாகிய ஈரம் எனும் தமிழுருவத்தின் பகுதியை ஆர், தர் எனும் வட சொல்லிற் காணலாம்.

ஆயின், தண்ணீர் எனும் பிற்காலத் தமிழ்த்தொடர்ச் சொல் அப்படியே பிற பாஷைகளிற் காணப்பட்டு விடல் வேண்டும் என்று ஒரு நியதம் இல்லை. ஆதிகாலத்திலே திராவிடத்தில் நீருக்கு வழங்கிய வேறொருசொல் உண்டாமாயின், அதுதான் பிறமொழிகளிலும் காணப்படுதல் ஏற்புடைத்தாகும். இவ்வாறான ஆதிச்சொல் ஒன்று உண்டா? அதுதான் ஓதம் எனுஞ் சொல். பழந்தமிழில் ஓதம் வெள்ளத்தை உணர்த்தும். (வெள்ளம் இன்றைக்கும் மலையாளத்தில் தண்ணீரின் பெயராயிருத்தலை நோக்குக). அப்பால் ஓதம் கடற்றிரையை, கடலை, ஈரத்தையும் குறிக்கும். ''வழிசிதைய வூர்கின்ற ஓதமே'' (சிலப்.7,35). ''கடலோதங் காலலைப்ப'' (நாலாயிர திவ்யப்பிரபந். இயற். *1, 16*) ''ஓதமலி நஞ்சுண்ட வுடையானே'' (திருவாச. *38, 3*) ஆதியன காண்க. இவ் ஓதச்சொல் ஓடுதலினின்று எழுந்தது. ஓடம் என்பது ஓடுவதில் நின்று பிறந்த வேறொரு கிளைச்சொல். ஓடும் கலம் ஓடம். ஓடை என்பதும் ஒன்று. நீர் ஓடும் கால்வாய் ஓடை. ஓடுகின்ற நீர்தானே ஓதமாம். ஆதலால் ஓதச் சொல் தமிழ்ச் சொல்லே என்பது தேற்றம்.

ஆரியமொழிகளில் ஓதம் எனுஞ்சொல்

இதுதான் ஆரியபாஷைகளிலே இன்றைக்கும் நீருக்குப் பெயராயிருத்தலை இனி நோக்குவோம். வடமொழி உத, உதத், உதக; கிரேக்க ஹூதொர் *(hudor)* லத்தின் உண்ட *(unda)*; கொதிக் உவத்தொ *(wato)*; பழஞ்சர்மனிய உவஸ்ச *(wazzer)*; பழம் ஆங்கில உவோற்றர் *(woeter)* சிங்கள உவத்துற *(watura)* இவையெல்லாம் யாதிலிருந்து திரிந்து பிறந்தன? ஓதம் எனும் ஆதிச் சொல்லிருந்துதான் என்பதற்கு ஐயப்பாடு ஒருசிறிதும் இல்லை. இத்திரிபுகளில் ஓகாரம் உகரமாகவும் உவ எனவும் மாறுதல் ஒன்று; தகரம் ஸகரமாதல் வேறொன்று. இவையிரண்டு திரிபாலும் ஓதம் உவஸ்ச என்றாயிற்று. தகரத்தோடு றகரத்தைச்சேர்த்து உச்சரித்தல் வேறொரு திரிபு. இதனால் உவத என்பது உவத்ற உவத்தர் என ஆயிற்று. வடமொழியின் ஓத்மந் எனும் உருவத்திற்கு ஓடுவது எனவும்; ஓததீ என்பதற்குச் சுரப்பது, வெளிப்பட்டு ஓடுவது எனவும்; ஓதனம் என்பதற்கு நீர்த்தன்மையுள்ள உணவு, மழைமுகில் எனவும் பொருளிருப்பதையும் நோக்குக. இவையெல்லாம் எமது ஓதத்தின் திரிபுகளே ஆகும், ஓடு எனும் அடியை வடமொழியாளர் உத் என வைப்பர். நீரின் பழையபெயர் இவ்வாறே பல ஆரிய மொழிகளில் இருத்தலைக் கண்டுகொள்க.

இனி, எண்ணெய் எனும் தொடர்நிலையை நோக்குவோம். நெய்யுள்ளபொருள் ஒன்றையே எள் குறிக்கின்றமையால் இங்கு எள் + நெய் என இரு சொல்லடுக்கியது மிகையாகும். எள் எனுஞ்சொல் எவ்வாறு நெய்ப்பொருளைக் குறிக்கும் என்பது பின்னால் விளக்கப்படும். அது சிங்களத்தில் தெல் எனவும், வடமொழியில் தில எனவும் நிற்கும். இங்கு, தகரம் வலியுறுத்தும் சொல்முதல் மெய். நெய்தான் நேயம் என நின்று ஸ்நேஹம் என வடசொல்லாகும். இதில் ஸகரம் ஆரிய பாஷைகளில் பெரும்பான்மை வருகின்ற ஒரு முதனிலை. ஆரியர் ஸகரத்தைக் கூட்டி உச்சரிப்பதிலே விருப்புடையர். தகரத்தையும் பலவிடங்களில் ஸகரமாக்கிவிடுவர். இதனை முன்னரும் காட்டினோம். இனி நெகிழ்தலினின்று நெய் வரலாயிற்று. நெகிழ்தல் நீளுதலாம். நீளுதல் எனும் இவ்வழிச்சொல்லும் இழு எனும் அடியினின்று சொன்முதல் நகரம் பெற்றுப் பிறந்தது. ஆகவே இழு - நீள் - நெகிழ் - நெய் என வந்தமையை உய்த்துணர்க. நெய் தெலுங்கில் நெய்யி என நிற்றலையும் ஒப்புநோக்குக. நெகிழ்தலானது இழுபடுதல் (நீளுதல்), ஒட்டிக்கொள்ளுதல், இளகுதல் எனப் பொருள்கொள்ளும். 'உண்ணெகிழ்தல்' என்ற பிரயோகத்தில் இளகுதற்பொருள் தோன்றும். இவ்வாறே எள்ளும் நெய்யும் பிறப்பட்டசொற்களாயினும் தமிழிற்

போல, வடமொழியிலேயும் தில எனவும் ஸ்நேஹ எனவும் காணப்படுதல் நோக்கற்பாலது.

இழுது எனும் பழந்தமிழ்ச் சொல்

ஆயின், எண்ணெய்க்குப் பழந்தமிழ் இழுது எனுஞ் சொல்லாகும். இழுதும் இழுபடுவதாலேயே உண்டான பெயரீடு. ''இழுதமை எரிசுடர் விளக்கு'' எனும் சீவகசிந்தாமணியில் *(1576)* இழுது எண்ணெய்ப் பொருளில் வருதல் காண்க. இழுது, இழு+அது எனப்பிரியும். இழுபடும் அது, ஒட்டிக்கொள்ளும் அது, நெகிழ்ச்சியுள்ள அது என வரும். இழுதைப் போலவே இழுகுதல் எனும் வினையும் நெகிழ்ச்சியுடைமையை, நெய் பூசுதலை விளக்கும்; ''வெண்சுதை யிழுகிய மாடத்து'' என்ற மணிமேகலையிற் போல *(6,43)*. அப்பால் எழுதுதலும் மைபூசுதலேயாம் எனக் காண்க. இச்சொல்லும் இழு எனும் அடியினின்று பிறந்ததாகலாம்.

இழு எனும் அடியினின்றுதான் இலுப்பை எனும் மரப்பெயர் தோன்றும். இலுப்பை இழுப்ப என்பதன் திரிபு. மலையாளத்தில் இது இலிப்ப என நிற்கும். இழுப்பு (=இழுது) +அ =இலுப்ப. இங்கு அ எனும் விகுதி அது எனுஞ்சொல்லின் கடைக்குறையாம். இலுப்பையைப் போல எள்ளும் இழுது பிழிந்தெடுக்கப்படுகின்ற விதையுள்ள செடியாம் என நுனித்துக் காண்க. இனி எமது இழுது, இலுப்பை, எள் எனும்சொற்களின் அடியாகவே கிரேக்க எலயிய *(elaia)* (எலயிவ *elaifa)* எனும் எண்ணெய்மரப்பெயரும், எலயியொன் எனும் எண்ணெய்ப்பெயரும் வந்தனவாதல்வேண்டும். எல்ப்பொஸ் *(elpos, olphos)* என்ற கிரேக்க உருவமும், அதின் திரிபுகளாகிய ஒல்ப்பே, ஒல்ப்பா *(olpe, olpa)* என்பனவும் இதை உறுதிப்படுத்துகின்றன. இச் சொற்களுக்கு ஐரோப்பியமொழி நூல் விற்பன்னர்கள் உற்பத்திசொல்ல அறியார். இலுப்ப எல்ப்பொஸ் என வந்ததில் எகரம் இகரத்தின் திரிபே என்பது வெளிப்படை. அப்பால் எகரம் ஒகரமாகி, எலயிவ எனும் சொல் லத்தீனில் ஒலிவ *(olive)* என இலுப்பையையும், ஒலெயும் *(oleum, oleuum)* என இலுப்பைநெய்யையும் குறிக்கும். நெய்க்குப் பெயராகிய ஸர்ப்பிஸ் எனும் வடசொல்லும், எல்பொஸ் எனும் கிரேக்கத்தைப் போல இலுப்பையினின்று எழுந்தது போலும். சர்மனிய சல்பெ, சல்வே *(salbe, Salve)* எனும் சொற்களையும் ஒப்புநோக்குக. பழம் ஆங்கிலத்தில் இது ஸெயலப் *(Sealfe)* என நிற்கும். இன்றைக்கு அது சால்வ் *(salve)* எனப்படும். எண்ணெயையே குறிக்கின்ற

இவ்வுருவங்கள் கிரேக்க ஒல்ப்பேயினின்று வந்ததென்பர். அக் கிரேக்கந்தான் எமது இலுப்பையின் திரிபாம். தற்கால ஆங்கில ஆயில் *(oil)* சர்மனிய ஏல் *(oel)* ஒல்லாந்த ஒலீ *(olie)* பிராஞ்சிய ஹுயில் *(huile)* ஆதிய ஆரியச்சொற்களெல்லாம் கிரேக்கத்தின் ஊடாகத் தமிழடி ஒன்றினின்றே திரிந்து பிறந்தன எனக் காண்க.

நெய்பூசுதற் பொருளுள்ள சொற்கள்

இவைமட்டோ! கிரேக்க லிப்ப, லிப்பொஸ் *(lipa,lipos)*; வடமொழி லிப், லிபி, லேப, லத்தின், லிப்புஸ், லீனொ *(lipuss, lino)* ஆதியவற்றின் அடியும் எமது இலுப்பையேயாம். இக் கிரேக்க வடசொற்களெல்லாம் நெய்பூசுதலைக் குறிக்கும். ஆகவே வடமொழி லிபியும் எமது எழுத்தும் ஒரே அடியாய்ப் பிறந்த வினோதத்தைக் குறிக்கொள்க. இழுது - இலுப்ப - லிப்- லிபி என்றது வடசொல் வரலாறு. இழுது - எழுது - எழுத்து என்பது தமிழ்ச் சொல் வரலாறு.

அப்பால், இழுப்பு எனுஞ்சொல் சர்மனியத்தில் லெபென் *(leben)* எனநின்று, இழுபடுதலை - நீட்டித்தலை - வாழுதலைக் குறிக்கும். இதுதான் பழம் ஆங்கிலத்தில் லிவென் *(liuien, liuen)* எனவும், தற்கால ஆங்கிலத்தில் லிவ் *(live)* எனவும் வாழுதல் என்னும் பொருளில் வரும். தமிழ் இழுப்பும் இருப்பும் ஒருபுடை அணைந்து நிற்றலையும் நோக்குக. இழுப்பு சர்மனியத்தில் லிபென் *(lieben)* என நின்று அன்பு கூருதலையும் சுட்டும். பழஞ்சர்மனியத்தில் லியுப்ப *(liupa)* எனவரும். அன்புக்குப் பழம் ஆங்கிலத்தில் லுவு *(lufe)* என்பதும் தற்கால ஆங்கிலத்தில் லவ் *(love)* என்பதும் பெயர். ஆகவே தமிழ் நேயமும் ஆங்கில லவ்வும் ஒரே அடியாய்ப் பிறந்த விபரீதத்தைக் கண்டுகொள்க. இழு - நீள் - நெகிழ் - நெய் - நேயம் இது தமிழ் வரலாறு. இழுப்பு - லியுப்ப - லுவு - லவ் இது ஆங்கில வரலாறு. இதுமட்டன்று. வடமொழி லு, லோ, (அவா) என்பனவும் நமது இழுப்பேயாம் எனக் கண்டு மகிழ்க.

முடிவுரை

இவ்வாறாய்ப் பிற்காலத்து எழுந்தனவாகிய எண்ணெய், தண்ணீர் எனும் இரு பெயரீடுகளும் ஆரிய மொழிகளெல்லாவற்றிலும் காணப்படாவிடினும், இப்பொருட்களை உணர்த்தும் ஆதிப் பெயர்களாகிய ஓதமும், இழுதும் சகல ஆரியமொழிகளிலும் பரந்து

திரிந்து நிற்கின்றன. இதனால் ஆரியமொழிகளுக்கும் திராவிடமொழிகளுக்கும் இடையில் அடியொற்றுமை உண்டெனச் சொல்லுதல் அதிசயோக்தியன் உண்மையே எனத் தெளிக. இவ்வுண்மை எனது 'தமிழ்ச்சொற்பிறப்பு - ஒப்பியல் அகராதி' வெளிப்படும்போது ஐயந்திரிபற நாட்டப்படுவதாகும்.

5. 2000 ஆண்டுகட்கு முன்னிருந்த தமிழ்நாட்டெல்லை

பரதகண்டம் முழுதும் ஒருநாள் தமிழ்நாடாய் விளங்கியமை இக்கால ஆராய்ச்சியால் இனிது பெறப்படுகின்றது. தமிழிலக்கியங்களிலும் அவ்வுண்மை காட்டியிருக்கிறதா? இல்லை என்பதே எனது கொள்கை. ''வடவேங்கடம் தென்குமரியாயிடைத் தமிழ்கூறு நல்லுலகம்'' என்றற்றொடக்கமாய்ப் பழைய நூல்களிற் காணப்படும் எல்லைக் குறிப்புகளெல்லாம் தென்னிந்தியாவையே தமிழ் நாடாக்குகின்றன. வடபாகங்களை ஒரு பழந்தமிழ்நூலேனும் தமிழ்நாடாகக் கூறாமைகொண்டு இந்நூல்கள் யாவும் ஆரியர் தமிழரைத் தென்நாட்டிற் சேர ஒதுக்கியபின் பல நூற்றாண்டுகள் கழிந்துதான் உண்டானவை எனக் கொள்ளக்கிடத்தலும் ஒன்று.

ஆயின் 'செந்தமி'ழின் சென்ற சஞ்சிகையில் வெளிப்பட்ட 'இந்துக்கள் வரலாறு' எனும் அரிய பொருளுரையை வரைந்த அறிஞர்,

'தென்குமரி வடபெருங்கல்
குணகுட கடலா வெல்லை'

என்னும் மதுரைக்காஞ்சியடிகளாலும்,

'வடாஅது பனிபடு நெடுவரை வடக்கும்
தெனாஅ துருகெழு குமரியின் தெற்கும்
குணாஅது கரைபொரு தொடுகடற் குணக்கும்
குடாஅது தொன்றுமுதிர் பெளவத்தின் குடக்கும்'

என்னும் புறப்பாட்டடிகளாலும் தமிழ்நாடு இமயந் தொட்டுக் குமரியாறு வரையும் பரந்துகிடந்த தேயமென்பது புலப்படுகிறது என எழுதியிருக்கக் கண்டு, எனதுகொள்கை பிழையாயிற்றுப் போலும்; அப்படியாயின் நன்றுதானே, - என்று எண்ணமிட்டுக்கொண்டே சுட்டிய அடிகளைத் தத்தம் சொல்நிலை பொருள்நிலைகளிற் பார்த்தேன்.

பார்த்த அளவில் ''உள மேற்கோள்களை ஒத்துப்பாராமல் விடாதே'' என ஆங்கிலப் புலவரொருவர் சொல்லிய எச்சரிப்பின் நற்பயனைக் கண்டு கொண்டேன். மதுரைக்காஞ்சியில் ''குணகுட கடலா வெல்லை'' என்ற அடியின் கீழ்த் தொடர்ந்து வருவன,

'தொன்று மொழிந்து தொழில் கேட்ப
வேற்றமொடு வெறுத் தொழுகிய
கோற்றவர்தங் கோனாகுவை' (72-74)

எனும் அடிகளாம். உரையாசிரியரின் கருத்துப்படி முழுமேற்கோளும், 'தென்றிசைக்குக் குமரி எல்லையாக, வடதிசைக்குப் பெரிய மேரு எல்லையாக, கீழ்த்திசைக்கும் மேற்றிசைக்கும் கடல் எல்லையாக இடையில் வாழ்வோரெல்லாம் தம்முடன் பழமையைச்சொல்லி ஏவல்கேட்கும்படி வெற்றியோடே செறிந்து நடந்த வெற்றியுடையோர் தம்முடைய தலைவனான 'தன்மையுடையை' எனப்பொருள்படும். ஆகவே, மாமுடிமருதனார் பரதகண்டம் முழுதிலும் அரசாண்ட வெவ்வேறு அரசர்க்கெல்லாம் நெடுஞ்செழியன் தலைவனாவான் எனப் புகழ்ந்து பாடினாரேயன்றி, அப்பரதகண்டம் முழுமையும் தமிழ்நாடென்று சொன்னாரல்லர். பாண்டியன் முதலான தென்னாட்டரசர்கள் பலர் வடநாட்டிலும் தம் ஆணையைச் செலுத்தி இமயமலையில் தமது இலாஞ்சனையைப் பொறித்து வைத்தார் எனப் பாடுவது பின்னாளின் கற்சாசனங்களிலும் காணப்படுகின்ற ஒரு உயர்வுநவிற்சியாம் என்பது யாவரும் அறிந்ததொன்று.

புறப்பாட்டு மேற்கோளின் எஞ்சிய அடிகளையும் நோக்குவோம். 6-ஆம் பாட்டின் நாலாவது அடிவரையும் செந்தமிழ் விஷயதாதா எடுத்தோதினார். ஐந்தாவது முதலியன பின்வருவன:

'கீழது, முப்புண ரடுக்கிய முறைமுதற் கட்டின்
நீர்நிலை நிவப்பின் கீழு மேல
தானிலை யுலகத் தானு மானா
துருவும் புகழு மாகி விரிசீர்த்
தெரிகோன் ஞமன் போல வொருதிறம்
பற்ற லிலியரோ நிற்றிறஞ் சிறக்க'

இவற்றிற்கு உரை; ''கீழதாகிய நிலமும் ஆகாயமும் சுவர்க்கமுமென மூன்றுங்கூடிய புணர்ச்சியாக அடுக்கப்பட்ட அடைவின்கண் முதற்கட்டாகிய நீர்நிலைக்கண் ஓங்கிய நிலத்தின் கீழும், மேலதாகிய கோலோகத்தின்கண்ணும் அமையாது உட்கும் புகழுமாக பரந்த

அளவையுடைய பொருள்களை ஆராயும் துலாக்கோலின்கட் சமன்வாய் போல ஒருபக்கம் கொடாதொழிக'' என்பது. ஆகவே இதுவும் ஒரு பாண்டியனைப் பாடிய புகழேயாம். இது தமிழ் நாட்டெல்லை கூறுவதன்று.

தமிழ் நூல்களுள் யாதாவது தமிழ்நாடு இந்தியா முழுதும் பரந்திருந்ததை ஓதுவதுண்டாயின் அதனைச் 'செந்தமிழ்' வாயிலாய் எடுத்துக்காட்டும் அறிஞர் பேரில் மிகநன்றி பாராட்டுவேன்.

6. தமிழ்ப் பாஷையின் விசித்திரங்கள்

சொல்லமைப்பின் திறத்தாலும் தொன்மையாலும் மாட்சி பெற்று விளங்கும் எம் அரிய தமிழ் மொழியின் சொற்கள் எவ்வாறு உண்டாகித் தொகை விரிந்தன எனும் துறையைப் புது ஆராய்ச்சி முறையாற் கண்டவிடத்து அளவில்லா மகிழ்ச்சியடைந்தோம். அம்மகிழ்ச்சியில் 'செந்தமிழ்'ப் பாராயணர்களும் பங்குபற்றுமாறு ஈண்டு ஒரு சில சொற்களின் வளர்ச்சியை எடுத்துக்காட்டுதும்.

(I) உள் எனுஞ் சொல்

''உள்'' என்பது அகத்தேயிருப்பது, மறைந்தது எனும் அர்த்தங்கொண்ட ஒரு முதற்சொல். இச் சொல் பலுகிய விதத்தை ஆராய்வாம். இது உள்ளம் என்றாகி மனத்தைக் குறித்தல் ஒன்று. உள் (ள்) அம் என்பதில் ''அம்'' விகுதி ''அது'' என்னும் மற்றொரு முதற் சொல்லின் விகாரமாம். இதனை ஈண்டு விரிப்பிற் பெருகும். இனி உள் எனுஞ் சொல் உழு என்றாகி, அகத்தே செலுத்தல் நிலத்தைக் கிளைத்தல் எனப் பொருள்படும். உளு என்பது கிளைத்துக்கொண்டு செல்கின்ற ஒரு செந்து. உசு என்பது உளுவின் வேறொரு உருவம், (தொல்காப்பியம் எழுத் 75). இது உழுவான் எனவும்படும். புழு என்ற சொல்லும் உழு என்பதிலிருந்து வந்ததே என்பது இப்போது விளக்கமாகும். புழு = உழுகின்ற செந்து. ஈண்டு ஓர் சொல்லமைப்புவிதி நோக்கத்தக்கது. அவ்விதி யாதெனில், உயிரெழுத்து முதலாய்நின்று ஒவ்வோர் பொருளை விளக்கிய முதற்சொற்கள், பின் மெய்யெழுத்துக்களைத் தலையிற்கொள்ளுமிடத்து, அப்பொருளோடு ஒப்புமையுள்ள வேறு பொருள்களை விளக்குவனவாயின என்பதாம். இவ்வாறுதான், உளு எனும்சொல் பகரமெய் தலையிற் பெற்றமையினால், உழுதலைச் சிறப்பியல்பாகக் கொண்ட செந்துவைச் சுட்டும் வண்மையுள்ள புழு எனும் பெயரீடாயிற்று. ழகரமும் ளகரமும்

சொல்வேறுபாட்டின் பொருட் மாறிவருதலையும் கவனிக்க. பொருள்களைப் பிரித்துப் பெயரீடு செய்யும் முகத்தால், தம்முட் பிறப்பொத்த ஈற்றுமெய்கள் மாறிவழங்கப்பட்டன என்பதும் சொல்லமைப்பு விதிகளில் ஒன்றாம்.

இதுகாறும் கூறியவற்றால் ''உள்'' என்பது ஒரு முதற்சொல் எனவும் ''உழு'' அதன் வழியாய்ப் பிறந்த வழிச்சொல் எனவும், இவ்வழிச்சொல் பகரமெய்யைத் தலையிடத்துக் கொண்டதனால் பின்னும் புழு எனும் வேறொரு வழிச்சொல் பிறந்ததெனவும் பெறப்பட்டது. பகரமெய்யைப் போலக் ககரசகராதிகளையும் சொன்முதலாக்கி வெவ்வேறு வழிச்சொற்கள் பிறந்தமையைப் பின்னாற் காட்டுதும். இவ்வமயத்திற் ககரமெய்யைத் தலையிற்கொண்ட ''உள்'' எனுந் தாய்ச்சொல்லின் சில்லோரை மட்டும் தெரிவிப்போம். புள்ளி எனுஞ் சொல்லின் ஆதி அர்த்தம் யாது? துளை, அல்லது ஓட்டையேயாம். இதற்குச் சம்பந்தமான ''பொள்ளுதல்'' எனுஞ் சொல்லும் ஓட்டையாக்குதல் எனும் பொருள் கொண்டதே. புழு என்று ஆகிய ''உள்'' சொல்லே புள்ளி என்றும் பொள்ளுதல் என்றும் வந்தது துளையும் தகரமெய் தலைப்பெற்று வந்த ''உள்'' சொல்லேன, ஓட்டையும் ஊடு, ஓடு, ஓட்டு எனும் வரலாறுகொண்டு எழுந்த ''உள்'' சொல்லே என நுண்மதியாற் கண்டு உணர்க. உகரமும் ஒகர ஓகாரங்களும் பிறப்பொத்த உயிர்களாதலால் தம்முள் மாறுபடுவது இயல்பெனவும் காண்க. அப்பால், பொள்ளுதலிலிருந்து பொளி எனுஞ்சொல் வருவது. போளி - துளை. ஆயின் பொழிதல் துளையுள்ளிடுதல், ஊற்றுதலாம். (இவ்வூற்றதலும் ''உள்'' சொல்லி நின்றே வேறொரு வழியாய்ப் பிறந்தது; உள், ஊட்டு, ஊற்று). பொள்ளுதல் ஒரு சொல் பொல்லுதல் என்றும் உச்சரிக்கப்பட்டமைக்குப் ''பொல்லாமணி'' (துளையாத இரத்தினம்) எனும் தொடரும் சான்று. புள், பொள், பொல் எனும் அடிகளினின்றே பொட்டு, பொத்தல், பொத்து, பொந்து, பந்து, புற்று, பொறி, பொள்ளல், பொல்லு, புல்லு, புலம், புலன் எனப் பலசொற்கள் உண்டாயின. இவை யாவும் முதற்கண் துளை அல்லது ஓட்டையுடைமையையே விளக்கும். புல் எனும் பெயர் பூடுகளுக்கும், மூங்கில், பனை ஆதியவற்றுக்கும் பொதுவாயினமை உட்டுளைத்தன்மையினாலேயாம் என்பதைத் தொல்காப்பியரும் ''புறக்காழனவே புல்லென மொழிப'' என்றதனாற் கூறிப்போந்தார். எம் ஐம்பொறிகளும் ஐம்புலன்களும் துளை அல்லது ஓட்டையிலிருந்து பெயரடைந்த சித்திரத்தை உற்று நோக்குக.

இனி ''உள்'' என்பது பொள்ளல், புலம் என ஆயினமைபோல புள்ளுவம், புழை, புரை, பொய், புதல், புதவு, புண் ஆதிய

சொற்களாகவும் திரிந்து, அடித்தளத்தில் துளைப்பொருளையும், சிறப்பாய் வெவ்வேறு துளையுடைய பொருள்களையும் குறிப்பதாயிற்று. இவ்வாறாக, புழையும் துளையும் அர்த்தத்திலும் உற்பத்தியிலும் ஒன்றேயாம். புழைக்கடை , வெளிவாயில், புழைக்கை அல்லது பூழ்க்கை, பூட்கை எனும் யானைப்பெயர் துளையுடைய கையாகிய தும்பிக்கை காரணமாய் எழுந்தது. பிழை எனும் சொல் புழையின் மறுரூபமாம். பொள்ளலான காரியமே பிழை எனப்படும். புரைச்சொல்லின் ஆதி அர்த்தத்தை ''புரைக்கேறுதல்'' எனும் தொடரிற் காண்க. இங்குப் புரை = காற்றுக்குழாய். (குழாய்,குழல் ஆதியனவும் ''உள்'' சொல்லினின்று பிறந்தனவே.) ஓட்டை அல்லது பொள்ளலின் நிமித்தமே ''புரை'' குற்றம் எனும் அர்த்தமுங் கொண்டது: ''புரைதீர்ந்த நன்மை'' என்றதிற் போல. பொய் என்பது பொந்து எனுந் தலை அர்த்தம் கொண்டது. அசத்தியம் என்பது பொள்ளலான பேச்சே ஆதலாற் பொய் எனப்பட்டது. புண்ணும் தேகத்திற் செய்யப்படும் துளையாம். இதனாலன்றோ சிங்களத்திற் புண்ணுக்கு எமது துளைச்சொல்லின் விகாரமாகிய ''துவால'' எனும் பெயர் வழங்குகின்றது. ஏனைய சொற்களையும் இவ்வாறு ஆராயந்து அறிக.

இனி, உள் எனும் முதற்சொல், ககரம் ஆதிய பிற மெய்களையும் முதலிற் பெற்றுப் பல்வேறு வழிச்சொற்களை ஆக்கிவிட்டமையைத் தெரிக்கப்புகுமுன், முதற்சொற்களானவை யாவை, வழிச்சொற்கள் எழுந்தமை யாதுபற்றி எனச் சுருக்கிக் கூறுவாம்.

மானுடன் தன் புலன்களுக்கு எட்டிய பொருள்கள் செயல்களுக்கு முன்பு, இடம் பற்றிய சுட்டுக்களைக் கொண்டு, அண்மையிலுள்ளன, சேய்மையினுள்ளன, மேலுள்ளன, கீழுள்ளன எனும் குறிப்புக்களின் வழியாகவே பெயரிடலாயினான். இப்பெயரீடுகள்தாம் முதற்சொற்களாம். இவற்றுள், யாம் எடுத்தாண்ட ''உள்'' சொல், சேய்மையின் வேறொரு நோக்காகிய மறைவாந் தன்மை, அன்றேல் அகத்தேயிருத்தல் எனுங் குறிப்புக்கு உதாகரணமாம். இனி, அண்மைக்கு அஃகு எனுஞ்சொல்லும் மேலுறுந் தன்மைக்கு, எய் எனுஞ்சொல்லும், கீழுறுந்தன்மைக்கு, இழி எனுஞ்சொல்லும் உதாகரணமாதல் காண்க. அஃகு - தல் - நெருங்கி நெருங்கிச் சமீபத்தில் வரல், அன்றேல் குறைதல். எய் - தல் - மேலெழல், செலுத்துதல், இழி - தல் - கீழ் விழுதல்.

அப்பால், முதற்கண் இடம் பற்றிய குறிப்புக்களைக்கொண்டு ஆக்கிய முதற் சொற்களானவை பொருள்களின் குணஞ்செயல்களை

வேண்டிய மட்டும் துலாம்பரமாய் விளக்கும் பெற்றியில்லாது கிடப்பக்கண்ட மானுடன் அவ்வவற்றிற்கு அதிவிளக்கமான வெவ்வேறு பெயர் இட்டு வழங்குமுகத்தால், சொற்களைப் பெருக்குதலிற் றலையிட்டான். இச் சொற்பெருக்கத்தின் பொருட்டே வழிச்சொற்கள் ஏற்பட்டன. வழிச் சொற்களை ஆக்குதலிற் கையாளப்பெற்ற பல உபாயங்களுள் தற்போதைக்கு யாம் எடுத்துக்காட்டுவது சொன்முதலில் ஒவ்வோர் மெய்யை வருவித்தல் ஒன்றுமேயாம்.

உள் எனும் முதற்சொல் பகரமெய்யைத் தலையிற்கொண்டபோது புழு ஆதியன வழிச்சொற்கள் பிறந்து உள்ளாந்தன்மையை வெவ்வேறு விதத்திற் காட்டுகின்ற வெவ்வேறு பொருள் செயல்களைக் கண்டோம். இனி அது ககரமெய் முதலீட்டினால் அடைந்த மாற்றங்களுட் சிலவற்றைக் காட்டுதும்.

புழை எனும் வழிச்சொல் உள்எனும் முதற்சொல்லிருந்து பிறந்து துளைப்பொருளைத் தந்தமையைக் கண்டோம் அன்றோ? அதனைப்போல குழை என ஒரு உருவமும் 'உள்' சொல்லிருந்து ககரமெய்தலையிற் பெறுதலால் உண்டாகும். ''கோடி நுண்டுகிலுங் குழையும்'' எனுஞ் சீவகசிந்தாமணிப் பிரயோகங் காண்க. துளையுடைமையாலேதான் சங்குக்கும் காதுக்கும் குழைப்பெயர் ஏற்பட்டமையும் என்க. இக்குழையும் புழையும் துளையும் ஒரு பொருளான; உள் எனும் ஒரு அடியிலிருந்தே யாம் எடுத்தோதிய விதியின் செய்தியாய்ப் பிறப்பன. குழைதான் குழல் என விகாரப்பட்டுத் துளையுடையதோர் புறம்பான பொருளை இசைக்கருவி, விசேடத்தைச் சுட்டும். குழல் எனும்சொல், அப்பால, வேறு துளையுடைய பொருள்களைப் பொது இயல்பாய்க் காட்டுமிடத்துக் குழாய் எனவும், இரைப்பையைத் தொடர்ந்துள்ள குழாய் விசேடத்தைக் குறிக்கும் பொருட்டுக் குடல் எனவும் வரும். குடலை என்பது வேறொரு குழாய்விசேடம். தொண்டையின் ஓர் உறுப்பும் குழாய்த் தன்மையினின்று குரல் - வளை எனப்படும். குடல், குரல் என்பனவற்றில், ''குழல்'' சொல்லின் இடைநின்ற ழகரம், தன்னோடு பிறப்பொத்த டகர ரகரங்களாயினமை சொல்வேறுபாடு பண்ணும் பொருட்டாம். இதுவும் சொல்லமைப்பின் கண் நிகழும் ஒரு பிரபல விதியென முன்னருங் கூறியுள்ளோம். குரல் - வளையிலுள்ள ''குரல்'' சொல் குழலைக் குறித்தலினின்றும் பேச்சொலியை விளக்குவதானமையும் ஒன்று. 'குளறு'வதிற் குழல் சத்தம் மீண்டும் தொனிக்கின்றது. பின்னும் 'குழல்' சொல் சுருண்டிருக்கும் தன்மையின்

ஒப்புமையால் சுருட்டி முடிக்கப்படும் பெண் மயிருக்கும் பெயராயிற்று. குழலல் - சுருளுதல். ஆதனால் குழல், குழற்சி கொண்ட மயில். 'குழலுடைச் சிகழிகை' என்றதில் இச்சொல் படிப்படியாய்ப் புது அர்த்தங்கொண்ட முறையைக் காண்க. இக்குழல், குரல் எனவும் நின்று பெண்மயிரைச் சுட்டும். ''நல்லார் குரனாற்றம்'' எனும் (கலித்தொகை 88). மேற்கோளிற் போல,

இனி, குழல், குடல் ஆதியன சொற்கள் ''உள்'' சொல்லினின்றும் பிறந்தவாறு, குளித்தல், குடைதல் ஆகியனவும் தோன்றின. குளித்தல், உட்புகுதல், மூழ்குதல். ''கூர்ங்கணை குளிப்ப'', ''பணிலம் பல குளிக்கோ'' என்னும் மேற்கோள்களிற் போல. குடைதலும் இவ் ஆதிப்பொருள்களையே கொண்டிருத்தலைக் ''குடைந்துலகனைத்தை யும் நாடும்'', ''குடைந்து நீராடுமாதர்'' எனும் கம்பர் வாக்குக்களிற் காண்க. இவை பிறந்த வழியே ''உள்'' அடியினின்றும் ககர முதனிலை உபகாரத்தால், குழி, குழிசி, குடி, குண்டு, குளம், குடம், குட்டை, குண்டம், குண்டாளம், குண்டிகை, குண்டை, குடுகு, குடுவை, குந்தம் ஆதியன வியுற்பன்னங்கள் மட்டுமன்று, இவற்றோடு உறவுகொள்ளாதன போற்றோன்றுகின்ற குடில், கூடம், குடிலம், குடிகை, குடும்பம், குடும்பி, குடுமி, குடம்பை, குரம்பை, கூடு, கூடை, கொட்டில், கோட்டம், கோட்டை, கூடாரம், கோது, குடை, கூத்து, குடா, கோடு, கொடுமை, குரூரம், கொடி, கூம்பு, கும்பிடு, கோடு (மலையுச்சி), கொக்கு, கொளுக்கி, கொடுப்பு ஆதிய பலப்பல சொற்கள் கிளைத்துப் பெருகிப் பலப்பல அர்த்தங்கள் படைத்து நிற்பதை ஆராய்ந்து கண்டு மகிழ்க. இவற்றுள் குண்டிகை, குடிலம், குடிகை, குடும்பம், கூடாரம், குரூரம் என்பன வட சொல்.

(II) தொல் எனுஞ் சொல்

இதுவரை ஓர் முதற் சொல்லை எடுத்துக்கொண்டு அதினின்றும் பிறந்த வழிச்சொற்கள் சிலவற்றைக் காட்டும் முறையைப் பின்பற்றினோம். இனி இதற்கு எதிர்முகமான முறையைக் கைக்கொண்டு ஒவ்வோர் வழிச்சொல் எவ்வாறு தன் அடியினின்றும் வேற்றுமையடைந்து வரலாயிற்று எனத் தெரிப்பாம். சொல்லமைப்பின்கண் நிகழ்கின்ற பொது விதிகள் சிலவற்றை விளக்குதற்கு முந்திய முறை ஏற்றதாயிற்று. பிந்திய முறையானது அறியாததொன்றை ஆராய்ந்தறிவதினாற் பிறக்கும் மகிழ்ச்சியோடு ஆராய்ச்சியின்கண் ஊக்கத்தையும் கிளர்த்திவிடும்.

தொல் எனுஞ் சொல்லின் தோற்றுவாய் யாது? அதனை யாம் துருவி அறிந்து கொள்ளுதல் கூடுமா? 'தமிழ் அமைப்புற்ற வரலாறு' எனும் எமது நூலினைப் படித்தோர் ஆயாசமின்றி அதனை அறிந்து கொள்வர். அறிந்துகொள்ளுதலும் அதனோடு பிறப்பொற்றுமை பூண்ட எத்துணையோ இலக்கிய அருஞ்சொற்களின் உட்பொருளை விளக்கமாய்க் கண்டு மகிழ்வர்.

தொல் எனுஞ் சொல்லோடு தொன்மை, தொண்டு என்பன ஒற்றுமை கொண்டிருத்தல் தானே போதரும். ஆயின், தொலைதல், துலை, தூரம் ஆதியனவும் அவ்வாறானவையா? ஆம் இது வெளிப்படையாயிரா விடினும் ஆராயும்போது நன்றாக நிச்சயிக்கப்படும். தொலை, துலை, தூரம் என்னும் இவ்வுருவங்கள் துளை எனும் வழிச்சொல்லின் விகாரங்களாம். இதுதான் உள் எனும் முதற்சொல்லினின்று வருவது என முன்னர்க் கண்டுகொண்டோம். ''உள்'' சொல்லினின்று புழை, குழை என்பன வரும்முறையே துளையும் வருவது. துளை எனுஞ் சொல்லில் உள் எனும் அடியின் ஓட்டைப்பொருள் (அகத்தேணிருக்குந் தன்மை, உட்செல்லுந் தன்மை தோன்றும்), ஆயின் தொலை ஆதிய சொற்களில் அவ் அடிக்குரிய மறைந்திருக்கும் தன்மை எனும் மற்றப் பொருள் தோன்றும். யாது யாது மறைந்திருப்பது அது அது புலன்களுக்கு எட்டாதது, சேய்மையிலுள்ளது என்றாகும். ஆதலால்தான், தொலை, துலை, தூரம் என்பன சொற்கட்குச் சேய்மைப்பொருள் ஏற்பட்டது. இடம் பற்றிய சேய்மையிலுள்ளது துலையாம். அவ்வாறு சேய்மைக்கண் செல்லுதல் தொலைதலாம். தொலைதலே (ஓடிமறைதலே) தோற்றல், தோல்வி எனவும் வருவது. ''கூற்றம் வரினும் தொலையான்றன் னட்டார்க்குத் - தோற்றலை நாணாதோன் குன்று'' எனும் கலித்தொகைப் பிரயோகங் காண்க. இனி, காலம் பற்றிய சேய்மையிலுள்ளது தொன்மையாம். தொன்று என்பதற்குரிய அர்த்தங்களிலொன்று ஊழ் என்பது. இத் தொன்றும் ஊழும் ஒரே சொல்லாய் நிலைபெறுதலைக் கண்டு மகிழ்க தொலையாய் (காலம் பற்றிய சேய்மைக்கண்) இருப்பதொன்று. உள்ளாய் (மறைதலினாற் சேய்மை பெற்று) இருப்பது ஊழ். ஊழி எனும் சொல்லும் சேய்மையினால் நீடித்த காலத்தைக் குறித்தலை நோக்குக.

துலைச் சொல்லைப் பற்றி யான் சொல்லியவற்றிற்கு மாற்றமிராது. ஆயின் தூரம் எனும் சொல்லை வடமொழியாமென எண்ணியிருப்போர் யாம் காட்டிய அதன் பிறப்பு முறையை ஒப்பப்பின்னிடுவார். துலையைப் போலவே தூரமும் தமிழ்ச்

சொல்லாமென்பதில் ஒருசிறிதும் மயக்கமின்று. அதுமட்டா? வடமொழிச் சொற்களில் நூற்றுக்குத்தொண்ணூறு எந் தமிழ் அடிகளினின்றே பிறந்து. இக்காலம் உருவம்மாறி நிற்கின்றன என்பது எமது ஆராய்ச்சியிற்றிறம்பாத ஒப்பனைகளால் ஏற்பட்ட ஓர் உண்மையாம். இவ்வாறே வடமொழித் துவாரமும் தோரணமும் துர், துக்கம், ஆதியனவுமான பலப்பல சொற்கள் அடிப்படையில் எம் தமிழ்ச் சொற்களே எனக் காணலாம்.

துளை துவாரமாயினமை எவ்வாறு? துளை ஆதியில் துள என நின்றமை கன்னடம், மலையாளம் ஆதிய பாகத மொழிகளிலுள்ள வழக்காற் காணப்படும். தமிழில் அகரவீறு ஐகாரமாக மெலிந்து விடுதல் பெருவழக்கு. இனி வடமொழியாளர் எம் துலச்சொல்லை த்வள என உச்சரிக்கும் போக்குடையவர் என்பது பல எடுத்துக்காட்டுகளால் நிலைபெறுவதோர் உண்மை. நாமும் தோய்த்தலைத் துவைத்தல், எனவும், தாழ்தலைத் தவழ்தல், தளர்தல் எனவும் வழங்குதல் அறியப்பட்டதன்றோ? இவ்வாறே வடமொழியில் எமது "துள" த்வள என வந்ததோடமையாது, தலைநீண்டு த்துவாள என்றும் ளகரம் தன்னோடு பிறப்பொத்த ரகரமாகித் த்வார என்றும் முடிந்தது. சிங்களத்தில் துவால என்றே இச்சொல் நின்றுவிட்டது, துவால - ஓட்டை, புண். துவாரம் = ஓட்டை, வாயில். துர் என்றதும் ஓட்டையான, தகத எனப் பொருள் கொண்டுவரும். துக்கமும் அதுவேயாம். அப்பால், தோரணச்சொல்லின் பொருளும் ஓட்டையாகிய வாயிலாம். இதன் வரன்முறை எமது தொடு எனுஞ்சொல்லின் வரன்முறையை ஒத்தது. தொடு உட்செலுத்து, ஓட்டையாக்கு, கிண்டு. டகரம் ரகரமாதற்கு, தொடு எனுஞ் சொல் துருவு என நிற்றலையுங் காண்க. துருவுதல் = உட்செலுத்ததல். இனி "தொடுதல்" எமது மொழியில் தோளல், தொள்ளல், தொண்டை, தோண்டுதல், தோட்டம், தோணி (தோண்டிக் குடைந்த மரம்) ஆதியன உருவங்களையும், துருவுதல் துழாவுதல், துழவை (துழாவியிட்ட கூழ், பத்துப்பாட்டு) ஆதியவற்றையும் அடையும். தொடுதல் எனுஞ் சொற்கு, உள்ளிடுதல் எனும் பொருளில், உணவருந்தல் எனும் அர்த்தமும் அமைந்திருத்தல் காண்க. இவ்வர்த்தமே உண்ணல் எனும் சொல்லினுக்கும் உண்டு. உண்ணல் = உள்ளிடுதல். இது முதற் சொல்லினின்று நேரே பிறந்தசொல். தொடுதல் வழிச்சொல்லடியாய்ப் பிறந்தசொல். இரண்டும் பிறப்பிலும் பொருளிலும் ஒற்றுமை கொள்வதை நோக்கி மகிழ்க. "தொடுதல்"தான் அதே பொருளோடு துளைதல், திளைதல், துற்றல், துய்த்தல் என நிற்றலையுங் காண்க.

இவ்வாராய்ச்சி வழியே, தொழுவை, தொள்கு, தொள்ளை, தோசம், தொழில், தொழும்பு, தொண்டு, தோழன், ஊழியம், உஞற்றுதல், தொய்வு, தோய்தல், துவைத்தல், தோயம், துயர், துயில் ஆதிய சொற்களின் வரன்முறையையும் துருவி அறிக.

(III) வாங்கல் எனுஞ் சொல்

வாங்கல் என்பது ''பரவை வழக்கில்'' ஏற்றுக்கொள்ளல், எனும் பொருளுடைய ஒரு சொல்லாம். இலக்கியங்களில் இதற்கு வளைத்தல், வளைவு எனும் பொருள் நிலவும். (சூடாமணி நிகண்டு *8,5; iiங, 3).* வளைவு எனும் பொருள் ''வாங்கலாய் நடத்தல்'' எனும் வழக்கச்சொற்றொடரில் நன்றாய்த் தொனிக்கின்றது. ''வாக்குக்கண்'' என்பது சமனிலையிலில்லாத கோணலான பார்வை எனப் பொருள்படும். இந்தப் பிரயோகத்திலும் வாங்கல் (வாக்கு) நேருக்கு எதிர்மறையான வளைவுப் பொருளையே கொள்ளுதல் தேற்றம். இனி இதுதான் வங்கு என நிற்றலும் ஒன்று. உட்குழிந்து தோன்றுவது வங்கு. குழிந்து, ஆழ்ந்த கண்ணுள்ளானைப் பரவை வழக்கில் வங்கன் என்பர். கிணற்றுள் காணப்படும் பொந்தும் வங்காம். இலக்கியங்களில் இது மலை முழைஞ்சில் எனவரும் (பிங்கலந்தை 504).

இப்பிரயோகங்களினால் வாங்கல், வங்கு என்பன சொற்கள் வளைதல் எனும் ஆதி உருவத்தின் வேற்றுருவங்களே என்பது பெறப்படும். ஆயின் வளைதல் ஆனது வாங்கல் என ஆயினமையை ஐயந்திரிபின்றித் தெளிந்து கொள்ளற்கு, இவ்விரு உருவங்கட்கும் இடைநின்ற வேறு ஓர் உருவத்தை நாம் அறிதல்வேண்டும் அதுதான் வாங்கல் எனுஞ் சொல்லினுக்கு ஏற்றுக்கொள்ளல் எனும் பொருள் தோன்றுதற்கு இடனாய் நின்ற வணங்கல் எனும் வேறொரு உருவமாம். வளைதலும், வணங்கலும் ஆதியில் ஒரு சொல்லே. சொற்களைப் பெருக்குமுகத்தால் வளை என்பதிலுள்ள ளகரம் தன்னோடு பிறப்பொத்த ணகரமாகி, வண எனும் அடியைத் தோற்றுவித்தது. வணங்கல் வளைதலேயாமென்பதை 'வரிதேற்றாய் நீயென வணங்கிறை யவன் பற்றி' எனும் கலித்தொகையிற் காண்க: வணங்கிறை = வளைந்த முன்கை, இனி, வளைதல் வணங்கலாகி, வாங்கல் என உச்சாரணபேதத்தால் திரிந்து தனக்கினமான வேறொரு பொருளை யுணர்த்துதற்கு உபகாரமாய் நின்றதையறிந்து மகிழ்க. ஏற்றுக்கொள்ளலெல்லாம் வளைதலே வணங்கலே, வாங்கலே எனக் காண்க. ஆதலாலன்றோ ''ஏற்பதிகழ்ச்சி'' என மூதாட்டியும் கூறினள்.

யாதொன்றை வாங்குவோர் வளைதலும், பல்லைக் காட்டுதலும், இச்சகம் பேசுதலும் முதலிய அவினயங்களைப் பொருந்துதல் சகசம். ஆதலாலேதான், ''கொடுப்பார் கை மேலே வாங்குவார் கை கீழே'' எனும் நாடோடி வாக்கியமும் எழுந்தது. சொல்லோடு பொருளாயும் ''ஏற்பதிகழ்ச்சி'' என்பது மேலும் கீழும் எனும் பாகுபாட்டைக் குறித்து நிற்றலை 'தமிழமைப்புற்ற வரலா'ற்றினைப் படித்தோர் சிரமமின்றிக் கண்டுகொள்வர். ஏற்பது இகழ்ச்சி எனும் இவை இரண்டு சொல்லும் முறையே இயல் இழி எனும் அடிகளினின்று பிறந்தன என்பதும். இவ்வடிகளிரண்டினும் ஆதி அர்த்தம் ''கீழ்ப்படு'' வதாமென்பதும் அன்னோர்க்கு விகசிதமாகும்.

வாங்கல் எனுஞ் சொல்லின் பிதிர்வழி வணங்கல், வளைதல் எனக் கண்டோம். அப்பால் வளைதலின் வரலாறு யாது? வளைதற்சொல் உள் எனுஞ் சொல்லின் விகாரமாம், பேச்சொலிப் பிறப்பின்கண் உகரமும் வகரமும் தம்முள் ஒத்தன. இதழ்குவித்து உச்சரிப்பது இரு ஒலிகட்கும் பொதுமையன்றோ? இதனால் உகரம் எளிதில் வகரமாய்த் திரியும் இயல்புடையது. தமிழில் வகரம் பெரும்பான்மை இதழ் குவியாது கீழிதழை மேல்வாய்ப் பற்களின் கீழ் மடித்து உச்சரிக்கப்படினும், (தொல்காப், எழுத்ததி, 98). ஒலிப்பிறப்பளவில் அது இதழ் குவித்தெழுந்ததே என்பது பிறமொழிகளின் ஒப்புமையால் நன்றாக நிச்சயிக்கப்படும். ஆகவே, அகப்பொருண்மை கொண்ட உள் எனுஞ் சொல் சுழல் என வந்து உட்புறத்தை நாடுதலை (சுழலுதலை) விளக்கியது. வளை எனவும் வந்து அக்கருத்தையே தந்திட்டது. வளைதல் = உள்ளாகச் சாய்தல்.

தமிழ்மக்கள் உள் அல்லது அகத்தேயிருத்தல் எனும் ஓர் மனக்குறிப்பை அடியாக வைத்துக்கொண்டு அதனைச் சிறிது சிறிதாக வேறுபடுத்தி, அதனோடு உறவுகொண்ட வெவ்வேறு சிந்தனைகளைப் படிப்படியாய் வேறுபட்ட ஓரெ சொல்லால் விளக்கியிருக்கும் பெற்றியைக் கண்டு யாரே வியப்பெய்தாதார்? உள்ளாகச் சாய்வது வளைதல் எனப்பட்டது. வளைவதினால் மேலோர்க்கு மரியாதை செய்தல், வணங்கல் என வைக்கப்பட்டது. வளைந்து ஏற்றல், வளைந்து நடத்தல், வாங்கல் ஆயிற்று. வளைவான பார்வை வாக்கெனப்பட்டது. இவற்றோடு சம்பந்தங் கொண்டெழுந்த வேறு பலப்பல சொற்களையும் ஆராய்ந்து காண்க. ஒரு சிலவற்றை இங்கு காட்டுதும்: வாள் (ஆயுதம்), வள்ளல் (பாம்பு), வளவு, வில்லு வளையல், வட்டம், வந்தனை, வக்கிரம், வஞ்சித்தல் ஆதியன. இவற்றுட் பிந்திய மூன்றும் வடசொல்.

7. தமிழிலுள்ள நிறச்சொற்கள்

ஓர் சொல்லாராய்ச்சி

நிறங்கள் வெள்ளை, கருப்பு, சிவப்பு, மஞ்சல், நீலம் ஆதியன. கண்ணுக்குப் புலமாகிய இவ்வுருவச் சிறப்பியல்புகள் எவ்வாறு முதற்கண் மனதில் நுழைந்தன? ஒரு உருவத்தை வெள்ளை என்றும் பிறிதொன்றைக் கறுப்பென்றும் யாது குறிப்பைக்கொண்டு எம் முன்னோர் வேறுபடுத்திக் கூறினர்? சிவப்பும் மஞ்சலும் நீலமும் ஒன்றல்ல என்று உணரப்பட்டமைக்கு அடிப்படையான பேதம் யாது? இதனை நுணுகி ஆராய்வதுண்டாயின், யாம் 'தமிழமைப்புற்ற வரலாறு' என்னும் நூலினுட் காட்டிய 'இடம் பற்றிய குறிப்'பே நிறவிகற்பத்தைப் பகுத்துணர்தற்கு வாயிலாயிற்றென்பது வெள்ளிடை மலையென விளக்கமாகும்.

வெள்ளை

அஃதெங்ஙனமெனில் அண்மை, சேய்மை, மேலுறல், கீழுறல் எனும் இந்நான்குமே எவ்வெப்பொருள்களையும் நாம் அறிந்து பெயரிடுவதற்கு வாயிலாக அமைந்த மனக்குறிப்புக்கள். இவ்வாறே மேலுறலை உணர்த்தும் ''எழு'' என்னும் முதற்சொல்லின் வழி ''எல்'' என்னும் எழுவானின் (சூரியனின்) பெயரும், அவ்வொளிப் பிழம்பினின்றும் வெள், வெள்ளை எனத் தவளவர்ணப் பெயரும் வந்தன.

அஃது இன்னணம் பெறப்படுவது:- வெள்ளை எனுஞ்சொல் வெளிச்சம் (விளக்கம்) எனுஞ் சொல்லினின்று பிறக்கும். வெளிச்சம் விளங்குதலினின்று வருவது. ஆயின் விளங்குதல் எனுஞ் சொல்லின் வரலாறு யாது? தமிழின் கண்ணுள்ள ஒரு முக்கியமான சொல்லமைப்பு விதியை மனத்தில் தரித்துக்கொண்டோர் உடனே இலங்குதலே விளங்குதல் ஆயிற்று என விடைபகர்வர். இலங்குதல், இலக்கம்,

இலக்கு, விளங்குதல், விளக்கம், விளக்கு என இவ்வாறு சொற்கள் விரிந்தமை ஒக்கும். ஆதியில் உயிர்முதலாய் எழுந்த முதற்சொற்கள், பின் சொல்வேறுபாடும் பொருள்வேறுபாடும் உண்டாக்குமுகத்தால் மெய்முதலாயின என்னும் விதிப்படி ''இலங்கு'' என்பது விலங்கு என்றாகும். அப்பால் ஒத்தபிறப்புடைய ஒலிகள் சொற்பொருள்விகற்பம் நோக்கித் திரிந்துவரும் என்னும் விதிப்படி ''விலங்கு'' என்பது விளங்கு என ஆயிற்று. விலங்குதல் என்னும் உருவமே விலங்கல் எனுஞ் சொல்லில் ''விளக்கமானது'' எனும் காரணத்தால் மலைப்பொருள் தந்துநிற்றலையும் நோக்குக. விளங்குதல் தன்னகத்துள்ள ளகரத்தை டகரமாக மாற்றி விடங்கம் என நின்று இலங்குதலின் ஓர் தனிநோக்காகிய அழகைக் குறித்தலும் ஒன்று. இனி, இலங்குதல் எனும் சொல்லின் பிறப்பு யாது? அஃது எல் எனும் அடியாய்ப் பிறந்தது. ''எல்லேயிலக்கம்'' என்றார் சொல்லர்த்தங்களைத் துருவியறிந்த தொல்காப்பியனாரும் (தொல்.சொல்லதி.271). எல் என்பது ஒளிப்பொருளுள்ள ஒரு முதற்சொல். அதினின்றும் எல்லார் (ஒளியில் வசிப்போர், தேவர்) எல்லே (வெளியே), ஏல (வெளிச்சத்தோடு, வெள்ளென) ஆதியன பல சொற்கள் பிறக்கும். அவ்வாறே எகரம் இகரமாகி இலகு, இலங்கு ஆதியனவன்றி, அதுதான் ஒகரமாகி ஒலித்தல் (வெண்மையாக்கல்) ஒளி ஆதியன சொற்களும், உகரமாகி உலர் ஆதியன சொற்களும் வருவனவாம். அப்பாற் சொன்முதல் மெய்பெற்று உருவமும் பொருளும் சிறிது விகாரப்படும் வழி ''எல்'' (எழிலென நின்று) கெழு, காழ், தெளி, தேர் எனும் சொற்களாகவும், ''இலகு'' நிலவு, விலங்கல் ஆதிய சொற்களாகவும் 'ஒலி' சொலித்தல் ஆதியன சொற்களாகவும், ''உலர்'' சுல்லி, சூளை ஆதியன சொற்களாகவும் வரும். விரிவைத் 'தமிழ் அமைப்புற்ற வரலாறு' என்னும் நூலிற் காண்க.

ஆயின் எல் எனும் அடியின் அன்றேல் முதற்சொல்லின் உற்பத்தியையும் அன்றோ விளக்குதல் வேண்டும் எனிற் கூறுதும். எகரமானது எம் இனிய மொழியில் மட்டுமன்று, வேறுபல மொழிகளிலும் மேலுறுதலைச்சுட்டும் ஒரு பேச்சொலியாம். எடு-தல், எறி-தல், எழு-தல் எனும் இவையெல்லாம் மேலுறுதலைக் காட்டுஞ் சொற்கள் ''எ'' என்பதனொடு டகரம், றகரம், ழகரம் ஆகிய வியஞ்சனங்களைச் சேர்த்து உருவாக்கப்பட்டன (தமிழமைப். வர. 16-ஆம் பக்கம் முதற் காண்க). இனி, தமிழ்மக்கள் எழுந்து எறித்து வருகின்ற சூரியனை எல் (எழுபவன், எழுவான்) எனப் பெயரிட்டழைத்தனர். எல், எல்லு, என்று, என்றூழ் (என்று+உள்)

பண்டைத்தமிழர் ✦ 153 ✦

என்பன தமிழிலுள்ள பண்டைக்காலச் சூரியன் பெயர்கள். எல் என்னும் பெயரே சுமேரியம், கிரேக்கம், லத்தீன் முதலிய ஆரியமொழிகளிலும் விரிந்தும் திரிந்தும் சூரியன் பெயராய் நிற்றலும் ஈண்டு நோக்கத்தக்கது.

எல் எனும் முதற் சொல்லினின்று வெள்ளை எனும் வழிச்சொல் வந்திட்டமையைக் கண்டுகொண்டனம். அதனைப் போலவே எழில், எழுத்து, எழினி, கெழு, கேழ், குரு, குலவுதல், தெளிதல், தேறல், தேன், திகழ்தல், திங்கள், வெளி, வெளிச்சம், வெள்ளி, வாலிய, வாள், வெள்ளம், வேளை, வெளுத்தல், வெட்குதல், விண், மின்னுதல், மின், விடிதல், வெடித்தல், விள்ளுதல், விளம்புதல், வெட்டுதல், வித்தை, எரிதல், எறித்தல், நிறம், நெருப்பு, தெறுதல், செறுதல், இலக்கித்தல், நிலவு, ஒளி, ஒளிர், ஒளிறு, ஒள்ளியா, ஒட்பம், ஒடித்தல் (ஒளி செய்தல்), ஒலித்தல், ஒலியல், துலங்குதல், துளங்குதல், உலரல், உலறல், உணக்கல், சுல், சுள்ளு, சுடுதல், சுளுந்து, சூளை, சோடை, சுணங்குதல், துவட்டுதல் (காய்ச்சுதல்), துவர், சுவப்பு ஆதியன பலபல சொற்கள் பிறந்திருத்தலை அகராதியுங் கையுமாய் ஆராய்ந்து கண்டு இன்புறுக.

கறுப்பு

வெள்ளைச்சொல் வந்த முறையே கறுப்புச் சொல்லும் வேறொரு இடக் குறிப்பின் வாயிலாய்ப் பிறப்பதாயிற்று. அதனை இனி விளக்குதும். வெள்ளைநிறம் வெளிப்பு அன்றேல், பொருள்கள் விரவி வெளிச்சத்தைத் தடைசெய்யாதிருத்தலாகிய நிலையோடு பொருந்துவதொன்று. வெளிப்பும், வெடிப்பும், வெளியும் ஒன்று. இவை மூன்றுசொல்லும் வெளிச்சம் பரவவிடும் தன்மையை உணர்த்தும். ஆயின், பொருள்கள் அடர்ந்து வெளிப்பை அடைப்பாக்கி, வெளிச்சமற்ற நிலையைச் செய்யுங்கால், அவ்வடர்ச்சியால் உண்டாவது வெளிப்பு. (வெள்ளை) என்பதின் வேறாகிய பிறிதொரு மனக்குறிப்பாம். அம்மனக்குறிப்புத்தான் அண்மையோடு உரிமைபூண்டது. அதனையே கறுப்பு எனுஞ்சொல் விளக்கும். வெள்ளை எனுஞ்சொல் மேலுறுதல் (எழுதல்) எனும் குறிப்போடு கூடியவாறு, கறுப்பு எனுஞ்சொல் அண்மை எனுங் குறிப்போடு கூடி இயல்வது.

எங்ஙனம்? அண்மையை விளக்கும் தமிழ் முதற்சொற்களுள் ஒன்று அடு என்பதாம். அடுத்தல் = நெருங்குதல், அண்மையாதல் இந்த அடு எனும் முதற் சொல்லினின்றும் கடு எனும் வழிச்சொல்லினின்றும் பிறக்கும். கடுத்தல், மிக அண்மையை நாடல், விரைதல். ''காலெனக்

கடுக்குங் கவிபெறுதேரும்'' (மதுரைக்காஞ்சி 388). அண்மையால் உண்டாகும் அடர்த்தி அல்லது மிகுதியும் கடுத்தலின் பொருளாம். உ-ம். ''நெஞ்சங் கடுத்தது'' (குறள் 706). கடுப்பு என்னும் உருவத்தினுக்கும் அண்மையை நாடுதலாகிய வேகப்பொருளுண்மையை ''மண்டு கடுப்பினிற் படரும் வாம்பரி'' எனுஞ் சேதுபுராண (கத்.15) மேற்கோளினாலுணர்க. கடுக்கமும் அது. கடுமை = வேகமும் (மணிமே.17,25) மிகுதியும் (ஐங்குறு.335) விஞ்சிய அண்மை நிலையாகிய இறுக்கமுமாம். இவ்விறுக்கத்தினின்றும் ''கடு'' என்னும் அடிக்குக் கூர்மை, உறைப்பு, விசேடம் என்னும் பொருள்கள் ஏற்பட்டமையும் உய்த்துணர்க. இங்ஙனமே கடு எனும் வழிச்சொல்தான் கடம், காடு (=அடர்ந்தது, அடவி), கடி (=மிகுதி), காழ் (வயிரம்), காய், கடுமை, கடும்பு, கடினம், கடு (முள்), கள்ளி, கருக்கு, கடுகம்(சரக்குவகை), கராம்பு, கறுவா, கார்ப்பு, காழ்ப்பு, கைப்பு, காரம் ஆதிய பல்வேறு சொற்கட்குத் தாயாயிற்று என ஆராய்ந்து கண்டு மகிழ்க.

இனி, கடு எனுஞ்சொல் உருவும் பொருளும் வேறுபடுமுகத்தாற் கறு என ஈற்று டகரம் தன்னொடு பிறப்பொத்த றகரமாய்த் திரிந்து நிற்றலை நோக்குக. கறுச்சொல்லினுக்கும் இறுகுதல் (முற்றுதல்) உறைத்தல் (கோபித்தல்) எனும் பொருளிருத்தலை ''கவ்வை கறுப்ப'' (மதுரைக்காஞ்சி 271). ''வசையுநர்க்கறுத்த பகைவர்'' (பதிற்றுப் பத்து 32,15) எனும் பிரயோகங்கள் காட்டும். பிந்திய கறுப்பும் கடுப்பும் ஒன்றேயென்பது, 'கடுநவையணங்குங் கடுப்பும்' என வெகுளிப் பொருளிற் கடுப்புச்சொல் வருதலாற் காண்க (பரிபாடல். 4,49). கறுச்சொல்லின் ஆதியர்த்தம் அடர்த்தியே என்பதற்கு ஐயப்பாடு உண்டாயின், அஃது தமிழ்ப் பாகதங்களாகும் கன்னடம், தெலுங்கு ஆதியவற்றிற் கறுச்சொல் திண்மை, கூர்மை என்னும் அர்த்தங்கள் கொண்டு நிற்றலை நோக்குங்காற்றள்ளி வைக்கப்படும். மலையாளத்திற் கறுப்பு கரடுமுரடாயிருத்தற்குப் பெயர். இவ்வாறு ''அண்மை'' எனும் குறிப்பிற் பிறந்த அடர்த்தி எனும் பொருளிலேதான் கறுப்பு என்பது, வெளிச்சமயமான வெள்ளைக்கு மறுதலையான இருட்டன்மைக்குப் பெயராயிற்று. ஒளியை உட்படவிடாது பொருள்கள் அண்மையால் அடர்ந்த பான்மையைக் காட்டும் தோற்றம் யாது அதுவே கறுப்பாம். (கறுப்பு = கடுப்பு = அடர்த்தி = அண்மை).

கறுப்புச்சொல்லோடு உறவுபூண்ட வழிச்சொற்கள்: கறை, கரடி, கருள், கருமை, கார், களிம்பு, காளம், களங்கம், காளி, காளிக்கம், காளிமம் என்றற்றொடக்கத்தன பலவுள. இவற்றுட் பிந்தியவற்றை

வடமொழியாளர் தஞ் சொற்களென்பர். அங்ஙனமேயாயினும், எம்தமிழினுக்கு அடிப்படையாயுள்ள அடு, அல், அள், எனும் முதற்சொற்கள் வழியாய்ப் பிறந்த கடு, கல், கள், எனும் வழிச்சொற்களே அவ்வடசொற்களுக்குப் பிறப்பிடமாமென உணர்க.

பச்சை

வெளிச்சம் தோன்ற விடாது இடையீடின்றிப் பொருள்கள் அடர்ந்திருத்தலாகிய கடுப்பு என்னும் நிலையினின்றும் கறுப்பு எனும் நிறப்பெயர் வந்தமையைக் கண்டாம். பயத்தைக் கிளர்த்துவதாகிய இவ்வமங்கல வர்ணத்தை நோக்குதல் ஒழிந்து, இனி இறும்பூதுக்கிடனாகிய பச்சை எனும் நிறப்பெயரை ஆராய்வாம்:

'பச்சை' ஆதி வர்ணங்களுளொன்றன்று; கறுப்பின் ஒரு பேதமாய் நீலமும் மஞ்சளும் கலத்தலால் உண்டாவது. ஆதலாலன்றோ கறுப்புச் சொல்லினுக்கு அடிப்படையென யாம் காட்டிய ''அடு'' எனும் முதற் சொற்றான், பச்சைச் சொல்லினுக்கும், தான் சிறிது பேதப்பட்ட வழி, அடிப்படையாகின்றது. இனி நிறப்பொருளிற், 'பச்சை' ஓர் ஆகுபெயராம். பச்சையான (காயாத) இலையின் நிறம் பச்சை. ''பச்சிலை நிறம்'' எனப் பரவை வழக்கிலும், ''கொளப்பாட்ட'' (குழைநிறம்) எனச் சிங்களத்திலும் வருதல் இங்கு நோக்கற்பாற்று. அப்பால் இலையாதியவற்றுக்குப் பச்சை எனும் விசேடணம் பொருந்துவது எவ்வாறெனத் துருவி நோக்குங்கால் இச்சொல்லின் பிதிர்வழி நன்றாக நிச்சயிக்கப்படும்.

செந்தமிழ் நூல்களிற் பசை எனும் ஓர் வினையடி காணப்படும். பசைதல் - பற்றுதல். ''பசைதல் பரியாதா மேல்'' (நாலடி). உண்மையில் பசை, பற்று உருவங்களிரண்டும் நச்சு (நசை, நத்து) ஆதியன போல அடு, அத்து என்றற்றொடக்கமான முதற்சொல்லடிகளின் விகாரமேயாம் (தமிழமைப்புற்ற வரலாறு 4-ஆம் அதிகாரம் காண்க). பசைதலையும் பற்றுதலையும் ஒப்புநோக்கிக் காணுமிடத்து, கடுமையின் மறுதலையாய், ஒட்டும் பெற்றிவாய்ந்ததாயிருக்கும் நீர்த்தன்மையோடு கூடிய இளக்கமே பசையாமென வெளிப்படும். ஈரப்பசை, ஈரப்பற்று எனும் வழக்குகளையும் ஒப்பிடுக. பசைச் சொல்லினுக்கு இதுவே ஆதியர்த்தமாமென்பது அன்னிய மொழிகளின் சொல்வழக்குகளாலும் இனிது வலியுறுத்தப்படும். ஆரியத்தில் இது பச், பஷ் என, தொடுத்தல், கட்டுதல், அன்பு (அண்பு) கொள்ளல் ஆதிய பொருள்தரும். லத்தீனில் *Pango* இறுக்குதல், கட்டுதல், *Pac-iscor* தளராது நாட்டுதல், *Pac-o* ஒன்று

கூடல் என நிற்கும். அம்மொழியின் *Pax* உறவாடல் எனும் சொல்லும் எமது பசைதல் எனும் சொல்லும் நோக்கி மகிழத்தக்கன. இத்துறையை விரிப்பின் வரம்பின்றி ஓடும். இது கிடக்க, பசைச்சொல்லிலே பிசை என நிற்கின்ற வழியாம் எடுத்துரைக்க விரும்புவது எம் பாரயணர்கட்கு எளிதிற் புலனாகும். பிசைதல் - நீர்த்தன்மையான பொருளைக் குழைத்தல். பிசைச்சொல் பிசின் என நின்று பசைத்தன்மையுள்ள சாம்பிராணியையும், பசைவிசேடத்தையும் குறிக்கும். பிசினி - பசை. இனி பிசினியும் பிசுனமும் பஞ்சைக் குறித்தலுமொன்று. பஞ்சுச் சொல்லும் பசைச்சொல்லின் விகாரமேயாம். இளக்கமாய் (பசை) மிருதுவாயுள்ளது பஞ்சு. பிந்ஜ, பந்ஜி எனும் ஆரியச்சொற்களையும் ஒப்புநோக்குக. பிசினும் பசையும் ஒருசொல்லே என்பதை மேலும் உய்த்துணரவேண்டின், பிசினே பயின், பயிர்ப்பு என இலக்கியங்களில் நிற்றலைக் காண்க. ''கப்பிணர் மரத்திற் காலும் பயினதாய்'' (திருவிளை. இந்திரன் பழி.13). ''பலகோட் பலவின் பயிர்ப்புறு தீங்கனி'' (கலி 50). எமது பசை, பிசின் என்னும் சொற்கள் லத்தீனில் *Pix*, கிரேக்கத்தில் *Pissa*, வடமொழியில் பீது (தாரு) என பிசினை, பிசின்மரத்தையும், லத்தீனில் *Ping-ere*, வடமொழியில் பிந்ஜ் என பசை (வர்ணம்) பூசுதலையும் காட்டும் சொற்கட்கு அடியாய் விளங்குதலையும் அறிந்து மகிழ்க. (தொல்காப்.சொல்.308) காண்க.

இன்னணம் நீர்ததன்மையோடு கூடி இளக்கமுற்றிருப்பதே பசை என்றாயிற்று. இம்மனக்குறிப்புக் ''காய்ந்தது'' என்றதின் எதிர்மறையாகுங்காற் ''பச்சை'' எனப் பெயர்பெற்றது. பச்சை பசையுள்ளது, காயாதது, நீர்த்தன்மையோடு கூடியது. இதுதான் பசுமை, பைது, பை ஆதிய வேறுருவங்களும் அடைவதாயிற்று. பசுமை நீர்தன்மையற்ற காடின்னியத்தின் மறுதலை. பைது நீர்த்தன்மை, ஈரம். ''பயனிலம் பைதற'' (கலித் 20) 'பைதற விளைந்த பெருஞ் செந்நெல்' (பெரும்பாணாற்.230). அப்பால், பைதல் எனும் சொல் முதிராத (காய்ந்து இறுகாத) நிலையைக் காட்டுமுகத்தால் இளமை (இளக்கம் பசை)க்கும் பெயராயிற்று. ''பைதல் வெம்பிறை'' (அருணகிரி). இவ்வாறே பசம் எனும் ஓருருவமும் இளமைக்காயிற்று. அதுதான் பை எனவும் நிற்பது. (மலைபடுக. 40).

இதுகாறும் கூறியவற்றாற் காய்ந்தமைக்கு எதிர்மறையான, நீர்த்தன்மையோடு கூடிய இலையாதியனவற்றிற்குப் பச்சை எனும் குணம் சொல்லப்பட்டது என்பதூஉம், அப்பச்சைச் சொல்லே இலையாதியனவற்றின் நிறத்தை விளக்குதற்கு ஆகுபெயராய் வரலாயிற்று என்பதூஉம் தேற்றமமாம். பசை எனுஞ் சொல் பிசைதல்

நெருக்குதல் எனும் அர்த்தத்தில் பசி, பசலை, பையுள் (நோய், தொல்காப். சொல்.341), பைதல், பை எனும் உருவங்களும் கொள்ளும். அதுதான் பயிலல் (=நெருக்கம், அடுத்துமுயலல்), பயிர்ப்பு (நிறைதலால் உவட்டல்) ஆதிய உருவங்களையும் அடையும். இவற்றை ஈண்டு விரிப்பில் மிகப் பெருகுமாதலால் வாசிப்போர் ஆராய்ந்துணர்க.

சிவப்பு

எழுதலை ஏறுதல் என்றும் வீசுதலை எறிதல், எறித்தல் என்றும் பெயரிட்டழைத்த எந் தமிழ்முன்னோர், ஏறி வீசுகின்ற அனலை 'எரி' எனக் கூறிப்போந்தார். ஏறி வீசுவது எரி; அதன் வீசுதல் எரிதல். எரிதலுக்கு ''எறிப்பு'' எனும்பெயரும் உளதாயிற்று. வெயில் எரிகின்றது, வெயில் எறிக்கின்றது எனும் இவையிரு சொற்றொடர்களும் பொருள் ஒத்தவை. இனி எறிப்பு எனுஞ்சொல்லே எம்மால் 'தமிழமைப்புற்ற வரலாறு' என்னும் நூலினுள் விளக்கப்பெற்றதோர் கட்டளைக்கு இணங்க நெருப்பு என்றாயிற்று. எறிப்பு, நெருப்பு (நெறுப்பு) எனும் சொற்கள்தாம், ''நிறம்'' எனும் சொல்லினுக்கும் பிறப்பிடமாயின என்பதை ஆராய்ந்துணர்க. எரிப்பு, நெருப்பு என்பவையோடு தெறுதல், நீறுதல் எனும் உருவங்களையும் ஒப்புநோக்குக.

அப்பால் நெருப்பின் நிறமே சிவப்பு எனப்பட்டது. சிவப்புச்சொல் ஆதியில் சுவப்பு என இருந்ததாதல் வேண்டும். இதனாலன்றோ நெருப்பு நிறமான பொன் ''சுவணம்'' என்னப்பட்டமையும். ''எரிபுரை சுவணம்'' (பெருங்கதை. 4,11,52). செந்நிறத்தைக் குறிக்கும் 'துவர்' எனுஞ் சொல்லையும் ஒப்புநோக்குக. ''துவர்ச் செவ்வாய்'' (கலித்தொகை.55) அங்ஙனமே சுவண்டு = ஒளி, சுவண்டர் = சிவன் எனும் உருவங்களையும் ஆராய்க. ''தூநீறணியும் சுவண்டர்'' (அப்பர் தேவா). மலையாளத்திற் சுவக்க, சுவன்னு = செம்மையாயிருத்தல்; சுவப்பு, சுவன் = சிவந்தது எனவருதலுமொன்று.

இனி, சுவப்புச்சொல்லின் வரலாற்றினை விளக்குதும்: பகலவனின் பெயராகிய ''எல்'' என்னும் சொல்லினின்றும் வெள்ளைச்சொல் பிறந்தமையைக் கண்டோமன்றோ. வகரமெய் சொன் முதலாயினமையாலும் லகரம் ளகரமாயினமையாலும் வெள்ளைச்சொல் வந்தவாறு, 'எல்'லின் எகரவுயிர் ஒகரமாயினமையால் ஒலிச்சொல்லும் பிறந்தன. ''நின்னாடை யொலிப்ப'' (கலித். 81). ஈண்டு விளக்குதற் பொருள். ''வெஞ்சுடர் ஒளியுநீ'' (பரிபாடல்.67). ஈண்டு

எரித்தற்பொருள். ஒலித்தலும், ஒளியும் சொலி = விளங்கு எரி என்றும், அச் சொலிதான் சுல் = வெள்ளி; சுல்லி = அடுப்பு; சுள்ளு = சூடு; சுடு = எரி; சுடர் = பகலவன்; சுடலை, சுலிகை = நெருப்பெரியுமிடம், சுளுந்து, சுள், சூள் = நெருப்புக்கொள்ளி, சுள்ளை, சூளை, சுவாலை = பெருநெருப்பு; சுண்டு, சுண்டல் = நெருப்பிற் காய்ந்தது; சுண்ணம், சுண்ணாம்பு = நெருப்பினால் (நெறுப்பு) ஆகிய நீறு; சுவண்டு = சூடு; சுவடு = நெருப்புச் சுட்ட புண்; சுவறு, சோடை, சோர் = அனலாற் காய்ந்து வற்றல் என இவ்வாறு வெவ்வேறு உருவங்கள் தாங்கிச் சுவப்பு என்றாயிற்று. ஆரியம் ஆதிய பிறமொழிகளின் சொற்கள் பல இவ்வடியாய்ப் பிறந்திருத்தலை முன்சுட்டிய எமது நூலினுட் பார்க்கக் காண்க.

சுவப்புச்சொல் சிவப்பு என நின்றவிடத்துச் செம்மை; செய்ய = சிவந்த; சேப்பு; செம்பு = சிவத்தலோகம்; சேய் = சிவப்பு; சிவம் = நன்மை ஆதிய பல சொற்களாய்த் திரியலுற்றது. கன்னடத்தில் செம், செந் என்பது சந் எனவும் நிற்கும். அதில் சம்பு எமது செம்புச்சொல்லாம். சந்த = சுவந்த, ஒளிபொருந்திய, அழகிய என்றாகும். அம்புலிமானின் பெயரும் அது. இவற்றால் சந்திர எனும் ஆரியச்சொல்லும் தமிழடியாய்ப் பிறந்ததே எனத் தோன்றும். இவ்வாறே சுவர்ண, சூர்ண, ஜ்வால ஆதிய ஆரியச்சொற்களும் தமிழடியாய் எழுந்தன என்பது முன் காட்டிய வரலாற்றினால் வெள்ளிடை விலங்கலாம். இவை யாவும் ஒருகாலம் வெளிப்படவிருக்கின்ற எமது ‘சொற்பிறப்பகராதி’யினுட் தெளிவாக்கப்படுவன.

நீலம்

வெள்ளை நிறச் சொல் எந்த அடியாய்ப் பிறந்ததோ, அந்த ‘எல்’ அடியாகவே நீலநிறச்சொல்லும் பிறந்திட்டது என யாம் சொல்லக் கேட்டல் பல்லோர்க்குப் புதுமையாகத் தோன்றலாம். ஆயினும் ‘வெள்ளை’ எல்லின் மகவாம் என்பதற்குள்ள இலக்கியச் சான்று ‘நீலம்’ எல்லின் மகவாம் என்பதற்கும் உண்டு. அஃதெங்ஙனமென இனி விளக்குதும்.

தமிழ்ச்சொற்கள், ஒருசில வேயான தலையடிகளினின்று விகற்பித்துப் பலவாக்கப்பட்ட வழிகளுள் ஒன்று யாதெனில், உயிர்முதலாய் நின்ற சொற்களின் தலையில் ஒவ்வோர் மெய்நிறுவி அவ்வச்சொல்லை உறுதிபெறச் செய்தமையாம் என்றல் முன்னரும் தெரிவிக்கப்பட்டது. இங்ஙனமே ‘எல்’ அடியான எழில் எனும் சொல்

கெழு, கேள் எனத் தெளி, திகழ் என உறுதிப்பாடடைந்து ஒளியுடைமையின் வெவ்வேறு படிகளை, நோக்குகளை உணர்த்தவதாயிற்று. உயிர்முதலாய் நின்ற 'எழில்' கேவலம் ஒளியுடைமையை, அழகைக் குறிக்க, ககரமெய் முதல்பெற்ற 'கெழு' உரைத்த பிரகாசத்தை, தகரமெய் முதல்பெற்ற ''தெளி'' நன்றாய் விளக்குதலைக் காட்டுவனவாயின. 'கேழ்' கெழுவின் வேறோர் உருவமும் ''திகழ்'' தெளிவின் மற்றோர் வடிவமுமாம். முன்னையது தலை நீண்டது. பின்னையது தலை மடிந்து விரிந்தது. தோய்த்தல் துவைத்தல் எனவும், தாவுதல் தவழ்தல் எனவும், தாழ்தல் தளர்தல் எனவும், வருதல் பின்னயதனைப் போன்ற விரிதலுக்கு எடுத்துக்காட்டுகளாம். இனி, மெய்தலையிற் பெறும் சொற்களுள், வலிமை கொண்டு உச்சரிக்கப்படும் மெய்ம் முதலானவை வலிமையோடு கூடிய அர்த்தத்தையும், மென்மையாய் உச்சரிக்கப்படும் மெய்ம்முதலானவை மென்மையோடு கூடிய அர்த்ததையும் கொண்டு இயலுதலும் உற்றுநோக்கற்பாலது. எங்ஙனம்? உழை எனும் முதற்சொல்லினின்றும் பிறந்த துளை எனும் வழிச்சொல் தகரமாகிய வல்லின மெய்ம் முதலானமையால் வலிமையோடுகூடி ஊடறுத்துச் செல்லுதலை விளக்கும். அம்முதற் சொல்லினின்றே வருகின்ற நுழை எனும் வழிச்சொல், தன் தலை நின்ற மெய்யின் மென்மையால், மெல்லென உட்செல்லுதலைக் காட்டும். இங்ஙனமே, தோண்டுதல் வலிமையோடு கிடந்து துவாரம் பொறித்தலாம். நோண்டுதலோ மென்மையாய் யாதொன்றைப் பிரித்து அகழ்தலாம் இவற்றின் விரிவைத் 'தமிழமைப்புற்ற வரலாறு' எனும் நூலின் நான்காம் அதிகாரத்தினுட் கண்டுதெளிக.

இனி நீலச்சொல்லின் வரலாறு இது:- எல் எனும் சூரிய, வெளிச்சப் பொருள் கொண்ட சொல் தன் எகரத்தைப் பிறப்பொத்த இகரமாய் மாற்றி இல-கு, இல-ங்கு என நின்று, வெளிச்சமயமாய்த் தோன்றுதலைக் குறித்தது. 'இலங்கு' என்பதுதான் தகரமெய் முதலிற் பெற்று, துலங்கு, துளங்கு எனவும் வருவது. தகர இகரம் உகரமானமை இங்கு ஓர் ஒலிமாற்றமாம். துலங்குதல் = மிகப்பிரகாசித்தல். துளங்குதலும் அது. அப்பால் 'இலங்கு' என்பதுதான் விலங்கு, விளங்கு எனவும் வருவது. விலங்கல் = விளக்கமாய் எழுந்து நிற்பது, மலை. சம்ஸ்கிருதத்தில் உப்பரிகை, உயர்ச்சி எனும் பொருளுள்ள விடங்கச்சொல்லும் அது. லகர, ளகர, டகரங்கள் இனமாற்று. இவை போலவே நகரமெய் தலையிற் பெய்த இலகு நிலவு என்றாகி மென்மையான, மங்கலான வெளிச்சத்தைக் குறிப்பதாயிற்று. இதனால்

நிலவு சந்திரனின் மெல்லொளிக்குப் பெயரீடாயிற்று. இந்நிலவுச்சொல் சிங்களத்தில் நிலாவ என நின்று மங்கல் ஒளியோடு கூடிய நீலநிறத்தைக் காட்டும். நிலவு, நிலாவ என்பனவே சம்ஸ்கிருதத்தில் நீல எனவும் லத்தீனில் நீகர் எனவும், கிரேக்கத்தில் மேலஸ் எனவும் வந்து இருண்ட நிறத்தைக் குறிக்கும் என ஆராய்ந்து கண்டு மகிழ்க.

மஞ்சல்

குன்றிய விளக்கமானது நிலா, நீலம் எனப்பட்டமை போல, மழுங்கிய சிவப்பு மஞ்சல் அன்றேல் மஞ்சள் எனப்பட்டது. மங்கலே மஞ்சலாயிற்று. தங்கல் தஞ்சம் எனவும் இறங்குதல் இறைஞ்சுதல் எனவும் வந்தவாறு போல. செங்கல் மங்கல் என்றதொடரிலும், செங்க(ண்)மாரி, மங்க(ல்)மாரி எனும் தொடர்களிலும் மங்கற்சொல் மஞ்சட் சொல்லினுக்குச் சரியாய் நிற்றல் காண்க. 'மங்கல்' இலக்கியங்களுள் மங்குல் எனப் பயின்று, மழுங்கிய ஒளியை, இருட்சியைப் புலப்படுத்தும். 'மங்குல் வானத்து மதிநிலா மழுங்க' என்பது பெருங்கதை (உஞ்சைக் 50, 55). உள்ளபடி, ஒளி மழுங்கியதே மங்குலாம். மங்குற்சொல்லினுக்கு மேகப்பொருள் இருட்சியை வாயிலாகக்கொண்டு பெறப்பட்டது. அப்பால் மழுங்குதலும் மழுகுதலும் ஒன்று. 'பசுங்கதிர் மழுகிய சிவந்து வாங் கந்தி' என்ற புறநானூற்று மேற்கோளை (376,2) முன்னைப் பெருங்கதை மேற்கோளோடு ஒப்புநோக்கி மகிழ்க. மங்கல்தான் ஒளி மழுக்கத்தை மேலும் வலியுறுத்துமுகத்தால், சொன்முதல் மெல்லினத்தினிடமாய் வல்லினம் பெற்றுக் கங்குல் என வந்ததுபோலும். கங்குல் = கதித்த ஒளிமழுக்கமாகிய இருள், இரவு என்க.

'மஞ்சல்' மஞ்சற் சொல்லினின்று வந்ததேயாயின், இச்சொல்லினுக்குத்தான் பிறப்பியாது? எனிற் கூறுதும்- 'மங்கல்' மழுங்கலின் மரூஉவாம். மழுங்கல் எனும் சொல்லின் தலையில் மெய் விளங்குகின்றமையால் இது ஓர் வழிச்சொல்லே என்பது 'தமிழமைப்புற்ற வரலாறு' என்னும் நூலைப் படித்தோர்க்குத் தெற்றெனப் புலப்படும். இதன் முதற்சொல்லுருவம் அழுங்கல் என்பது. இவ்வுருவந்தானே ஓர் முதற்சொல்லன்று, ஆயின் ஆழ்தல் (அகலல்) எனும் முதற்சொல்லின் ஓர்வேற்றுமையாவது. 'ஆழ்' அழு(கு) என நின்று அழுங்கு என்றாயிற்று. ஆழ்தலின்பொருள் கீழ்நோக்கிச் செல்லல், இறங்குதலென்பது. ஆழ்தலின் வழிவந்த அழுங்கலும் முதற்கண் கீழ்நோக்கிச் செல்லுதலை, இறங்குதலையே

குறிக்கும். 'அருமாலுற்று............ அழுங்கி அரற்றாதே' (திருவாசகம் 45,50). பிறனொருவனின் தாழ்நிலை நோக்கித் தானும் உள்ளத்தால் இறங்குதலே இரங்குதலாதலால், அழுங்கல், மேல், இரக்கத்துக்கும் பெயரீடாயிற்று. 'பெருங்களிறு............சேர்ந்தல்கிய அழுங்கல் ஆலை' எனும் ஆட்சி காண்க (புறநா. 220,3). இங்கு இறங்குதல் இரங்குதல் ஆவதின்கண், றகரம் தன்னோடு பிறப்பொத்த ரகரமாய் மாறியமையால், பொருள் ஒரு சிறிது வேற்றுமைப்பட்ட புதுச்சொல் ஒன்று ஏற்பட்ட பெற்றியைக் குறித்துக்கொள்க. இது சொல்லமைப்பின் கண் தொழிற்படும் பெருங் கட்டளைகளுள் ஒன்றாம். அப்பால் அழுங்கல் மேனிலையினின்றும் இழிதலாகிய கேட்டிற்கும் பெயராயிற்று, ''பிணனழுங்கக் களனுழக்கி'' என்றதிற் போல (புறநா.98,5). தாழ்ந்தோர்மாட்டு இறங்குதலாகிய இரக்கமும் மேனிலையினின்று இறங்குதலாகிய கேடும் ஆகிய இருபொருளும் அழுங்கற்சொல்லினுக் குண்மையை எடுத்தோதி: "அழுங்க லிரக்கமுங் கேடு மாகும்'' என்றார் தொல்காப்பியனாரும் (சொல்லதிகாரம் 350). அழுந்துதனும் அமிழ்ந்துதலும் அழுந்துதலின் வேறுவேறு உருவங்களாம். அமிழ்ந்துதல் ஆழ்தலே என்பது வெளிப்படை. அழுந்துதலுக்கும் அப்பொருளே தலையாகின்றமையை ''அழுந்தேனரகத்து'' (திருக்கோவை 169) முதலாம் எடுத்துக்காட்டுக்கள் வலியுறுத்தும். அழுகுதல் = கெடுதல், அழுங்குதலின் பிறிதோர் விகற்பமாம்.

அழுங்குதலினின்றும் பிறந்த வழிச்சொற்கள் நழுவுதல், வழுவுதல், மழுகுதல் அன்றேல் மழுங்குதல், மங்குதல் என்பவை மெல்லினமெய்ம் முதலானவை யெனவே, எல்லாம் மெல்லெனக் கீழ்நோக்குதலை, குறைதலை, தேய்தலை விளக்குவன. நாம் இங்கு ஆராய எடுத்துக்கொண்ட மங்குதல் என்னும் சொல் ஆரியத்திலே நீரில் அமிழ்ந்துதல் எனும் பொருள் தந்து மஜ்ஜ் என நிற்றல் ஈண்டு நோக்கற்பாற்று. அம்மொழி மஜ்ஜனம் = நீரில் அமிழ்தல், மூழ்கல் என வரும். மஞ்சனமு மது. 'மஞ்சம்' தூங்குதல், தொங்குதல் எனும் சிறப்பியல்பு நோக்கிக் கட்டிலின் பெயராயிற்றுப் போலும். ஆயின் வடமொழியில் மஜ்ஜ் எனும் அடியாய்ப் பிறந்த மஞ்சல்நிறச்சொல் இன்று, அந்நிறத்தைக் குறிக்கும் ஹரித, பீத ஆதிய சொற்கள் வேறு தமிழடிகளினின்றும் தோன்றின. சொல்லிய இரண்டினுள்ளும் முந்தியது கெழு எனும் தமிழ்ச்சொல்லையும், பிந்தியது பிசை (பசை) எனும் தமிழ்ச்சொல்லையும் பிறப்பிடமாய்க் கொள்வன. இத்துறை இவண் விரிப்பின் வரம்பிகந்து செல்லும். பாராயணர்கள் அறிந்துணர்க.

8. தவறான மனப்பதிவைத் தரும் சரித்திரக் குறிப்புகள்

முற்காலத்துச் சரித்திரச் சம்பவங்களை எடுத்து எழுதுவோர் அச்சம்பவங்கள் என்ன சந்தர்ப்பங்களில் நடந்தனவென்றும் எவ்வெக் காரணங்களால் நிகழ்ந்தனவென்றும் கண்டுகொள்ளும் பொருட்டு, அக்காலத்து உண்மைச் சாட்சிகளாயிருந்த நூலாசிரியர் கூற்றுக்களை நன்றாய் ஆராய்ந்த பின்னே எழுதல் வேண்டும். சரித்திராசிரியன் ஒரு சம்பவம் நிகழ்ந்த காலத்தின் நிலைமை என்னவென்று காட்டாமலும் அதற்கு எழுவாயாய் நின்ற காரணத்தைக் கூறாமலும் விடுவது உண்டாயின், வாசிப்போரிடத்து ஒரு தவறான மனப்பதிவு உண்டாவதாகும். சம்பவம் நிறைவேறிய காலத்து உண்மை நூலாசிரியர் கூற்றுக்களை ஆராயாது, பிற்காலத்து விரோதிகள் கூற்றை எடுத்தாளுவதும் பாரபட்சமற்ற சரித்திரத்துக்கு மாறாகும். உதாரணமாக: ஒரு ஊர்க்கலகத்தின் நடுவே, ஒருவன் தன்னைத் தாக்கவந்தவர்களின் மேல் எறிந்த கல், மற்றொருவன் உயிர்நிலையிற்பட்டு அவன் இறந்தான் என்று வைத்துக் கொள்ளுவோம். இச்சம்பவத்தை வரைகிற ஒருவர், ஊர்க்கலகத்தையும் தற்காப்பின் பொருட்டு அவன் கல்லெறிந்தமையையும் காட்டாமல், இன்னவன் இன்னவனைக் கல்லால் எறிந்து கொன்றான் என்று மாத்திரம் எழுதிவைப்பாராயின், அவ்வெழுத்துத் தவறான மனப்பதிவை உண்டாக்குமன்றோ? தற்காப்பின் பொருட்டுக் கொலைக்குக் காரணமானவனின் எதிரிகள் அவன்மேற் குற்றம்பாரித்து எழுதியவைகளைப் பார்த்தெழுதும் சரித்திராசிரியர் உண்மையைச் சொல்லுகிறவராகாரன்றோ? இவ்வளவும் முகவுரை.

இனி, மதுரைத் தமிழ்ச்சங்கத்தின் மாதாந்திரப் பத்திரிகையாகிய 'செந்தமிழ்' 37-ஆம் தொகுதி 10-ஆம் பகுதியில், 'யவனர் வரலாறு' எனும் விஷயத்தில், 'கத்தேலிக்கர் மதம்' எனும் பிரிவில் பின்வருமாறு வரைந்திருக்கக் கண்டேன்.

''அலைச்சாந்திரியா நகரத்துக் கத்தோலிக்க குருமார் ஒறிஸ்திஸ் என்னும் தேசாதிபதியின் மீது கல்லெறிந்தனர். குடிகள் அம்மனியஸ் என்னும் குருவை உடனே கொன்றனர். கணித வல்லோன் டையன் என்பவனுடைய மகளின் பெயர் கைப்பேசியா................. சிறில் என்னும் கத்தோலிக்கக் குரு தூண்டப் பீற்றர் என்பவன் கைப்பேசியாவை இரதத்தினின்றும் இழுத்து விழுத்தி முத்துச்சிற்பிகளால் கீறிக் கொன்றான். இவ்விழிந்தவொழுக்கம் கி.பி.415-இல் நிகழ்ந்தது. சிரியாதேசத்துக் கத்தோலிக்கக் குரு நஸ்ரோறியஸ் என்பவன் தேவகுமாரனாகிய கிறீஸ்துவுக்குத் தச்சன் மனைவியாகிய கன்னிமேரி தாயாகுதல் இயலாதெனவும் கன்னிமேரியை வணங்கக்கூடாதெனவும் நவின்றனன். இக்கொள்கை பரம்புமென அஞ்சி, சிறில், குருமார் சபையைக் கூட்டினன். நஸ்ரோறியஸ் சபைக்குச் செல்லுமுன் குருமார் கூட்டங்கூடி அவனுடைய மதம் இழுக்குடையதெனத் தீர்த்தனர். வேந்தன் தியடோசியஸ் நஸ்ரோறியஸ் என்பவனின் கொள்கையே சரியெனச் சொன்னான். உடனே சிறில் நஸ்ரோறியல் என்பவனைக் கொல்வித்தான் (பக்.455)

இது போலும் பல விபரீத வரலாறுகளைக் கொண்ட இவ்விஷயத்தில் மேற்காட்டியது ஒருபாகம். அதிலே 'கைப்பேசியா', 'கன்னிமேரி' என்றற் றொடக்கமாய்ச் சில சிறப்புப் பெயர்களைத் தமிழில் வரைந்திருக்கும் பான்மையை நோக்கும்போது, சுட்டிய விஷயத்தை எழுதியவர், ஒரு தற்கால ஆங்கில நூலிலிருந்து தமது வரலாற்றை எடுத்தவர், அன்றி முதனூல்களை ஆராய்ந்து எழுதியவர் அல்லர் என்பது வெளிப்படுகின்றது. ''சிறில் என்னும் கத்தோலிக்க குரு'' திருச்சபையில் ஒரு கீர்த்திவாய்ந்த வேதபாரகரான விசுப்பு என்றதையும், அவரை அந்நாள்தொட்டுக் கீழைத்தேச சபைகளும் மேலைத்தேச சபைகளும் ஒரு அர்ச்சிய சிட்டராகப் போற்றி வந்திருப்பதையும் விஷயதாதா நோக்கியிருப்பாராயின், அன்ன ஒரு மகான்மேற் கொலைக்குற்றம் ஏற்றும் வரலாறு உள்ளதுதானோ? என ஆராயாமல் 'செந்தமிழ்ப்' பத்திரிகைக்கு எழுதியிருக்கமாட்டார் என்று நம்புகிறேன்.

இனி, அக்காலத்துச் சரித்திராசிரியர்கள் எழுதிவைத்த உண்மைவரலாறு பின்வருவது: அர்ச். சிறில், விசுப்பும் பத்திறியார்க்குமாயிருந்தது அலெக்சாந்திரியா நகரத்தில். அந்நகரில் பிரிவினை மதத்தவர்களாலும் யூதராலும் பல கலகங்கள் உண்டாகியிருந்தபோது, நகரத்தின் வைதீகத் தலைவரான சிறில் அக்கலகங்களை அமர்த்த முயற்சிபண்ணிக்கொண்டு வந்தார். எகிப்தின்

அதிபதியான ஒறெஸ்தெஸ் என்பவர் தமது அதிகாரத்துக்கு இவர் எதிரிடையாயிருக்கிறார் எனக்கருதி இவரைத் தாக்க எழுந்தபோது, இவரைப் பாதுகாக்கும் பொருட்டு நீற்றிரியாவிலிருந்து ஐந்நூறு சன்னியாசிகள் வந்து கூடினார்கள். நகரத்தில் பெருங் கலிபிலி உண்டாயிற்று. கலிபிலியின் நடுவே அம்மோனியு எனும் ஒரு சன்னியாசி எறிந்த கல்லினால் ஒறெஸ்தெஸ் தலையிற் காயம்படவே அவர் இந்தச் சன்னியாசியை (குருவையல்ல) பிடிப்பித்துச் சித்திரவதை செய்து கொல்லுவித்தார். பின்னும் நடந்த உள்ளூர்க் கலகங்களில் கலிஸ்து எனும் அதிபதி கொல்லப்பட்டார். தத்துவசாத்திரத்திற் சிறந்த வயோதிபமாது இப்பாசியாவையும், பேதுரு எனும் ஒருவன் தலைமையின்கீழ் கலகஞ்செய்த ஒரு குழாத்தினர், கோவிலுள் இழுத்துக்கொண்டு போய்க் கலவோடுகளாற் கீறிக் கிழித்துக் கொன்றார்கள். பேதுரு என்போன் குருவுமில்லை. குரு ஒருவரால் தூண்டிவிடப்பட்டவனுமில்லை. அவன் கொந்தளித்த சனத்தோடு மதியிழந்து சென்ற ஒரு கோவிற் பணிவிடைக்காரன். இவ் அமங்கலம் கோவிலினுள் நடந்தமை அலெக்சாந்திரியா நகரத்துக்கும் அதின் விசுப்புவுக்கும் பெரும் அவமானமாயிற்றே! என்றாலும் அக்காலத்து நூலாசிரியர்கள் எவரும் சிறிலை இதில் எவ்விதத்திலாயினும் இழுத்துப் பேசவுமில்லை, பேச இடம் இருந்ததுமில்லை என்பது நோக்கத்தக்கது. ஊர்க்கலகங்களில் கிளர்ச்சிகொண்டெழும்பும் சனக்கூட்டங்களுக்குக் கண் கடை தெரியாதென்பதும், கைகடந்துபோகும் கலகக்காரருக்குப் புத்திசொல்லித்திருத்த எவராலும் இயலாதென்பதும் நாமெல்லாம் அறிந்ததொன்று. சிறில் அலெக்சாந்திரியா நகரத்துக்கு வைதீகர் தலைவராயிருந்தும் கலகம் நடந்ததே, பழிபாதகங்கள் இழைக்கப்பட்டனவே என்றால் இவைகளை அடக்க வலியற்றிருந்த அவர்தலையிற் பழி சுமத்துதல் ஒருபோதும் தருமமாகாது.

அப்பால், ''சிரியாதேசத்துக் கத்தோலிக்க குரு நஸ்ரோறியஸ்'' என்று தவறாகச் சொல்லப்பட்டவர் கான்ஸ்தாந்திநோப்பிளின் விசுப்புவாகிய நெஸ்தோறியு என்பவராவார். இவர் கத்தோலிக்கு திருச்சபையின் தவறாத சம்பிரதாயத்திலுள்ள ஒரு போதகத்தை மறுத்து உபதேசிக்கத்தொடங்கினார். ஆதிதொட்டு இருந்த திருச்சபைப் போதகத்தின்படி ''தேவகுமாரனான'' கடவுள் மனுஷனாய் அவதரித்தபோது கடவுள்தாமே ஒரு மனுஷ ஆத்துமாவையும் சரீரத்தையும் பரிக்கிரகம் செய்தார். ஆகையால், சுதனாகிய கடவுள் என்பதும் கிறீஸ்து என்பதும் ஒரு ஆள் (அல்லது கர்த்திருத்துவம்)

அன்றி, இரு ஆட்களல்ல. அநாதியான தேவசுபாவமும் இடையில் சுவீகரித்துக்கொண்ட மனுஷசுபாவமும் எனும் இரண்டும் ஒரேதேவஆளிற் பொருந்தியிருந்தன. வேறொருவகையாய் விளம்புகில், கிறீஸ்துநாதரிடத்து ஆளின்தன்மை அல்லது கர்த்திருத்துவம் ஒன்று, சுபாவம் இரண்டு: கடவுளே கிறீஸ்துநாதராக எழுந்தருளியவர். கடவுளே மனுஷ ஆத்தும சரீரங்களைப் பரிக்கிரகித்துத் தம்முடையவைகளாக்கிக் கொண்டார். இதுதான் என்றுமுள்ள கத்தோலிக்க போதகம்.

நெஸ்தோறியு இதை மறுத்து, 'கிறிஸ்து நாதரிடத்து இரண்டு ஆளின் தன்மை உண்டு. அதாவது கடவுள் மனுஷனாகவில்லை. புறம்பான ஒரு ஆளான கிறீஸ்து நாதரே தேவத்தன்மையுள்ளவராய்த் தேவசுதனுக்குச் சரியொத்த மகிமையில் உயர்த்தப்பட்டார் என்று போதித்தார். கிறீஸ்து நாதர் வேறு, கடவுள் வேறு என்ற போதே கிறீஸ்து நாதரைப் பெற்ற கன்னித்தாய் கடவுளைப் பெற்றவள் *(Theo-Tokos)* அல்லள் என்றும் வாதித்தார்.

செந்தமிழ் விஷயதாதா ''கிறீஸ்துவுக்குத் தச்சன்மனைவியாகிய கன்னிமேரி தாயாதல் இயலாது எனவும் கன்னிமேரியை வணங்கக்கூடாதெனவும் (நஸ்ரோறியஸ்) நவின்றனன்'' என்று எழுதியது பொருந்தாது.

கன்னிமரியம்மாள் கிறீஸ்து நாதருக்குத் தாயல்லாமல் அவதரித்த கடவுளுக்குத் தாயல்ல என்றதே நெஸ்தோறியுசுடைய கூற்று. அவர் தாவீதரசன் குலத்திலுதித்த அந்த அம்மாளைத் தச்சன் மனைவி என்று இகழவுமில்லை (யூதருக்குள் சாதிப்பிரிவு இருக்கவில்லை என்றலும் ஒன்று), அவளை வணங்கப்படாது என்று கூறுவுமில்லை. அவருக்கும் திருச்சபையாருக்கும் இடையிலிருந்தவாதெல்லாம் மனுஷாவதாரமான கடவுளிடம் விளங்கிய இரு சுபாவத்தையும் ஒரு ஆளின் தன்மையையும் பற்றி மட்டுமே நிகழ்ந்தது.

இனி, சிறில் குருமார் சபையைக் கூட்டினமையும் உடனே நெஸ்தோறியுசைக் கொல்வித்தமையும் உண்மையோ என்று அறியும் பொருட்டு ஆதிச் சரித்திராசிரியர்களின் வரலாற்றைப் பார்ப்போம். நெஸ்தோறியு தமது புதுக்கொள்கைகளுக்கு ஆதாரங்காட்டிய ஒரு நிருபத்தை ரோமாபுரியில் திருச்சபைத் தலைவராய் எழுந்தருளியிருந்த அர்ச்.செலஸ்தீனு பாப்பானவருக்கு அனுப்பினார். அவர் அவைகள் பாரம்பரியப் போதகத்துக்கு அடாத பாஷண்டக் கொள்கைகளென்று கண்டித்து, நெஸ்தோறியு அவைகளைப் பத்து நாட்களுக்குள்

கைவிட்டுக் கத்தோலிக்கு விசுவாச அறிக்கை செய்யாவிடின் விசுப்புத்தானத்திலிருந்து விலக்கிவிடப்படுவாரென்று விடையளித்து, அவ்விடையை அர்ச் சிறில் மூலமாய் நெஸ்தோறியுசுக்கும் அவரைச் சார்ந்த வேறு சில விசுப்புமாருக்கும் அனுப்பினார். அதற்கிடையில் கான்ஸ்தாந்திநோப்பிள் நகரத்துக் கத்தோலிக்கு கட்சியாரெல்லாம் நெஸ்தோறியுசுக்கு மாறாய் எழுந்துநின்றார்கள். இக்கலகநிலையை உணர்ந்த இரண்டாம் தெயோடோசியு எனும் கான்ஸ்தாந்திநோபிள் அரசர் விசுப்புமாரின் சங்கமொன்றை எபேசு நகரிற் கூட்டி நெஸ்தோரியுசின் கொள்கைகளை ஆராய்ந்து தீர்ப்புச்செய்ய வேண்டுமென்று கட்டளை போக்கினார். கி.பி.431-இல் கூடிய அந்தச் சங்கத்துக்குப் பாப்பானவர் தமது தானபதிகள் மூலமாய்த் தலைமைவகிக்கச் சம்மதித்தார். கீழைத்தேசத்தின் பல திசைகளிலுமிருந்து வந்த விசுப்புமார் எபேசு நகரில் சங்கங்கூடி நெஸ்தோறியுசையும் அவர் கட்சியின் விசுப்புமாரையும் அதற்கு அழைத்தபோது, அன்னோர் வரோமென்று மறுத்துநின்றார்கள். பாப்பானவரின் தானபதிகளும் வரத் தாமதித்தமையால், அப்பாகங்களுக்குத் தலையான பத்திரியார்க்குவாயிருந்த சிறில், தாமே சங்கத்தை நடத்தினார். அதில் நெஸ்தோறியுசின் போதகம் திருச்சபையின் போதகத்துக்கு மாறெனத் தீர்மானிக்கப்பட்டது. ஆகவே, நெஸ்தோறியுசை விசுப்புத்தானத்திலிருந்து நீக்கித் திருச்சபைக்கு அப்புறப்படுத்த வேண்டும் என்ற கட்டளை பிறந்தது. எதிரி பக்கத்தாரும் ஒரு போலிச்சங்கங் கூட்டிச் சிறிலையும் எபேசுநகர விசுப்புவாகிய மெம்னொன் என்பவரையும் விசுப்புத்தானத்திலிருந்து நீக்கிவிடக் கேட்டார்கள். நிலையில்லா மனத்தவரும் வேதசாத்திர அறிவு ஒருசிறிதுமில்லாதவருமான தியோடோசியு மன்னர் இருபக்கத் தாருடைய தீர்மானத்துக்கும் இசைந்து நெஸ்தோறியுசையும் சிறிலையும் மெம்னோனையும் அவரவர் ஸ்தானத்திலிருந்து புறம்போக்கி அருஞ்சிறையில் அடைப்பித்தார். ஆயினும், பின் மனமாறி, கத்தோலிக்குக் கொள்கையே சரியென ஒப்புக்கொண்டு சிறிலைத் தமது விசுப்புத்தானத்தக்கு மீளவிட்டார். நெஸ்தோறிய விசுப்புத்தானத்தை யிழந்து அந்தியோக்கியாபுரியில் தாம் முன்னிருந்த சன்னியாச மடத்தில் போய் ஒதுங்கினார். பிற்பட அவர் அரசன் ஆணையால் மேல் எகிப்துக்கு நாடு கடத்தப்பட்டு அங்கு 440-இல் இறந்தார்.

உண்மை இவ்வாறு இருத்தலால் 'உடனே சிறில், நஸ்ரோறியஸ் என்பவனைக் கொல்வித்தான்' என்று எழுதியது உலகம் போற்றும் ஒரு மகா கனவான்மேல் ஏற்றிய அநியாய அபாண்டமாகின்றது.

9. பழையவற்றில் பழைய குறள் வெண்பாக்கள்

தடங்கருணைப் பரங்கடவுளருளால் தமிழ்ப்பாஷையின் ஆதியடிகளை (-தாதுக்களை) முதன்முதல் ஆராய்ந்து கண்டுகொள்ளும் பாக்கியம் எனக்குக் கிட்டுவதாயிற்று. இதனைத் தமிழ் உலகம் இதுவரையில் நன்றாய் அறியும். எனது 'தமிழ் அமைப்புற்ற வரலாறு', 'தமிழ்ச்சொற்பிறப்பு ஆராய்ச்சி' எனும் நூல்களையும், தமிழிலும் ஆங்கிலத்திலும் காலத்துக்குக் காலம் யான் வெளிப்படுத்திய பல பத்திரிகை விஷயங்களையும் அநேகர் பார்த்திருப்பார்கள். இவைகளில், தமிழ் அடிகளே சுமேரியம் முதலிய பண்டை மொழிகளுக்கும், சம்ஸ்கிருதம், கிரேக்கம், லத்தீனியம், கொதிக்கம், சர்மனியம், பழைய ஆங்கிலம் முதலான இந்து - ஐரோப்பிய பாஷைகளுக்கும் அத்திவாரமாயின என்ற முடிபு, பல அறிஞர்கள் உவந்து ஏற்றுக் கொள்ளும்படியாக நிலைநாட்டப்பட்டது. தமிழ்ச் சொறகளையும் கன்னடம், தெலுங்கு, மலையாளம், துளு, கோண்டி, குறுக், கூயி, ப்ராகூயி ஆதிய தமிழ்ப் பாகதச் சொறகளையும் ஒப்புநோக்கி, தமிழ் அடிகளைக் கண்டுபிடித்து, அவ்வடிகளினின்றே இந்து - ஐரோப்பிய மொழிகள் கிளைத்து எழுந்தன என்ற உண்மையை யான் எடுத்துச்சொல்லிய அளவில் தமிழின்பழமை ஒருவாறு தாபிக்கப்படலாயிற்று, ஆயின், கிறிஸ்தவாப்தத்திற்கு மிக முற்பட்ட பூர்வதமிழ் எழுத்துக்களையாவது, அவ்வெழுத்துக்களில் வரையப் பெற்ற வாக்கியங்களையாவது அறிந்திலேன். இவற்றைக் கண்டுபிடிக்கும் நல்ல திட்டம் வேறொருவருக்குக் கிடைப்பதாயிற்று. அவர்யாரெனில், சிலமாதங்களின்முன் என்னோடு கூடவிருந்து சிந்துநதிப் பள்ளத்தாக்குப் பழஞ்சாசனங்களை வாசித்து நிரைப்பிடித்தவரான சங். ஹிரஸ் ஸ்வாமிகள் எனும் இந்திய சரித்திர ஆராய்ச்சி நிபுணராவார். இவர், யான் ஆதித்தமிழ்ச் சொறகளைக் கண்டுபிடித்தமையைக் கேள்வியுற்று அவ்வாதித்தமிழே போல்

தோன்றிய அச்சாசன எழுத்துக்களை எனது உதவியோடு நிச்சயப்படுத்திக்கொள்ளும் பொருட்டு, பம்பாயிலிருந்து இங்கு வந்தவர். இவர் கொண்டுவந்த சாசனப் பிரதிகளில் 1890 உண்டு. இவற்றில் பெரும்பாலானவற்றை இற்றைக்கு பதினாலு பதினைந்து வருடங்களின்முன் மேற்சொல்லிய இடத்திலே இருந்த இரு மணல்திடர்களை அகழ்ந்து பார்த்த அராசாங்க உத்தியோகஸ்தர்கள், அடித்தளத்திலே கிலமாய்க்கிடந்த இரு பட்டணங்களிலே கண்டெடுத்தார்கள். இப் பட்டணங்களுக்கு மொகஞ்சதாரு என்றும் அறப்பா என்றும் பெயர்சொல்லப்படும். இவை சிந்துநதியின் பிரவாகத்தினால் உண்டான வண்டல்களால் படிப்படியாக மூடுண்டு, நாற்பது ஐம்பது அடிக்குக்கீழ் அழிந்து கிடந்தன. இடித்து, மட்குவியலுள் மறைந்துகிடந்த வீடு ஆதியவற்றுள் கண்டெடுத்த "முத்திரைகள்" ஒருவகை மாக்கல்லிலும், தந்தம், செப்புத்தகடு முதலியவைகளிலும் செய்யப்பட்டிருந்தன. இவைகளில் செதுக்கியிருந்த சித்திர லிபியை இதுவரையில் எவராவது வாசிக்க அறிந்தாரில்லை. இவ்வகையான லிபியில் எழுதினவர்கள் யார் என்பதும் தெரிந்திலது. ஆயினும், மேற்சொல்லிய பட்டணங்களின் தூர்வைகளுள்ளே கண்டெடுத்த பழைய விக்கிரகங்கள், உருவங்கள், மட்கலங்கள், ஆபரணங்கள், கருவிகள் ஆதிவற்றின் படங்களோடு 'முத்திரை'ப் படங்களையும் அச்சிட்டு மூன்று பெருங் காண்டங்களாக 1931-ஆம் ஆண்டு வெளிப்படுத்திய சேர். யோன் மார்ஷல் என்பவர் மொகஞ்சதாரு அறப்பாவின் குடிகள் ஒருவேளை திராவிடராய் இருந்திருக்கலாம் என்று ஒரு குறிப்புக் காட்டியிருந்தார். அவருடைய அருமையான நூல் வெளிப்பட்டவுடனே ஒரு நண்பருதவியால், அதனை இருநூறு ரூபாவரையில் கொடுத்து வாங்கிக்கொண்ட யான், பல ஏதுக்களையும் ஆராய்ந்து மொகஞ்சதாரு, அறப்பாக் குடிகள் சந்தேகமின்றிப் பழந்தமிழரே, இவர்களின் பாஷை பழந்தமிழே என அறுதியிட்டு ஆங்கில "இன்டிபென்டன்ற்" முதலிய சில பத்திரிகைகளில் எழுதினேன். இது நாலு வருசங்களின் முன். ஆயினும் முத்திரைகளை வாசிக்கவோ தெரியவில்லை. இப்போது ஹீரஸ் சுவாமிகள் அவற்றை வாசிக்குந் திறவுகோலைத் தர, அவரோடு யானும் வாசித்துப் பாஷை முழுதும் பழந்தமிழே என்று அறிந்து ஆனந்த சாகரத்துள் அமிழ்ந்தேன்.

இதுவரையில் பழந்தமிழ் எழுத்துக்களை ஆராய்ந்தோர் கருத்துப்படி, கி.பி நான்காம் ஐந்தாம் நூற்றாண்டுக்கு முற்பட்ட தமிழ்ச் சாசனங்கள் கிடையா. ஆயின் ஸ்ரீ K.V. சுப்பிரமணிய ஐயரவர்கள், தாம்

தென்னிந்தியாவிற் கண்டுபிடித்து வாசித்த குகைச்சாசனங்கள் சில கி.மு மூன்றாம் நூற்றாண்டளவில் உள்ளன என்பர். இவையெல்லாம் பிராமி எனும் வரி எழுத்தில் உள்ளவை. பிராமி எழுத்து தற்காலத் தமிழ் எழுத்துக்கு அடிப்படையான வரி எழுத்து. சிந்துப்பள்ளத்தாக்கின் சித்திரலிபி எனும் உருவெழுத்துக்களோ கி.மு. ஐம்பது நூற்றாண்டு வரையில் உள்ளனவாம் இவைகள்,

காணப் பட்ட உருவம் எல்லாம்
மாணக் காட்டும் வகைமை நாடி,
வழுவில் ஓவியன் கைவினை போல
எழுதப் படுவது உருவெழுத் தாகும்

என முன்னோர் விவரித்தபடி (யாப்பருங்கல விருத்தி.535-ஆம் பக்கம்) மனிதன், மிருகம், சரீர அவயவம், மரம், செடி, சூரியன், சந்திரன் ஆதியவற்றின் படத்தைத் தந்து, அவற்றின் மூலமாய் முதற்கண் அவற்றின் பெயர்களையும், அப்பால் சார்பு பற்றி விரிதல் இனந்தழுவல் இயைபுடைமை ஆதிய பொருட்டிரிபு முறைகளால், வெவ்வேறு பொருளையும் விளக்குகின்ற எழுத்துக்களாகின்றன. (இவ் உருவெழுத்துக்களிற் சில தாம், வடிவந்திரிந்து, எங்காலத்து வரியெழுத்துக்கள் ஆயின.) கி.மு மூன்றாம் நூற்றாண்டுக்குமுன் தமிழ் எழுத்தே கிடையா என்றிருந்தநாம், இப்பொழுது கி.மு ஐம்பதாம் நூற்றாண்டளவில் எமது தற்கால எழுத்துக்களுக்கு மாதாவான ஓர் எழுத்துவகை இருக்கக்கண்டு மகிழ்கின்றோம். சிந்துப்பள்ளத்தாக்கில் அகழ்ந்து கண்டெடுத்த உருவெழுத்துப் போன்றவைகளில் வரையப்பெற்ற நெடுஞ்சாசனமொன்று விக்கிரம சோழநாட்டிலுள்ள ஒரு மலையிற் கண்டுபிடிக்கப்பட்டதாக இந்நாட்களில் ஒருசெய்தி பத்திரிகைகளில் வரக்கண்டோம். சங்குதரு எனும் இடத்திலும் பழைய பட்டண அழிவுகளுள் ''முத்திரைச்'' சாசனங்கள் சமீபகாலத்தில் கண்டெடுக்கப்பட்டிருக்கின்றன. முந்திய பூர்வ சாசனங்களை வாசிக்க அறிந்த ஹிரஸ் சுவாமிகள் இவற்றையும் வாசிப்பவராவார் என்பதிற் சந்தேகம் அன்று.

தமிழ் வரியெழுத்தின் பழமையை இதுகாறும் நாம் அறியாதிருந்தமை போலவே, தமிழ்ப் பாட்டுக்கள் வரிவடிவில் விளங்கிய காலத்தையும் அறியாது போனோம். புறநானூறு ஆதிய கோவை நூல்களில் உள்ள பாடல்களே அதிபழமையானவைகள் என்பதும், அவைகள் ஆகக்கூடி கி.பி இரண்டாம் நூற்றாண்டுக்கு முந்தியவை அல்ல என்பதும், ஒருவேளை சிலபாட்டுக்கள் 'கி.மு.இரண்டம் மூன்றாம்

நூற்றாண்டுகளில் இயற்றுண்டு வாய்ப்பாடமாய் வழங்கி, பின் கி.பி நூற்றாண்டுகளிலேயே வரி வடிவில் இயங்குவன ஆயின என்பதும் ஆராய்ச்சி நிபுணர்களின் அபிமதமாய் இருந்தது. ஆயின் சிந்துப் பள்ளத்தாக்கின் சாசனங்களுள் ஆசிரியத்தளை பொருந்திய சில கவிகளும், எதுகைமோனைகளோடு கூடிய கவிவடிவான பழமொழிகள் போன்ற சிறுசிறுவாக்கியங்களும், குறள், வெண்பாவுக்குரிய சகல விதிகளும் அமைந்த மூன்று பாட்டுக்களும் அகப்பட்டன. குறட்பாக்களில் ஒன்றை ஈங்குக் குறிக்கின்றேன்.

காலொர்மீ னன்மீனம் கான்கடஏர் வல்இல் அது
கலகு ரீர்வல் கெய்குடகு நால்.

இதனைத் தற்காலத்தமிழில் திருப்பி எழுதுவோமாயின் பின்வருமாறு வசன ரூபமாய் நிற்கும்.

காலொர் (எனும் குலத்தவர்) மீனன்(உடைய) மீனத்தைக் கண்டு (கொண்டு), கடந்து ஏறிப் (போய்ப்பிடித்த) வல்லில் (ஆகிய கோட்டைக்கு) உரியவர் (யாரெனில்), கலந்த ஊரவர் (ஆன) வலிய செயல் அல்லது கை (உடைய) குடகர் பல்லோர் (ஆவர்).

ஒற்றுமை கொண்ட ஊரவர்களான பல வலிய குடகரது கோட்டையை மீனனுடைய வெள்ளி பார்த்தது. கடந்து சென்ற காலொர் பிடித்தனர் என்றது பிண்டப் பொருள். இச்சாசனம் இற்றைக்கு ஏழாயிரம் வருடங்களுக்கு முன் எழுதப்பட்டது என்றால், எம் தமிழ் முன்னோரின் நாகரிகமும் கல்வித்திறனும் இருந்தபடி என்னே!

மேலைக் குறட்பாவிலே மீனன், மீனம் எனும் இருசொற்களுக்கும் மீனின்வடிவமே உருவெழுத்தாக நிற்கின்றது. இருசொல்லும் 'மின்னுதல்' எனும் அடியினின்று பிறந்தவை எனும் எனது கொள்கைக்கு இது ஒரு நற்சான்று. மீனன் என்ற சொல்லிக்கு மீனுருவத்தின் தலையில் இரு கைகளுக்குரிய இரு கோடுகள் முகட்டு வடிவமாய் இணைந்திருக்கின்றன. இரு கைகளைக் காட்டும் கோடுகளோடு, இரு கால்களுக்கு இரு கோடும், உடலுக்கு நிமிர்ந்த கோடும் உள்ள உருவமே சிந்துப்பள்ளத்தாக்கு உருவெழுத்தில் 'ஆள்' என்று வாசிக்கப்படும். ஆதலால் ஆள் எனும் சொல்லைக் குறிக்கும் உருவத்தின் கைப்பாகம் 'அன்' பொருளொடு மீன்தலையில் பொருத்தி மீனன் என்ற சொல்லாயிற்று என்பது ஹீறஸ் சுவாமிகளது கருத்து. இது ஆள் எனும் சொல்லினின்றே ஆண் எனுஞ் சொல்லும், அப்பால் அன், அள் எனும் விகுதிகளும் பிறந்தன எனும் எனது (தமிழ் அமைப்புற்ற வரலாறு எனும் நூலில் வெளிப்படுத்திய) கொள்கையை

ஆதரிக்கின்றது. அதுமட்டா! சிந்துப் பள்ளத்தாக்கு உருவெழுத்துக்களில் ஆள் ஆண் எனும் இரு சொல்லுக்கும் ஒரு உருவமே சிறிது மாற்றத்தோடு பொறித்திருக்கின்றமையும் எனது கொள்கைக்குப் பிரபல ஆதாரமாம்.

கான் கட ஏர் எனும் மூன்று வினைகளும் ரூபகரணமின்றி அடிமாத்திரமாய் நிற்பதை நோக்குக. இவை மூன்றும் எனது சொற்பிறப்பு ஒப்பியல் அகராதியில் வழியடிகளாகக் குறிக்கப்பட்டுள்ளன. இவற்றிற்குத் தலையடி அண், அட், எற் என்பனவாகும். சிந்துப் பள்ளத்தாக்காரின் பாஷை எவ்வளவு பழமையானது என்பது இவை போன்ற சொற்களால் விளக்கமாகும்.

வல்லில் அது என்றதில் வல்லில் இலக்கியங்களுள் காணப்படாத ஒரு சொல். அது எனுஞ் சொல்லின் ஆதி அர்த்தமும் அவதானிக்கத்தக்கது. இச்சொல்லின் அடி அத், அத்து (சேர்தல், சேர்த்தல்) என்பது. வல்லிலது எனுமிடத்து கோட்டையானது யாருக்குச் சேர்ந்ததோ அவர்கள் அல்லது கோட்டைக்கு உரியவர்கள் என்றது தொனிக்கும். பிற்காலம் அது உடைமைப்பொருள் கொண்டது இவ்வாறேயாம். இங்கு அகரம் சேய்மையை அன்று அண்மையையே காட்டிற்று சாசனங்களில் அது மீனம் என்றதிற் போல அது எனுஞ் சொல் தலையிடத்தில் வரும்போது அண்மைச் சுட்டாகவே தெரிகிறது. அகரம் ஆதியில் அண்மையை விளக்கிற்று எனும் எனது கொள்கைக்கு இதனால் ஆதரவுகிடைக்கின்றது.

கலகுரிர் (கலக்கூரிர்) என்ற தொடரில் ககரமெய் இரட்டியாமல் நிற்பதும் ககர ஊகாரத்துக்குப் பதில் ககர உகரம் நிற்பதும் ஒரு விசேசம். தற்காலம் கலந்த ஊரவர் எனில் கலத்தூரவர் என்றல்ல, கலப்பூரவர் என வரும். ஊரவர் என்றது ஊரிர் என நிற்பது வேறொன்று. ஆர் எனும் பன்மை விகுதிக்கு இர் எனும் உருவமே உற்பத்தியாகும் என யான் தமிழமைப்புற்ற வரலாறு 53ஆம் பக்கத்திற் காட்டியதற்கு இது சான்றாகின்றது. பழைய இர் விகுதியை வேளிர், மகளிர் ஆதிய சில சொற்களில் இன்றைக்கும் காண்கின்றனமே.

வல்கெய் என்றது, மோனையின்படி, வல்கையென்றிருத்தலே பொருத்தம். இதனால் கெய்க்கும் கைக்கும் ஒரு குறியையே வழங்கினர் என்று தெரிகிறது. உள்ளபடி, கெய் எனும் சொல்லிலிருந்தே கை வந்தது எனது அகராதி காட்டும். கேய்க்கு அடிச்சொல் எய் - தல் அதாவது மேலெடுத்தல், யாதொன்றைச் செய்தல். கன்னடத்தில் இன்றைக்கும் கையைக் கெய்யென்றும் செய்தலைக் கெய்தலென்றும் சொல்வர்.

ஆதியில் ஒன்றாயிருந்த கெய் எனுஞ் சொல் பிற்காலம் தமிழில் அவயவத்தைக் காட்டக் கையென்றும் வினையைக்காட்டச் செய் என்றும் வரலாயிற்று. ஆயினும், சில பழம் இலக்கியங்களில் செய் என்ற வினையும் கையென்றிருக்கிறது. ஏய்த்தடிச்சிலம்....திரங்கு மின்குரல் கைத்தெடுத்தலில் (சிந்தாமணி முத்.85) என்பதிற் கைத்தல் செலுத்தல். இதில் எய்தல் எனும் அடியர்த்தமும் விளங்குதல் காண்க. இவ்வாறே கையறுநிலை என்றதில் கை செய்தற்பொருள் கொள்ளுகின்றது. கையொழிதல், கைதூவுதல் என்ற தொடர்களில் செயலும் கையும் எனும் இருபொருளும் கலந்து தோன்றுகின்றன.

குடகு என்ற சொற்குச் சித்திரலிபியிற் கண்ட உருவம் வாலுள்ள ஒரு ஆளின் ரேகைச்சித்திரமேயாம். இதனால், குரங்குச் சொல்லிற்குக் குடகுதலே (குரங்குதல்) உற்பத்தியாம் என யான் காட்டியது வலியுறுத்தப்படும். (தமிழ்ச் சொற்பிறப்பாராய்ச்சி, 10 ஆம் பக்.) குடகு என்றது குடகர் எனும் சாதியாரைக் குறிக்கின்றது. இச்சொற்குக் குடங்கிய உருவமுள்ள பிராணியின் உருவம் அமைக்கப்பட்டது பொருத்தமேயாம்.

ஈற்றில் நால் என்ற சொல் நீண்டது, விரிந்தது எனும் அர்த்தமுள்ளது ஆதலால், அநேகர் எனும் பொருளைக் கொள்ளுவதாயிற்று. நாலுபேர் அறிந்தது எனும்போது அநேகர் அறிந்தது என்பதே கருத்தாகும் அன்றோ.

10. பண்டைய மக்களின் பொது இருப்பிடம்

ஒரு பழஞ்சொல்லாராய்ச்சி முடிபு

உலகிலுள்ள பாஷைகளெல்லாம் மனிதன் ஆதியில் தன் சிற்சத்தியினால் உருவாக்கிக்கொண்ட சில அடிகளிலிருந்தே விரிந்தும் விகற்பித்தும் உண்டாயின. எனும் உண்மையைப் பல அறிஞர்கள் நிலைநாட்டியிருக்கிறார்கள். இவ்வுண்மையை நாம் ஒப்புங்கால் மனுக்குலம் முழுதும் ஒருகாலம் ஒருங்கே ஓரிடத்தில் வசித்தும், பின்னரே பிரிந்துபோய் வெவ்வேறு சாதி குலங்களாய் மாறியும் விவித மொழிக்குலங்களை உண்டாக்கியும் நின்றமை தெற்றெனப் புலப்படும். ஆயின், ஒருசில அடிகளிலிருந்துதான் பாஷையெல்லாம் விகற்பித்தது என நாட்டுதற்குப் பிரமாண்டமான பல அகராதி நூல்கள் வேண்டும். அவற்றை ஒருவர் தம் சீவியகாலம் முழுதும் முயன்றாலும் ஆக்கித்தருவது கஷ்டசாத்தியம். ஆயினும், நாம் இவ்வமயத்திற் செய்யத்தக்கது ஒன்று இருக்கின்றது. மக்களின் வாழ்க்கைக்கு இன்றியமையாத சிற்சில பொருள்கள் உண்டு. அவற்றின் ஆதிப் பெயர்களை மட்டில் எடுத்து ஆராய்ந்து, அப்பெயர்கள் எவ்வெச் சாதி குலங்களுள், பழஞ்சொற்களாய்க் காணப்படுகின்றனவோ அவ்வக்குலங்கள் முன்னொரு நாள் ஓரிடத்திற் கூடிவாழ்ந்தன. அப்பெயர்களைத் தம்முள் வழங்கின. பின் அவற்றைத் தாம் தாம் காலகதியிற் பிரிந்து பிரிந்து குடியேறச் சென்ற பிரதேசங்களுக்குக் கொண்டுபோயின என நாம் அச்சமின்றி அறுதியிடலாம். இந்த ஆராய்ச்சிக்கு, அவ்வப் பாஷைக்குச் சொந்தமானவைகளாய் அவற்றில் நன்கு வேரூன்றியவைகளாய்த் தொன்று தொட்டு வழங்கப்பட்டவைகளாய்ப் பிறமொழிகளிலிருந்து இடைக்காலத்தில் இரவல் வாங்கியவைகளே எனும் ஐயப்பாட்டுக்கு இலக்காகாதவைகளாய் உள்ள பெயர்களையே நாம் எடுத்தாளுதல் மிக வேண்டப்படும்.

எல், ஊதை, ஓதம், இழுது

எவர்க்கும் உடனே புலப்படுகின்ற பொருள்களுள்ளே முதன்முதல் ஒளிப்பிழம்பாகிய சூரியனையும் அதன் வெளிச்சத்தையும் எடுத்துச் சொல்லலாம். உண்மையான பழமையுள்ள எல்லா ஆசிய - ஐரோப்பிய பாஷைகளிலும் செங்கதிரோன் பெயர் ஒன்றேயாயிருக்கக் காண்கின்றோம். தமிழில் அதன் மிகப்பழைய நாமம் எல். இச்சொல் எழுதலில் நின்று வந்தது. நாள்தோறும் எழும்புவது எல் - சூரியன். சுமேரியத்தில் எல - மு என்பது தமிழில் எழும்பு என்பதற்குச்சரியானது. ஆயின், சுமேரியரோடுகூடச் செமித்தியரும் எல் ஆகிய வானசோதிப் பிழம்பின் பெயரை ஏலவே ஞானசோதிப்பிழம்பாகிய கடவுளுக்குக் கொடுத்தோதிவிட்டனர். சுமேரியத்தில் எல் மதிக்கடவுளையும் சுட்டும். அது இலு என்ற உருவத்தில் கடவுளின் திருநாமம் ஆகும். எபிரேயத்தில் எல் கடவுளைக்குறிக்க, அதுதான், அராபியத்தில் இலா, அல்லா எனநின்று, அந்தப் பரம்பொருளுக்கே பெயராயிற்று. பிற பாஷைகளில் எல் பழையபடி சூரியனையே காட்டும். கிரேக்கத்தில் ஏலி-யொஸ் அல்லது ஹேலி-யொஸ் *(elios, helios)*, லத்தினில் ஸொல் *(sol)*, பிரித்தானியத்தில் ஹெயொல் *(heol)*, கொதிக்கத்தில் ஸௌ-இல் *(sauil)*, இங்கிலீசில் ஸன் *(sun)*, சம்ஸ்கிருதத்தில் ஸ்வர், ஸூறஸ், ஸூர்யஸ் *(svar, suras, suryas)* ஆதிய பேதங்களாக விகற்பித்து நிற்கும். சில பேதங்களில் கிரேக்கத்தில் ஏலி-யொஸ் என்பதைப் போல ஒவ்வொரு கடைநிலை கூட்டுண்டுள்ளது. கடைநிலையை நீக்க எஞ்சுவது ஏல் (-எல்) என்பதே. லத்தின் ஸொல் என்பதிற் போலச் சில பேதங்களில் ஸகரமாகிய ஒரு முதனிலைமெய் கூட்டுண்டது. அதை நீக்க ஒல் என்பதே எஞ்சும். இதைத் தமிழில் எல் எனும் சொல் அடையும் பேதங்களோடு ஒப்ப நோக்கின் ஒல்லும் எல்லும் ஒன்றே என வெளிப்படும். எல் தமிழில் ஒல் என வந்தே ஒலித்தல் (வெள்ளையாக்கல்), ஒளி ஆதிய சொற்கள் ஆகின்றது. அதுமட்டோ உல் என வந்து, உலர்த்தற்சொல்லுக்கும் அடியாகின்றது. அப்பால், எல்தானே ககர, சகர, தகர, பகர, மகர, வகர முதனிலை மெய்கள் பெற்றுக் கெழு, சொலி, தெளி, பொலி, மின்னு, விளங்கு ஆதிய தொகைப்பட்ட வியுற்பன்னங்களையும் பிறப்பிக்கின்றது.

தமிழில் எல் சூரியனின் பெயராவதோடு, ஒளிக்கும் பெயராம். எல்லவன் (ஒளிசெய்வோன், சூரியன்), எல்லார் (ஒளியில் வசிப்போர், தேவர்) என்பவைகளைக் காண்க. எல் என்னும் சொல்லே தமிழில் ஒளி எனநின்றும், வகர முதனிலைமெய்பெற்று வெளிச்சம் என நின்றும் பிரகாசத்தைக் குறிக்கின்றது. இந்து-ஐரோப்பிய பாஷைகளிலும்

இவ்வாறு வெளிச்சச்சொற்கள் பல எல்லில் நின்று வந்திருத்தலை ஆராய்ந்து மகிழலாம். கிரேக்கம், லெயுக்-கொஸ் (*leukos*) லத்தின், லுக்ஸ் (*lux*), சம்ஸ்கிருதம் ரோச்-சதே (*rocate*), லிதுவானியம் லௌட்ஸ் (*lauks*), சர்மனியம் லிஹ்ற் (*licht*), ப்ளிற்ஸ் (*blitz*), இங்கிலீஷ் லைற் (*light*) ப்ளேச் (*blazeh*) ஆதியன பலவுள. இவற்றிற் பெரும்பாலும் தலையுயிர்கெட்டு, (உதாரணமாய்) எலுக் என்றிருக்க வேண்டியது லுக் என வந்திட்டது. ப்ளிற்ஸ், ப்ளேச் என்றவைகளோடு தமிழ் வெளிச்சச் சொல்லை ஒப்பிடுக. ஆகவே, சூரியனின் ஒளியை ஒரே பெயராற் குறிப்பிட்ட மனுக்குலமெல்லாம் ஒருநாள் ஒருங்கேயிருந்தன என முடித்தல் ஒவ்வாதா?

செஞ்சுடரையும் வெளிச்சத்தையும் காட்டும் சொற்களை ஆராய்ந்த நாம் ஆதிமக்கள் தண்சுடருக்கு இட்ட பெயரையும் ஆராயத்தகும். அப்பெயரும் எல் எனும் வெளிச்சச்சொல்லினின்றே பிறந்தது. எல் எனும்சொல் முதன் மெய் பெற்று வெளிச்-சம், விள-ர், விளங்கு என வந்தது போல, மகரமுதன் மெய்ப்பேற்றினால், மிளி-ர் மின்-னு எனவும் வரும். அப்பால் மின்னுவது - மினுங்குவது - மீன் - (தாரகை). மினுங்குவதினால் மச்சமும் மீன் எனப்பட்டது. இந்த மீன் சொல்லே விண், வான் என வந்தமை போலப் பழந்தமிழில் மான் எனவும் வந்து சந்திரனுக்குப் பெயராயிற்றுப் போலும். இது அம்புலிமான் என்ற தொடரில் நன்றாக விளங்குகின்றது. அழகிய புள்ளியுள்ளமான் என்றது கருத்து. மான் களங்கம் என வருவதை மானைப்போன்ற களங்கமுள்ள சந்திரன் எனவிரித்தல் பொருந்தாது. சந்திரனின் களங்கம் மான் போன்றதன்றே? முயற்களங்கம் என்பது முயல்போன்ற மறு எனப் பொருள்படலால், மான்களங்கமும் மான் போன்ற மறு எனச் சற்றும் பொருத்தமின்றி வைத்தனர் போலும். மானின்-சந்திரனின் மறு என்பதே பொருந்தும். சந்திரனுக்கு மான் என்ற பெயர் பிற பழம் பாஷைகளிலெல்லாம் மருவிக் காணப்படுகின்றது. ஒல்லாந்த மொழியில் அது மான் (*maan*) என்றே நிற்கும். சர்மனியம் மனொ; (*mano*), லிதுவானியம் மெனு (*menu*); கொதிக்கும் மென (*mena*); ஆங்கில சாக்சனியம் மொன (*mona*), இங்கிலிஷ் மூன் (*moon*) எனவரும். சம்ஸ்கிருதத்திலே சந்த்ர- மஸ் என்றதில், மஸ் எனும் பகுதி லத்தின் மென்ஸிஸ் (*menses* சந்திரனைச் சார்ந்தது, மாதம்) என்ற சொல்லிற் போலத் திங்களையே குறிக்கும் எனலாம். கிரேக்கம் ஆதிய சில பாஷைகளில் சந்திரனின் பெயர் மான், மேன் என்ற சாங்கமாய் இராமல், ஸெலேனே (கிரேக்கம், *selene*), லூன (லத்தின் *luna*), லுஸின் (சர்மீனீயம் *lusin*) எனக் காணப்படுகின்றது. இச் சொற்களும் எல் எனும்

அடியிலிருந்து வேறொரு வழியாற் பிறந்தனவே என உய்த்துணர்க.

சில பாஷைகளில் சந்திரனின் பெயர் தாரகைக்கும், தாரகையின் பெயர் சந்திரனுக்குமாக மாறிநிற்கக் காண்கின்றோம். இவ்வாறான பொருட்டிரிபு சொற்கலையாளர் நன்கு அறிந்ததொன்று. இது மேல்வரும் மாட்டுப்பெயர் ஆட்டுப்பெயர் ஆதியவற்றிலும் நிகழ்ந்திருக்கின்றது. திங்கள் எனும் சொல் (திகழ் = தெளி = எல்) தமிழில் சந்திரனை உணர்த்தும். சுமேரியத்தில் திங்கிர் *(dingirt)* எனும் உருவத்தோடு முன் தாரகையைக் குறித்தது. பின், தெய்வத்துக்குக் குறிப்பாயிற்று. கொதிக்கத்தில் துக்கில் *(tuggl)* எனவும், ஆங்கில-சாக்சனியத்தில் துங்கெல், துங்கொல் *(tungel, tungol)* எனவும் மருவிய இது தாரகைக்குப் பெயர். நோர்ஸ் பாஷையிலே துங்கில் *(tungl)* சந்திரன் பெயர்.

இனி, எவ்வுயிர்க்கும் இன்றியமையாத பூதியமாகிய காற்றின் ஆதிப் பெயரைப் பார்ப்போம். காற்று ஊதுவதினின்று அதற்கு ஊதை எனும் பழம்பெயர் தமிழில் உண்டாயிற்று. ஊதை (முன்னைய உருவம்: ஊத) இன்றைக்குப் பரவை வழக்கில் இறந்து போயிருப்பினும், அதிலிருந்து ககர முதன்மெய் பெற்றுப் பிறந்த கூதல் எனும் சொல்லும், கூதிர்காலம் எனும் தொடரும் வழங்குகின்றன. ஊதையோடு ஒத்த சொற்களை வடமொழி வாதஸ் *(vatas)*, பாரசீகம் பாத் *(bad)* என்பவைகளில் வெளிப்படக் காணலாம். ஊ எனும் சத்தம் வா எனப் பலகால் மருவிவருவது சொற்கலைக்கு உடன்பாடு. ஊது எனும் தமிழ்ச்சொல் உந்து (தள்ளு) என்பதினின்று வருவது. இதை நாம் மனதில் வைத்துக் கொள்ளின், ஊதை லத்தீனில் வெந்துஸ் *(ventus)* என்றிருத்தல் ஏன் என்பது புலனாகும். இச்சொல்லே சர்மனியத்தில் வின்றி *(wint)* எனவும் ஐரிஷ்மொழியில் விண்டறு *(vindr)* எனவும், இங்கிலீஷில் உவிண்ட் *(wind)* எனவும் திரிந்து நிற்கின்றது. கிரேக்கத்தில் அயேத்தேஸ் *(aetes)* என்றதும் இதுவே என்ப.

காற்றுக்கு ஆதிமக்கள் ஒருங்கேவதிந்த காலையில் இட்ட பெயரைக் கண்டோம். இனி நீரின் பெயரை ஆராய்வோம். இது பழந்தமிழில் ஓதம் எனப்பட்டது. துவாரத்துள் ஓடிவிழுவது ஓதம். ஓதம் ஓடும் வாய்க்கால் ஓடை. ஓடையில் மிதந்து செல்வது ஓடம். ஓதம் எனும் சொல், இந்நாளில் நம்முள் வெள்ளம், கடல் என்ற பொருளுடன் வழங்க, நீர் எனும் தமிழ்ச் சொல்லே அதனிடத்தை வகித்துக் கொண்டது. மலையாளத்தில் வெள்ளம் எனும் சொல் இன்றைக்கும் நீரைக் குறிக்குமன்றோ? ஆயின் பிற பூர்வ மொழிகளில் ஓதமே இன்றைக்கும்

பலவாறு திரிந்து நிலைபெறுகின்றது. வடமொழியில் உதம், உதன், உமகம் என்றவையும் (*udiam, udan, udkam*) ஓதமும் ஒன்றெனக் காண்பது எளிது. கொதிக்கத்தில் அது வத்தொ(*wats*) எனவும், ஆங்கில-சாக்சனியத்தில் உவயெத்தர் (*watear*) எனவும், இங்கிலீஷில் உவாட்டர் (*water*) எனவும் நிற்கும். அதுதான், நகர இடைத் தோன்றலோடு லத்தீனில் உந்த (*unda*) எனவும், லிதுவானியத்தில் வந்து (*wandu*) எனவும் ஆயிற்று. நீருக்கும், சிறப்பாகக் கடலாதிய நீர் நிலைகளுக்கும் பழந்தமிழில் அம், அம்மு அல்லது அம்பு என வேறொரு பெயரும் உண்டு அமிழ்த்துவது என்றமையால் இப்பெயர் வந்தது போலும். இது சுமேரியத்தில் அப், அப்ப (*ab, aba*) எனப்படும். பழம் சம்ஸ்கிருதமும் அப் என வைத்துப் பின் பன்மையில், ஆபஸ் (*ap, apes*) ஆக்கிற்று. லிதுவானியத்தில் உப (*upe*) நீரின்பெயர். பழம் பாரசீகத்தில் அபெ (*ape*) நதிக்குப் பெயர். கிரேக்கத்தில் அப்றொஸ் (*aphros*) நீரோடை, ஒம்புறொஸ் (*ombros*) மழை. லத்தீனிலும் இன்பெர் (*imber*) மழைப்பெயர். இவையெல்லாம் அம் அம்மு அம்பு எனும் உருவங்களோடு ஒத்தபிறப்பு உடையனவே.

நீரைப் போல் நெய்யும் மனிதனுக்கு இன்றியமையாத பொருள்களுள் ஒன்று. இதற்குப் பண்டைக்காலத் தமிழ்ச்சொல் இழுது என்பதாம். இழுபடுவது, நெய்ப்பற்றுள்ளது இழுது. (நெகிழ்வது நெய்). இழுதுச்சொல் எள் எனவும் நின்றதாகத் தோன்றும். இன்றைக்கு நாம் எள் என்று தனித்துச் சொல்லாமல் நெய் எனும் சொல்லோடு சேர்த்து இருபெயரொட்டாக எண்ணெய் என்கிறோம். அப்பால், இழுது தரும் மரம் இலுப்பை (-இழுப்பை). அதினின்றுதான் எள்ளுச்செடியின் பெயரும் என்க. இனி, இழு-து எனும் பண்டைச்சொல் பிற பழம் பாஷைகளில் நிற்பது எவ்வாறு எனில் சுமேரியத்தில் அது தலையுயிர் கெட்டு லி (டூடி) எனப்பட்டது. கிரேக்கத்தில் அதுதான் எலயியொன் (*elaion*) எனவும் லத்தீனில் ஒலெயும் (*oleum, for olevum*) எனவும் இங்கிலீசில் ஓயில் (*oil*) எனவும் வரும். கிரேக்கத்தில் எண்ணெய்மரம் எலயிய எனப்படும் இச்சொல்லின் பண்டையுருவமாகிய எலெயிப (*eleifa*) வும் இலுப்பையும் ஒலியிலும் பொருளிலும் ஒத்திருத்தலை நோக்குக. எண்ணெய் மரத்தின் எல்பொஸ், எல்ப்பொஸ் (*elpos, elphos*) எனும் மறுநாமங்களும் அவ்வாறே லத்தீனில் ஒலிவ (*oliva*) என்றதும் நமது இலுப்பையோடு நன்றாய்ப் பொருந்துகின்றது. கித்திய பாஷையில் நெய்பூசுதலை லிப் (*lip*) என்பர். இது இலுப்பையின் தலைக்குறையும் கடைக்குறையும் போலும். இவற்றோடு சம்ஸ்கிருத ஸர்ப்பிஸ் (*sarpis*) நெய், சர்மனி ஸல்ப (*salba*), கொதிக்க ஸல்பொன்

(salbol), இங்கிலீஷ் ஸால்வ் *(salve)* என்பவற்றை ஒப்பிடுக.

பழக்கியெடுத்த மிருகங்கள்

இனி, மெசப்பொத்தேமியா எனப் பிற்காலம் பெயரடைந்த செழிப்பான இயுபிறத்திஸ்-தீகிரிஸ் பள்ளத்தாக்கிலும், நீலநதிப் பள்ளத்தாக்கிலும் குடிகொண்டிருந்தவர்களே முதன்முதல் மாடு ஆடுகளைப் பழக்கி வளர்த்தவர்கள் என்றது சரித்திர நூலாசிரியர்களுக்கு ஒத்ததுணிபு. மாடு ஆடுகளின் பழம்பெயர்கள் யாவை? அவைகள் பழைய மனுக்குலங்களுக்குள் ஒன்றாய் விளங்கினவா? என்பது கேள்வி. சுமேரியருக்குள்ளே மாடு குட் *(gud)* என அறியப்பட்டது. வளைந்த கொம்பைப் புறப்பாடாய்க் கொண்டதனால் மாட்டுக்கு இப்பெயர் வந்தது என்றமையை அன்னோருடைய சித்திரலிபியில் முன் வளைந்த கொம்புள்ள மாட்டுத்தலையே மாடு எனுஞ் சொல்லின் சித்திரமாகக் குறித்திருத்தலால் அறியலாம். குட் எனும் சொல் கடை குறைந்து கு எனவும் நின்றது. இந்து-ஐரோப்பிய மொழிகளிற் பெரும்பாலும் பசுமாட்டின் பெயர் கு என்பதின் திரிபே ஆயிற்று. அது சம்ஸ்கிருதத்தில் கோ *(go)*, ஆர்மீனியத்தில் கு *(cu)*, இங்கிலீசில் கௌ *(cou)* என வரும். இது கிரேக்கத்தில் பொவுஸ் *(bous)* என்றும், லத்தினில் பொஸ் *(bos)* என்றும் மிகத்திரிந்து நிற்கும். பழந்தமிழிலே குடம் எனும் பசுமாட்டுப் பெயர் சுமெரிய குட் எனுஞ் சொல்லின் விரிவாக அம் விகுதி சேர்ந்து நிற்பது பிரசித்தம். கோடுள்ளது. குடம். கோடு-வளைந்த கொம்பு. இதனாலேதான் கொம்பி, கொம்பிச்சி எனப் பசுவுக்கு இன்றைக்கும் மலையாளத்திற் பெயரிருக்கின்றது. கூயி எனும் தமிழ் பாகதத்தில் கோடி-பசு கோடிச்சொல் சிங்களத்தில் கொணா *(gona)* என நின்று எருதைக் குறிக்கும். கன்னடத்தில் கோண எருமைக்கடாவின் பெயர்; *(gona)* எருதின் பெயர். இவ்வாறாகப் பழந்தமிழிலே குட் பசுவைக் குறித்துநிற்கச் சில உரைகாரர் அதை வேறொரு வளைந்த உருவமுள்ள (திரட்சியான) பொருளாகிய குடம் எனும் கலத்தின் பெயராக மயங்கி, இலக்கியங்களில் வரும் குடஞ்சுட்டு என்ற தொடரை இத்தனை குடம் பால்தருவது எனும் எண்ணிக்கைக்குரிய பசு என விரித்துப் போயினார். குடஞ்சுட்டு என்பதன் உண்மைக்கருத்து மக்கட்சுட்டு (தொல்காப்பியம்) என்றதிற் போல, குடம் எனும் சொல் குடப்பெயரால்ச் சொல்லப்படுவது என்பதே என அறிக. (சுட்டு-சொல்.)

ஆதி மக்களின் முக்கிய செல்வமாகிய மாடு, அன்னோருள்

அடைந்திருந்த பெயரே இன்றைக்கும் பல விதகுலங்களுள் நிலைபெறக் காண்கின்றோம். இவ்வாறே ஆட்டின் பெயருமாம். தமிழில் அதற்குப் பழம்பெயர் எலி என்பது. இதற்கு வெள்ளைநிற மிருகம் என்றது கருத்து. இதனாலன்றோ வெள்ளை என்பது ஆட்டின் பெயராக இன்றைக்கும் நிலைபெற்றிருக்கிறது. வெள்ளாடு எனும் பெயரையும் காண்க. வெள்ளை அல்லது வெள்ளாடு ஒரு இனம். செவ்வெலி அல்லது செம்மலி = (செம்மறி) என்பது வேறொரு இனம். இச் செம்-எலி (செம்மலி) ஆதியில் கெம்-எலி என்றிருந்தமைக்குப் பழைய பாஷைகளிலெல்லாம் ககர மெய்யை முதலாய்க்கொண்ட சொற்களே தொடக்கத்தில் வழங்கிப் பின் ககரம் சகரமாக மாறிற்று என்ற மொழிநூலுண்மை சான்று. லத்தீனில் சகரம் இடைக்காலத்தே எழுந்தது. கன்னடத்தில் இன்றைக்கும் தமிழிலே சகரத்தோடு ஆரம்பிக்கின்ற பல சொற்கள் சகர முதலுடையனவாய் நிற்கின்றன. இனி கெம்- எலி, பகரம் வருவிக்கப் பெற்று கெம்பெலி, கம்பலியாடு என வேறொரு வகை ஆட்டுக்குப் பெயராயிற்று. இன்றைக்குக் கம்பளி எவ்வகை ஆட்டுமயிருக்கும் பொதுப்பெயர். ‘‘செந்நெருப்புணும் செவ்வெலிம் மயிர் அந்நெருப்பளவாய பொற்கம்பலம்’’ என்ற சீவகசிந்தாமணியுடையார் கூற்றையும் நோக்குக. பிற்காலம் எலிப்பெயர் வெள்ளைச் சிறுபிராணியாகிய எலிக்கும் வந்தது. வெள்ளெலி என்பதையும் காண்க. அதனால், கம்பளிப் போர்வையை எலிமயிர்ப்போர்வை எனப் பகர்ந்த பழைய நூல்கள் பிந்திய எலிக்கு இல்லாத மயிரையே குறித்தன என மயங்குவாரும் உளர். அது நிற்க. ஆடு எனும் தற்காலப் பெயரும் எலியின் மரூஉவே எனச் சொல்லக்கேட்பது வாசிப்போர்க்கு விநோதமாயிருக்கும். உண்மையில் எலிதான் ஏழ-கம், ஏட (தெலுங்கு), ஏறா (குறூக்), ஏறெ (மால்ற்றோ), ஓட (கூயி), ஹேட் (பிராகூயி), எலு (சிங்களம்), யேடு (துளு), யாடு, ஆடு எனப் படிப்படியாய்த் திரிந்துவந்தது.

இனி, நமது ஆதி எலிச்சொல் இந்து-ஐரோப்பியப் பாஷைகளிலும் காணப்படுகின்றதா? சுமேரியம் எனும் மிகப்புராதன மொழியில் அது எலிம் (*elim*) என நின்றது. செமித்தியர் அதனை அயில் (*ayil*) என்றனர். கிரேக்கர் எல்-லொஸ், எல்-போஸ் (*ellos, elophos*) என மறிக்குப் பெயரிட, சர்மனியர் எலஹொ (*elaho*) என ஒருவகை மானைக் குறித்தனர். இங்கிலீஷில் எல்க் (*elk*) என்றதும் ஓரினத்துக்குப் பெயர். லத்தீனில் அல்செஸ் (*alces*), ஆறியெஸ் (*aries*), ஏடுஸ் (*haedus*) என்பது ஆட்டுக்கடா. சம்ஸ்கிருதத்தில் கம்பலஸ் (*kambalas*) இருசியஸ் (*risiyas*) என்பன மான் வகைகள். ஏலகஸ் ஏடகஸ், ஏடஸ் (*elakas, Edakas, edas*)

செம்மறியாட்டின் பெயர்கள். ஆட்டுக்குரிய பழைய எலிப்பெயர் கூயி எனும் தமிழ்ப் பாகதத்தில், ஓட என நிற்கும் என்றோம். இது, பழந்தமிழில் உடு எனப்பட்டது. காலச்செலவில் மருவிநின்ற இவ்வுருவம், சுமேரியத்திலும் உது, உஸ் (*udu, uz*) எனக் காணப்படுவது நமக்கு ஆச்சரியம் விளைவிக்கின்றது. இரு பாஷையாளரும் ஒருங்கு நெடுங்காலம் இருந்தமைக்கு இது ஒரு சான்றன்றோ?

ஆடாகிய எலிக்கு வெள்ளை எனவும் பெயர் என்றோம். ஐரோப்பியப் பாஷைகளில் அதன் மயிரையும் ஆட்டுப்பெயராகிய வெள்ளை என்பதாற் குறித்து, லத்தீனில் வெல்லுஸ் (*vellus*), விலீன (*lana for vlina*) என்றும், கிரேக்கத்தில் லானொஸ் (*lanos*) என்றும் கொதிக்கத்தில் வுல்ல ஊலொஸ் (*vulla, oulos*) என்றும், லிதுவானியத்தில் உவில்ன (*wilna*) என்றும், ஸம்ஸ்கிருதத்தில் ஊர்ணா (*urna*) என்றும், சர்மானியத்தில் வொல்ல (*wolla*) என்றும், இங்கிலீஷில் (*wool*) என்றும் சொல்லுவொராயினர். தமிழில் எலிமயிர், வெள்ளை என்ற பெயரீடு வழக்கற்று ஒழிய, கெம்-எலி ஆகிய கெம்மலியின் பெயரால் கம்பலம் என்ற பெயர் ஒன்றே வழங்குகின்றது. ஆதிமக்கள் தோலாடையை அணிந்துவந்தபின் ஆட்டுமயிராடையை மேற்கொண்ட காலையிலும் ஒருங்கிருந்து, பின் பிரிந்துபோனமைக்கு இது ஒரு சான்று. அப்பால், பரதகண்டத்துக்கு வந்து இடங்கோலியவர்கள் அங்கே பஞ்சைக் கண்டு அதனை உடைக்கு உபயோகப்படுத்தினர். பஞ்சு நூலாடைகள் கிழக்குத் திசையிலிருந்துதான் மேற்புலத்தாருக்குக் கிடைத்தன. இதனைப் பற்றிப் பின்னரும் சொல்லுவோம்.

செம்பு எனும் உலோகம்

ஆசியாவிலும் ஐரோப்பாவிலும் முதன்முதல் அறியப்பட்ட உலோகம் செம்பேயாம் என்பது எல்லாப் பழம்பொருளாராய்ச்சி யாளருக்கும் ஒப்பமுடிந்த துணிபு. இந்த உலோகம் பல இடங்களிலே கலப்பில்லாமல் இலங்கிக் கொண்டிருந்தமையால் மக்களுக்கு நேரிற் கிடைப்பதாயிற்று. இதன் சிவந்தநிறத்தின் நிமித்தமே இதற்குச் செம்பு என்ற பெயர் வழங்குகின்றது. ஆயின் பழந்தமிழில் இது எருவை எனவும் கெப்பு அல்லது கெம்பு எனவும் பெயரடைந்திருக்க வேண்டியது. எருவை எரி (-நெருப்பு) நிறமுள்ளது. எரி கன்னடத்தில் உரி என நிற்பது. எரி உரி எனும் சொற்களுக்கு எல் என்பதே அடி. இவ்வடியினின்றுதான் ககரமாகிய வலியுறுத்தும் முதனிலைமெய் சேர்ந்து கேழ் எனும் சொல் பிறந்து, அதிலிருந்து கேப்பு எனவும் கெம்பு

எனவும், செம்பு எனவும் திரிதலுற்றது. இவற்றின் விரிவை எமது சொற்பிறப்பு ஒப்பியற்றமிழகராதியினுட் கண்டுகொள்க.

இனி, செம்பினுக்கு இருந்த எருவை எனும் பழந்தமிழ்ப்பெயர் சுமேரியத்தில் உருது *(urudu)* எனக் காண்கின்றோம். அப்பாஷையில் இது மிகப்பழஞ்சொல் என்ப. அதற்குப் பிற்பட்ட அக்கத்திய மொழியிலே செம்புக்கு எரூ *(eru)* என்று பெயர். பஸ்கு எனும் ஐரோப்பிய புராதன பாஷை செம்பை உறையித *(uraida)* என்கின்றது. லத்தீனில் அது றவுதுஸ் *(raudus)*. இவையெல்லாம் எரி, உரி எனும் நெருப்புப் பெயரிலிருந்து எழுந்து தமிழ் எருவையோடு ஒத்தனவாய் நிற்பனவே. சம்ஸ்கிருத லோகம் *(loha-ruc)* எனும் சொல்லும் அவ்வாறே நெருப்புப் பெயரிலிருந்து உண்டாகி ஆதியிற் செம்பையே குறித்துப் பின் இரும்பாதியனவுக்கும் பொதுப்பெயராயிற்று.

அப்பால் செம்புப்பெயர் சுமேர் அக்கத்தியருக்குள்ளே சபர் அல்லது கபர் *(zabar)* என அறியப்பட்டுள்ளது. இதை அசீரியர் சிபறு *(sitarru)* என்றும், பிற்காலம் அராபியர் சிவ்ற் *(zift)* என்றும் வழங்கினர். சேம்பு - சபர் - சிபறு - சிவ்ற் எனும் பெயரீடுகள் கிரேக்கத்தில் குப்றொஸ் *(kypros)*, லத்தீனில் குப்றும் *(cuprum)*, ஆங்கில சாக்சனியத்தில் கொபொர் *(copor)*, இங்கிலீஷில் கொப்பர் *(copper)* ஆதியனவாக நின்று பழங்குலங்களெல்லாம் ஒரு நாள் ஒருங்கே வதிந்து தாம் முதன்முதல் அறிந்த லோகத்தை ஒரே பெயரால் வழங்கியமைக்கு நல்ல எடுத்துக்காட்டாகின்றது.

எறிபடை ஆதியன

பண்டைமக்கள் மிருகாதிகளைத் தாக்குதற்கு அம்பும் வில்லுமே பெரும்பாலும் உபயோகித்தனர். அம்புக்குத் தமிழிற் பழையபெயர் எய் என்பதாகும். தமிழின் பாகதங்களாகிய கன்னடத்தில் அது எய், எய்ய என்றும், துளுவத்தில் எசி என்றும், தெலுங்கில் ஏடு என்றும் திரிந்து நிற்கும். கன்னடத்தில் ஏது என்பது அம்புபோன்ற முட்களைச் சிலிர்க்கின்ற முள்ளம்பன்றியின் பெயர். தமிழில் எய் எனுஞ்சொல் முட்பன்றியையும் குறிக்கும். எய்ப்பன்றி என்பது இரு பெயரடுக்கு. இனி, எய் எனும் அம்புப்பெயர் கிரேக்கத்தில் இயொஸ் *(ios)*, சம்ஸ்கிருதத்தில் இஷுஸ் *(ishus)*. முட்பன்றியின் பெயரும் சில பழையமொழிகளில் எய்யின் மரூஉவாகக் காணப்படுகின்றது. கிரேக்கம் எக்கினொஸ் *(echinos)*, சர்மனியம் இகில் *(igil)*, லிதுவானியம் எசிஸ் *(ezys)* ஆர்மெனியம் ஒசினி *(ozni)* ஆதியன.

வில்லின் கயிற்றுப்பெயரும் பல பாஷைகளில் ஒத்திருக்கின்றது. தமிழில் அது ஞாண், நாண் எனப்படும். இச்சொல் நீண்டது எனும் பொருளுள்ளது. இதுதான் ஸம்ஸ்கிருதத்தில் ஜ்யா (*iya*) எனவும், கிரேக்கத்தில் பியொஸ் (*bios*) எனவும் திரியும். ஸம்ஸ்கிருத ஸ்நாவன் (*snavan*) சொல்லில் ஸகரம் தலைத்தோன்றலாய் வந்தது.

வில்லு எனும் பெயர் வளைந்தது எனும் பொருளது. வளை-தல் உள் எனும் அடியாற் பிறந்து, வங்கு + வாங்குதல், வனை - தல், வணர் - தல், வணங்கு - தல் எனவும் நிற்கும். ஆகவே ஆங்கில-சாக்சனியத்தில் ''பொக'' (*boga*) எனவும் இங்கிலீஷில் ''போ'' (*bou*) எனவும் வருவனவும் வில்லுப்பெயரும் ஒன்றே என நுனித்துக் காண்க. சுமேரியத்தில் பன் என்பது வண் என்பதன் மரூஉ. வணைந்தது வண் = பன். சுமேரிய பன் அல்லது வன் தான் ஸம்ஸ்கிருத தன் - வன் (*bhan - van*) எனும் வில்லுப்பெயரின் இரண்டாம் உறுப்பு என்ப. ஆயின் ஸம்ஸ்கிருத பாணஸ் அல்லது வாணஸ் (*ban-as. van-as*) உள்ளபடி வில்லையே முதலிற் கருதிய போதிலும், முன்னர் நாம் சுட்டிய பொருட்டிரிபால் அம்புக்குப் பெயராகிவிட்டது. இச்சொல்லும் தமிழ்ப்பாணமும் ஒன்று போலும். பணி- தல் தமிழிலே வளைதல் எனும் பொருளுள்ளது. பணிதலும் வணங்குதலும் ஒன்று. பணி, சுருண்டு கிடக்கும் பாம்புக்குப் பெயர். இதனை சம்ஸ்கிருதம் (*phanin*) என மாற்றிக் கொண்டது. பாணம் வில்லின் பெயராயிருக்க வேண்டியதாயினும், ஆகுபெயராய் அம்புக்கு ஆகிவிட்டது. வாளி எனும் சொல்லும் அப்படியே. அது தொடக்கத்தில் வில்லுக்கே பெயராயிருந்தது எனல்வேண்டும். இதற்கு எதிர்முறையாக, அம்புப்பெயர் வில்லுக்குவந்ததுமுண்டு. லத்தீனில் ஆர்க்குஸ் (*arcuus*) எனும் சொல், இங்கிலீஷில் அறோ (*arrow*) எனுஞ் சொற்போல, அறுத்துச்செல்லும் அம்பைக் குறித்தது. பிற்காலத்தில் அதுதான் வில்லுக்குப்பெயராயிற்று. மறுபுறத்தில் கிரேக்கத்தில் வெலொஸ் (*velos*) என வில்லைக்குறித்த சொல்லும், பிராஞ்சியத்தில் வ்ளெச் (*fleche*) முதலான அதன் திரிபு - உருவங்களும் இன்றைக்கு அம்பைக் குறிக்கின்றன.

மனிதன் அறிந்த முதல் உலோகமாகிய செம்பு கண்டுபிடிக்கப்படு முன் தடிதண்டுகளும் கல்லுமே அவனுக்கு ஆயுதங்களாக உதவின என்பது பிரசித்தம். கதை எனும் ஆயுதம் மிகப்பழமையானது. சுமேரியத்தில் அது கத் (*khat*) எனப்பட்டது. மரக்கட்டையே கதையாயிற்றுப் போலும். சம்ஸ்கிருத கதா (*gada*) எனுஞ் சொல்லை, தடியை சம்ஸ்கிருதம் தண்டம் (*dandam*) என வைத்துக்கொண்டது

போலத் தமிழிலிருந்து மேற்கொண்டது எனலாம். கட்டை, கத், கதை ஆகிய ஆயுதம் அப்பால் செம்பிலும் பின்பு இரும்பிலும் செய்யப்பட்ட காலையில் அதன் பெயர் மிகத் திரிந்து புதுப்பாரசீகத்தில் கர்த் (*kard*), லிதுவானியத்தில் கர்தஸ் (*kardas*) ஆதியனவாகவும் ஸம்ஸ்கிருதத்தில் க்றுதி (*kriti*) எனவும் வந்தது. அதுதான் இன்று தமிழில் கத்தி ஆயிற்று என்ப.

நமது பாரையும் ஆதிகாலத்தது. அது ஒரு எறிபடையாயும் இருந்தது. அதை வடமொழியாளர் பரசுஸ் அல்லது பர்சுஸ் (*Parasus, parsus*) என்பர். கிரேக்கத்தில் அதற்குக் பெலெக்குஸ் (*pelekus*) என்று பெயர். அது சுமேரியத்தில் பலக் (*balag*), அசீரியத்தில் பிலக்கு (*pilaggu*) எனப்படும். சுமேரியத்தில் அது புலுக்கு (*pulug*) எனும் பிளத்தற் சொல்லினின்று பிறப்பது என்பர். தமிழிற் பிளப்பது பாழை என வந்ததுபோலப் பாரையும் ஆயிருத்தல் சாலும். ஆகவே, பாரை, பரசு, பெலெக்குஸ், பலக், பிலக்கு: இவையெல்லாம் ஒருகாலம் ஒருங்கு வதிந்தவர்கள் தமக்கு இன்றியமையாத ஒரு பிளத்தற் கருவிக்கு இட்ட பெயரே என்க.

தமிழ்நாட்டில் பூர்வந்தொட்டு வழங்கும் கவணும் இந்து-ஐரோப்பிய குலங்கட்குப் பொதுவானதுபோலும். கவண் கன்னடத்தில் கவணை, துளுவத்தில் கவணெ, மலையாளத்தில் கவண எனப்படும். இச்சொல் எறியும் கருவியையோ கல்லையோ முதலிற் குறித்ததென்பது தெளிவாயில்லை. சுமேரியத்தில் கவணுக்கு இர் (*ir*) என்று பெயர். அதைக்குறிக்கும் சித்திரலிபி எறிகருவியிற் கல்லு வைக்கின்ற பகுதியையே காட்டும் என்பர். ஆகவே இர் எனும் சொல் எறி எனும் தமிழோடு ஒத்தது எனலாம். ஆயின் கவண் எனும் சொல் எறியும் கருவியையல்ல கல்லையே குறிக்கும் எனத் தோன்றும். கல்லுக்கு ஸ்லவோனிய பாஷையில் கமெனி (*kameni*), நோர்ஸ் பாஷையில் ஹமார் (*hamarr*) ஆங்கில சாக்சனியத்தில் ஹமொர் (*hamor*) என்றும், பழஞ்சர்மனியத்தில் ஹமர் (*hamar*) என்றும் பெயர் உண்டு. கிரேக்க அக்மோனையும் (*akmon*) சம்ஸ்கிருத அச்மனையும் (*asman*) இவற்றோடு ஒப்புநோக்குக.

உறவின்முறைப் பெயரீடுகள்

தமிழரும் ஏனைய புராதன குலங்களும் ஒருங்கு ஓரிடத்தில் வசித்திருந்தவர்கள் எனில், அவர்களுள் மிகநெருங்கிய உறவின் முறைப்பெயர்களும் ஒத்திருப்பது வேண்டப்படுமன்றோ. அப்பா, அம்மா, பிள்ளை, மகன், மகள் ஆதிய சில சொற்கள் எல்லாரும்

சிறுவயது தொட்டே வழங்குகின்றவைகள். எளிதிலே மாறிப்போகாதவைகள். இவைகளில் வேறுவேறான பழைய பாஷைகளிலே ஒற்றுமை காண்போமாயின் அப்பாஷையாளர் யாவர்க்கும் உரிய பொது இருப்பிடக் கொள்கை மிகவும் வலியுறுவதாகும்.

இனி, இந்து- ஐரோப்பிய பாஷைகளிலே பிதா மாதாவிற்கு பித்ரு மாத்ரு (சம்ஸ்கிருதம்), பத்தேர் மேத்தேர் (கிரேக்கம்), பாதர் மதர் (இங்கிலிஷ்), ஹயிர் மயிர் (ஆர்மேனியம்) ஆதியனவாக வருவனவெல்லாம் ஒரு அடியாய்த் தோன்றியவை என்பர் சொற்கலைநூலோர். தமிழில் இவற்றிற்கு ஒத்தவை உண்டா? உண்டு என்பது சற்று நுணுகி ஆராயுமிடத்து வெளியாகும். அப்பா, அம்மா எனுஞ் சொற்களைத் தமிழிலும் அதன் பாகதங்களிலும் ஒவ்வொரு வகையிற் காணலாம். இவைகளில் ஈற்றசையை அழுத்திச் சொல்லுமிடத்து பா மா என்றே தொனிக்கும். இவற்றோடு நமக்குள் தம்பிக் - காரன், அம்மான் - காரன் என்று நாடோடிப் பாஷையில் வருவது போல த்ரு = (தேர், தார்) என்ற அடையைச் சேர்க்குங்கால், பா-த்ரு, மா-த்ரு என ஆதலைக் காணலாம். வடமொழியிலுள்ளபடி கிரேக்கத்தில் தா-த்ரு *(dha - tru)* ஞொ-த்தேர் *(gno-ter)*, பக்-தார் *(pat-tar)* எனக் காணலாம். த்ரு, தேர், தார் எனும் இறுதி அடைகள் பல சொற்களில் வருதல் பிரசித்தம். ஆகவே, தமிழ் அப்-பா, அம்-மா என்பன பா-த்ரு, மா-த்ரு ஆதியனவோடு ஒன்றாயிருத்தலில் ஐயுறவில்லை. பிற பழைய பாஷைகள் அப் என்று முதலசையைக் கைவிடாமல் இருக்கின்றன. சுமேரியத்தில் தந்தைக்கு அப், அப்ப *(ab, ap, apbpa)*, அக்கத்தியத்தில் அபு *(abu)*, சீறியாக்கில் அப்ப *(abpa)*, எபிரேயத்தில் அப் *(ab)*, கொதிக்கத்தில் அப *(aba)* என வரும். இவையன்றி கிரேக்கத்தில் அப்ப, பப்ப *(appaapha, pappa)* பழைய ஆங்கிலத்தில் அபொட் *(abbod)*, இங்கிலீசில் அபொற் *(abbot)*, எனும் உருவங்களும் உள. தாய்க்கு சுமேரியம், கித்தியம், பஸ்கு, பழஞ்சர்மனியம் இவைகளிலெல்லாம் அம *(ama)* எனப் பெயர் சொல்லப்பட்டது. சம்ஸ்கிருதத்தில் அம்பா *(amba)*. கிரேக்கத்தில் மம்ம *(mamma)* பேர்த்தியின் பெயரீடு. பப்பா, மம்மா (= அப்பா, அம்மா) என்று இங்கிலீசில் இன்றைக்கும் கேட்கின்றோம்.

அத்தன் (அச்சன், அஜ்ஜெ) என்ற தமிழ் முறைச்சொல்லில் இது இன்னும் அதிக தெளிவாகும். சுமரியத்தில் அத் அத்த *(ad, at, adda)* என்பன தந்தைக்கும் தாய்க்கும் பெயர். கித்தியம் அத்தஸ் *(attas)* எத்துருஸ்கம் எனும் பழைய இத்தாலிய மொழியில் அத்தமெ *(attume)*.

உறவின் முறையைக் குறிக்கும். கிரேக்கத்தினும் லத்தீனிலும் கொதிக்கத்திலும் அத்த (*atta*) பிதாவினன் பெயர். ஆல்பானியம் அத், தத்தெ (*at, tate*) கிரேக்கம் தெத்த, தெத்த (*tata, teta*) லிதுவானியம் தெத்த, தெத்திஸ் (*teta, tetis*), பழஞ்சர்மனியம் தொத்தொ (*toto*), இங்கிலீசில் டாட் (*dad*), இவையெல்லாம் தந்தைமுறைப் பெயர்கள். ஸம்ஸ்கிருதத்தில் தாத்த (பிதா, குழந்தை, நண்பன் எனும் பொருள்களுள்ளது. அன்னை எனும் தமிழ்ச்சொல் கித்தியத்தில் அன்னஸ் (*annas*), அங்கேரியத்தில் அந்நிஜ (*anya*), துருக்கியத்தில் அன (*ana*), பாரசிகத்தில் நன (*nana*), அல்பானியத்தில் நேநெ (*nenr*), ஸம்ஸ்கிருதத்தில் நனா (*nana*) என நிற்கும். லத்தீனில் நான்ன (*nonna*), இங்கிலீசில் நன் (*nun*) என்பன துறவுபூண்ட அன்னைக்குப்பெயர். அனுஸ் (*anus*) கிழவியாகும். கிரேக்கத்தில் நன்ன, நென்ன (*nanna, nenna*) என்பவை சிறியதாய், பெரியதாய், மாமி பெயர்.

பிறந்தது, புறப்பட்டது எனும் பொருளுள்ள பிள்ளை (புள்ளை) எனும் தமிழ்ச் சொல்லும் பிறமொழிகளில் பலவகையாய்த் திரிந்துள்ளது. லத்தின் புல்லுஸ், பூஎர், பூஎல்ல (*pullus, puer, puolla*), கிரேக்கம் பொலொஸ் (*polos*) என்பவை மிருகக் குட்டி, கன்று, பிள்ளை எனப் பொருள்படும். கொதிக்கத்தில் பூல (*fula*), பழஞ் சர்மனியத்தில் பொலொ (*folo*), இங்கிலீசில் போல் (*foal*) இளம் மிருகப்பெயர். பிராஞ்சியத்தில் பூலயின் (*poulain*) குதிரைக்குட்டி. பிள்ளை (புள்ளை)யோடு ஒத்த பிறப்புடைய பொத்தி, போர்த்து எனும் சொற்களை ஸம்ஸ்கிருதம் போதஸ் (*potas*) கன்று, லிதுவானியம் பௌதஸ் (*pautas*) முட்டை என்பவற்றிற்காணலாம். சம்ஸ்கிருத புத்ரஸ் (*putras*) மகன்; லத்தின் புத்துஸ் (*putus, putellus*) பையன்; பழம் சல்போனியம் புத்த, புத்திக (*puta, putica*) குரவி; லிதுவானியம் புத்யித்திஸ் (*putyitis*) இளம்பட்சி அல்லது மிருகம் என்பவைகளும் புள்ளை எனும் ஆதியுருவமுள்ள பிள்ளையோடு ஒத்தனவே. அகல்-தல் எனும் சொல்லிலிருந்து வருகின்ற மக எனும் தமிழ்ச்சொல் பிறந்தது, புறப்பட்டது, விரிந்தது, பெரியது எனும் பெயர்களில் வழங்கும். மக, மகவு, பிள்ளை, மகத்த, பெரியது, உயர்ந்தது. இச்சொல் சுமேரியத்தில் மஹ்,மக் (*mah, mag*) என நின்று மேலானதைக் குறிக்கும் கிரேக்கத்தில் மெகஸ் (*megas*), லத்தீனில் மாஞ்யுஸ் (*magnus*), சம்ஸ்கிருதத்தில் மிக பெரிய, கொதிக்கம் மிக்கில்ஸ் (*mikila*), இங்கிலிஸ் மச் (*much*) மிக. தமிழில் மகன் ஆண்பால், மகள் பெண்பால். இச்சொல் கயலிக் எனும் பழைய ஐரிஸ் பாசையில் மக் (*mac*) எனப் புத்திரனை உணர்த்தும். கோதிக்கத்தில் மக்கஸ் (*magus*) பையன் இது ஐஸ்லாந்தியுத்தில் மொக்று

(mogr) என நிற்பது. முகள் எனும் சொல் கொதிக்கத்தில் மகத்ஸ், மவி *(magaths, mawi)* என, சர்மனியத்தில் மக்ட் *(magd)* என, ஒல்லாந்தத்தில் மாக்ட் *(maagd)* என, இங்கிலீசில் மெயிட் *(maid)* எனச் சொல்லப்படும்.

11. குடஞ்சுட்டு

கலித்தொகையினுள்,(109) "நீரார்நிழல குடஞ்சுட்டினம்" எனவருவதற்கு "இன்னதனைக் குடம்பால் போதுமென்று கருதப்படும் பசுத்திரள்" எனஉரை எழுதுவர் நச்சினார்க்கினியர். குடம் எனும் சொல்லிற்கு இத்தொடரில் கலம் எனும் பொருளே தக்கது என உள்ளத்திற்கொண்டு போலும் உரையாசிரியர் இவ்வாறு கூறிப் போயினார். சொற்பிறப்பு ஆராய்ச்சி நிரம்பாத முற்காலங்களில் தமிழ்வல்லோர் பல சொற்களின் உண்மைக் கருத்தை நிச்சயம் பண்ணாது விட்டமையில் புதுமை ஒன்றும் தோன்றாது. தற்கால ஆராய்ச்சி முடிபுகளை நோக்க, இங்கு நாம் எடுத்தோதிய நிலையில் குடச்சொல்லின் பொருள் வேறு என்பதை இப்போது தெளிவிப்போம்.

"குடஞ்சுட்டு" என்னும் தொடரோடு "மக்கட்சுட்டு" எனும் வேறொருதொடரைநோக்குவது நன்று. மக்கட்சுட்டு என்றதற்கு "மக்களாகிய (நன்குமதிக்கப்படும்) பொருள்" என்று உரை ஆசிரியர் நச்சினார்க்கினியரே கருத்து எழுதுகின்றார். (தொல்காப்,சொல்.1). அங்ஙனமாயின், "குடஞ்சுட்டு" எனுந் தொடருக்கும் "பசுக்களாகிய (மிருகம்)" என்று கருத்துரைத்தல் தகாதா? "மக்கட்சுட்டு" என்பதற்கு மக்கள் எனும் பொருள் என்பதைக்காட்டில் "மக்களென்னும்சொல்" எனவைப்பது அதிகத் தகுதியாகும் போலும். இது சூத்திரத்தை ஆராயுங்கால் விளக்கமாகும்.

'உயர்திணை என்மனார் மக்கட்சுட்டே
அஃறிணை என்மனார் அவர்அல பிறவே
ஆயிரு திணையின் இசைக்குமன் சொல்லே'

"இச்சூத்திரம் சொல்லைப்பற்றியது. உயர்திணைச்சொல் அஃறிணைச் சொல் எனச் சொல் இருவகைப்படும். இவற்றுள் மக்கட்சொல் (=மக்கட்சுட்டு) உயர்திணை. பிறசொற்கள் அஃறிணை" என்பதே சூத்திரத்தின் சொல் நிலைக்கும் பொருள் நிலைக்கும் ஏற்ற

கருத்து. சுட்டு என்பதும் சொல் என்பதும் பிறப்பளவில் ஒன்றே என மேல்விளக்கப்படும்.

இனிக் குடம் எனும் குறியீட்டின் உண்மை அர்த்தம் யாது? இச்சொல் குட அம் எனப்பிரியும். இதில் ''அம்'' எனும் விகுதி ''அது'' எனும் வேறொரு சொல்லின் திரிபு. இவ் ''அது'' பொருளைப் பிரித்துக்காட்டுதற்கு உதவுவது. அது எனுஞ் சொல்லே அடு, அறு, அம், அர், அல், அழ், அள், அண் எனவும், அ எனக் கடைக் குறையாயும் நிற்கும். இவ்வுருவங்களெல்லாம் பொருளைப் பிரித்துணர்த்தும் வகையால் வேறுசொற்களுக்கு விகுதியாகும். இவற்றின் விரிவை 'தமிழ்ச் சொற்பிறப்பாராய்ச்சி' நூல் 27-ஆம் பக்கத்திற் காண்க. அப்பால் ''குட'' எனும் அடி வளைவைக் குறிக்கும். ''குடவென்பது...... வளைவையுணர்த்துவதோ உரிச்சொல்'' என நச்சினாக்கினியரும் கூறுவர். (திருமுருகாற். 229 உரை). ஆகவே குட அது (1) வளைந்த அது; (2) வளைவை புறப்பாடான தோற்றமாய்க் கொண்ட ஒரு பொருள்; (3) கொம்பு; (4) கொம்புடைய மிருகம்; (5) எருது; (6) பசு எனப் பொருள்வேறுபாடு ஏற்பட்டது. இவ்வாறான பொருள் வேறுபாடுகள் சொற்களில் வந்து பொருந்தும் முறையையும் முன்குறித்த நூலின் ஐந்தாம் அதிகாரத்தினுட் காண்க. வளைந்த கொம்புடைமையைக் கொண்டு மாடு பெயரிடப்பட்டதற்கு மலையாளத்தில் பசு கொம்பி, கொம்பிச்சி எனப் பெயரிடப்பட்டிருத்தலும் ஒரு சான்று. மாட்டைப் போலக் கொம்புடைய மிருகங்கள் வேறுபல இருப்ப மாட்டுக்கே கொம்புடைமையைக் கொண்டு பெயரீடு செய்யப்பட்டது எவ்வாறு எனில், முதலிடத்தில் இப்பெயரீடு மாட்டுக்கு ஏற்பட்டுவிட்டபின், வேறு மிருகங்களுக்கு வேறு வகையாயப் பெயரீடு செய்யப்பட்டது என அறிக.

கொம்புடைமையைப் புறப்பாடான குணமாகக்கொண்ட மிருகங்களுட் பொது வகையில் மாடும், சிறப்பு வகையில் பசுவுமே ஆதியில் குடம் எனப்பட்டன என்பதற்குப் பல சான்றுகள் உண்டு. கலித்தொகையிற் காணப்படும் பாடல்கள் எழுந்த காலத்தில் தமிழிலே குடம் எனும் தனிச்சொல் பசுவைமட்டில் குறியாது கலம் ஆதிய பிறபொருட்களையும் குறித்தமையினாற் போலும், கேவலம் குடம் என்னாது குடஞ்சுட்டு (=குடம் எனும் சொல்லால் அறியப்படுவது) என்றனர் எனக்கொள்ளக்கிடக்கின்றது. 107- ஆம் பாடலில் ஆயரைக் ''குடஞ்சுட்டவர்'' எனக் குறித்தமையையும் நோக்குக. ஆயின், கலித்தொகையின் பாடல்களுக்கு முற்பட்டகாலத்தில், குடம் எனும் தனிச்சொல்லே பசுவைக்குறித்தது என்பதற்குப் பிங்கலந்தையில்

(10,351) அவ்வுருவம் பசுவுக்குப் பேராய் வருதலையும், தமிழின் பாகதங்களாகிய கூயி; எருதுக்கும் பசுவுக்கும் ''கோடி'' என்றும்; சிங்களத்தில் ''கொனா'' என்றும் பெயர்கள் இருத்தலையும் நோக்கலாம். கோடி எனுஞ்சொல் வட எனும் பெயரிலிருந்து வந்ததாகச் சொல்லல் அமையாது. என்னை? எனும் சொல்லினின்று கோடி எழுந்ததாயின் டகரம் ஒன்று பின்னிடத்தில் வருதற்கு நியாயமில்லை. கோணா எனும் சிங்களம் கொண் + அக் ''ஒருமாடு'' என விரியுமாதலால், கொண் என்பதே ஆதியுருவம். இதில் ணகரம் டகரத்தின் திரிபாய் வருதல் ஒக்கும். ஆதலால், அச்சிங்களச் சொல்லும் குடத்தோடு அன்றி வோடு உறவுகொள்ள அறியாது. பாளியில் கோண எனும் மாட்டுப் பெயரும் அப்படியே. கோடி, கொணா எனும் சொற்கள் மாட்டின் பெயராய்த் தமிழ்ப் பாகதங்களில் விளங்குகின்றமையால், இவற்றையொத்த குடம் எனும் சொல்லும் மாட்டையே ஓர்காலம் உணர்த்திற்று என்பது நன்றாய்த் துணியப்படும். அதுமட்டோ? மிகப்பழங்காலத்து மொழிகளுள் ஒன்றாகிய சுமேரியமும் இதில் நமக்கு ஒரு சான்று. சுமேரியத்தில் எருது எனப்படுகிறது. எனும் உருவங்களும் அதில் உள. இனி, இக் எனும் சொல்லிற்கு அந்த மொழியில் வரிவடிவு யாதெனில் கொம்பு மிகநீண்டு வளைந்த எருதின் தலையேயாம். (*G.A. Barton: The Origin and Devel of Babyl. writ.. No 259*). வளைந்த கொம்பின் நிமித்தமாகவே எருதுக்கு வளைந்தது எனும் அர்த்தமுள்ள குட் எனும் பெயரீடு எழுந்ததென்பதிற்கு ஐயப்பாடு ஒருசிறிதும் இல்லை.

பிற மொழிகளிற் குடச் சொல்லு

இனி வடமொழி, பழஞ் சர்மனிய கூஒ (*Chuo*), சர்மனிய கூ (*Kuh*), பழம் ஆங்கில கூ (*cu*), ஆங்கில கௌ (*Cow*), கிரேக்க வொஉஸ் (*bous*), லத்தீன் வொஸ் (*bos*) எனும் இச்சொற்களெல்லாம் ஒத்தபிறப்புடையன என்றது ஐரோப்பிய மொழிநூலாருடைய துணிபு (என்ற இவற்றில் ககரம் பகரமானமை, தமிழ் ''பத்து'' கன்னடத்தில் ஹத்து என வந்ததற்கு எதிர்நிரலான ஒரு முறை ஆயின் இவ் ஐரோப்பிய சொற்களுக்கு அடி யாது, இவை எவ்வாறு மாட்டுக்குப் பெயராயின என்று அறுதியிட ஐரோப்பிய மொழிநூலாளர் அறியார். நந் தமிழ் மூலமாகவே இச்சொற்களின் உண்மையான உற்பத்தியைக் காட்டும் அடியும், அவ்வடியின் ஆதிப் பொருளும், அப்பொருள் மாட்டுக்குப் பொருந்திய காரணமும் தெற்றெனப்புலப்படும். வளைந்த கொம்புடைமையாலே, முதற்கண், எருது பசு என்ற வேற்றுமையின்றி மாட்டினத்துக்கும், பின்

பசுவிற்கும் குடம் எனும் குறியீடு வரலாயிற்று என்றது தமிழ் அடியின் பரிசோதனையினாலன்றி அறியப்படாது. ஐரோப்பியர் எருதை, பசுவை வொஸ், கௌ ஆதிய பெயரால் அழைத்தும் அப்பெயர்கள் எப்படி அம்மிருகங்களுக்குப் பொருந்துகின்றன எனத் தேரார். எமது தமிழ்க் குடப்பெயரே அவர் வழங்கும் பெயர்களின் பொருளையும் ஏற்புடைமையையும் வெளியாக்கும்.

அதுமட்டோ! எந்தமிழின் தெளிவு பொருந்திய சொல்லாக்கத்தின் மாட்சி எவ்வாறெனில், குட எனும் சொல் தான் எழுந்தபான்மையும் நாம் ஆராய்ந்தறிந்து கொள்ளலாம். குட எனுஞ் சொல்லிற்கு முந்திய உருவம் குழை என்பது. குழைக்கு முந்தியது உழல் என்பது. உழல்தலுக்கு முந்தியது உள் என்பது. உள் எனுஞ் சொல் சேய்மைச் சுட்டாகிய உகரமும், அச்சுட்டைத் துளக்கமாக்குகின்ற ளகரமாகிய வியஞ்சனமும் சேர்ந்து உண்டானது. சேய்மையின் மற்றொரு நோக்காகிய மறைந்த தன்மையைக் காட்டும் முகத்தால் மறைவிடத்திலே, யாதொன்றின் அகத்திலே இருப்பதையும் குறிப்பது. இதனால், உட்புறத்தை நாடி நாடி வருதலே உழல்தல் (வளைந்துவரல்) எனப்படும். உழல் எனுஞ்சொல் ககரமாகிய முதனிலை மெய்யினால் வலியுறுத்தப்படும் போது குழை - தல் எனும் உருவம் தோன்றி, வளைந்திருத்தலைக் காட்டும். குழைதலின் வேறொரு உருவமே குட என்பது. இதன் விரிவையும் முன் குறிப்பிட்ட சொற்பிறப்பாராய்ச்சி நூலின் அநுபந்தத்திற் பரக்கக் காண்க. சொற்களைத் தலையடி வரையிலும் துருவி ஆராய்ந்து உய்த்துணரத்தரும் பெற்றிவாய்ந்தது, உலகின் மொழிகளுளெல்லாம் எம் தமிழ்மொழி ஒன்றுமே என்பதை நோக்கி மகிழ்க.

சுட்டே சொல்

இனி, சொல்லு என்ற உருவமும் சுட்டு என்ற உருவமும் ஒரு பிறப்புடையனவே எனக் காட்டுவோம். தொல்காப்பியச் சொல்லதிகார முதற்சூத்திரத்திற்குத் திருத்தமாக உரைசெய்யுங்கால் மக்கட்சுட்டு எனும் தொடர் மக்கட்சொல்லு (மக்கள் எனும் சொல்) என நிற்கும் என முன்னர்க் காட்டினோம். அவ்வாறே குடுஞ்சுட்டு எனும் தொடர் குடச்சொல் என வருதல் பொருந்தும். இதனால் தமிழ் மொழியின் ஆதிகாலத்தில் சுட்டு எனும் உருவத்திற்குச் சொல் எனும் ஒரு அர்த்தம் இருந்தது என வைத்துக் கோடலாம். சுட்டு எனும் உருவம் "எடுத்துச் சொல்லுதல்" எனும் பொருளில் "சுட்டுத் தலைபோகாத் தொல்குடிக்

குமரி'' எனுஞ் சிலப்பதிகார வரியில் (12, 21) வருகின்றது. தொல்காப்பிய எழுத்ததிகாரத்திலும் ''புணர்நிலைச்சுட்டு'' (107) ''பெயர்நிலைச்சுட்டு'' (117) ஆதிய தொடர்களில் சுட்டிற்குச் சொல்லுதல் (கருதுதல்) என்ற பொருளே தொனிக்கின்றது. உள்ளபடி, சொல்லுதல் எனும் உருவத்திற்குப் பிறப்பிடம் சுட்டுதலேயாம். ''சுட்டுதல்'' சொட்டுதல் எனவந்து சொல்லுதல் என்றாயிற்று. டகரம் ளகர, ழகர, லகரங்களாதல் தமிழ் வழக்கு. இனிச் சுட்டுதலிற்கு அடியாதெனில் தொடுதல் எனும் உருவமாம். சைகையினால் அல்லது குரலினால் தொட்டுக்காட்டுதல் சுட்டுதல் எனப்படும். ஈண்டு அ, உ, இ, எ, எனும் ஒலிகளால் அண்மையில், சேய்மையில், கீழே, மேலே உள்ள பொருட்கள் எத்துணைப் பொருத்தமாகச் சுட்டிக்காட்டப் படுவனவாகின்றன என்பதை உச்சரித்துக் காண்க. தமிழ்ச் சொற்களெல்லாம் சுட்டிக்காட்டுகின்ற இந்நால்வகை ஒலியையுமே அடியாகக்கொண்டு பிறந்தன என்றதுறை பக்கவாதமின்றி ஆராய்வோர்க்கு இனிது புலமாகும். எமது தொடுதல் எனுஞ் சொல்தான் சர்மனியத்தில் *deut-en* என நிற்கும் என்பதும் ஒன்று தொடுதல் எனும் உருவத்தை அப்பாலும் ஆராய்ந்து கொண்டு செல்வோமாயின், அது ஒட்டுதல் என்னும் அடியினின்று எழுந்தது எனக் காண்போம். ஒட்டுதலின் ஆதியர்த்தங்கள் = உட்செல்லல், சுருங்குதல், பற்றிக்கொள்ளுதல் என வரும். அப்பால் ஒட்டுதலுக்கு உட்குதல் அடியாகும். உட்குதல் = உட்செல்லல். ஈற்றில் உட்குதலுக்கு அடி உள் எனும் ஆதி உருவமாம். உள் - உட்கு - ஒட்டு - தொடு - சுட்டு - சொல்லு என இவ்வாறாகவே எமது சொல்லு எனும் உருவம் படிமுறையாய்ப் பிறந்து நிற்கின்ற விந்தையை ஆராய்ந்து காண்க. (இவையெல்லாம் எமது ''சொற்பிறப்பு - ஒப்பியல் தமிழகராதி'' வெளிப்படும் போது அதிக விளக்கமாகும்.)

முடிவுரை

குடம் எனும் சொல் வளைவு எனும் குறிப்பால் கொம்பை விளக்கி, அப்பால், கொம்புடைய மாட்டை, அவ்வினத்துள் சிறப்புமுறையாகப் பசுவைக்குறித்து நின்ற நாட்கள்போய், பசுவின் பால் கறக்கும் கலமும் குடம் (குவிந்து திரண்டது) என அறியப்படவந்த காலத்தில், குடச்சொல் தமிழில் பசுவுக்குக் குறியீடாக நிற்கும் வழக்கு ஒழிந்தது. ஆயினும், தமிழடியாய்ப் பிறந்த பிற பெரிய மொழிகளில் இன்றைக்கும் அச்சொல்லே மிகத்திரிந்து கூ,கௌ,வொஉஸ், வோஸ் எனவும், தமிழ்ப்

பாகதங்களிலேயே கோடி, கொண் (எருது) எனவும் வழங்குகின்றது. இனி, சுட்டிக்காட்டும் முகத்தாலேயே சொல்லெல்லாம் எழுந்தன என்பது ஒருதலையாதலால், ஆதியில் சுட்டென்றதும் சொல்லென்றதும் ஒன்றேயாம். ஆயின் சுட்டென்ற உருவம் பிற்பட்ட நாட்களில் தொட்டுக் காட்டுதலை மாத்திரம் குறிக்கத்தொடங்கிய போது அங்ஙனம் தொட்டுக் காட்டுதலின் பயனாக எழுந்த பெயரீட்டைச் சொல் எனும் உருவத்தினாற் குறிக்கும் வழக்கம் ஏற்பட்டது. இதனால் "சொல்" பொதுக் குறியீடும், "சுட்டு" சிறப்புக் குறியீடும் ஆயின. இவைகளை நுண்மதியாற் கண்டுகொள்க.

12. இலக்கணமும் இலக்கியமும்

இலக்கணம் இலக்கியம் என்னுஞ் சொற்கள் வடமொழிக்கு உரியனவா? தென்மொழிக்கு உரியனவா? இவை வடமொழியிற்போல தென்மொழியிலும் பல நூற்றாண்டுகளாய்ப் பயின்று வருகின்றன என்றல் ஒருதலை ஆயினும் வடமொழியில் இவற்றுக்கு எடுத்தோதப்படும் தாது பொருத்தமுள்ளதாகாது. தமிழ் அடியே ஏற்புடைத்தாய் நிற்றலால், இவை தென்மொழிக்கே உரிமையானவை எனலாம் போலும். இத்துறையை ஒரு சிறிது ஆராய்ந்து காட்டுதும்:

லB, லBf, லBண லBம, லBண, லBமீ, லBய ஆதியன வடமொழியுருவங்களாம். இவற்றுக்குத் தாது லB என்பர் ஒருசாரார். ஆயின் ஆராய்ச்சி வல்லோர் லB ஆதிய சொற்கள் பிறத்தற்கு இடமாய் நின்ற லB எனும் தாது ஒன்று வடமொழியில் இன்று லB எனும் தாதுவே முன்காட்டிய சொற்களினின்று வடித்தெடுத்து ஓதப்பட்டது என்பர். வேறுவகையாய்க் கூடின் லB எனும் சொல்லொன்று வடமொழியில் இலது. அது அம்மொழியில் உள்ளனவாகிய முன்சொல்லிய சொற்களினுக்கு ஓர் பற்றுக்கோடாக வலிந்து கற்பிக்கப்பட்டது. அற்றன்றாயினுங் லB எனுந் தாதுவிற்குப் பொருள்தான் யாது? எவரும் அதற்குப் பொருள் கூற அறியார்.

பின்னொரு சாரார் லB ஆதிய சொற்களுக்கு றத்த (றஞ்ச) எனக் கூறி ஈண்டு றகரம் லகரமாயிற்று என்பர். வடமொழியில் றஞ்ச எனுஞ் சொல் சிவத்திருத்தல் சிவப்பித்தல் எனும் அடிப்பொருள் உள்ளது. ஆயின் அச்சொல்லே அடிச் சொல்லாகாது, தமிழ் அரத் - தம் = இரத்தம், அரி = எரி எனும் வரலாறு கொண்டு பிறந்தது என்றல் ஒருதலை. சிவத்திருத்தல் எனும் பொருளோடு குறியாதல் எனும் லBச் சொல் அருத்தத்தை ஒட்டுதல் வெகு துலைப்பட்டதோர் கூட்டரவாய் முதலும் ஒன்று. ஆதலால், இதுவும் பொருத்தமாகாமை காண்க.

அப்பால் மேலும் ஒருசாரார் லB ஆதிய சொற்கட்குத் தாது லக் (lag)

ஆகும் என்பர். இத்தாதுவினுக்கு சேருதல், ஒட்டுதல், இணைத்தல் ஆதிய பொருளே இருக்கின்றமையால், லB ஆதிய சொற்களின் அருத்தம் எவ்வாறு பெறப்படலாகும் என்னும் மறுதலைக்கு இடனுண்டாகின்றது. லக் (lag) எனும் சொல்லும் எமது இணக்கு (இடு)தலின் திரிபே எனத் தோன்றுதலும் ஒன்று.

லB என்றற்றொடக்கமான வடசொற்களுக்கு அவ்வடமொழியில் ஏற்ற தாதுவில்லாமையைக் கண்ட நாம் இனி எம் அமிழ்தினுமினிய தமிழை நோக்குவாம். தமிழில் வழங்கும் இலக்கணம் ஆகிய உருவங்கள் எவ்வாறு முளைத்துக் கிளைத்தன என்பது வெளிப்படவிருக்கும் எமது சொற்பிறப்பகராதியின் ஓர் ஏட்டை ஆராயுங்கால் இனிது புலமாகும். அதனைக் கைச்சரவையில் உள்ளபடி இங்குப் பெயர்த்தெழுதுகின்றேன்.

இலகு *ilaku v. intr* [ila + k - u; root el 'to be bright' Here al "flattened into ila - இல க் - உ; எல் 'பிரகாசமாதல்' ஈண்டு மடக்குதல் விகாரம்] To Shine - விளங்குதல் (திவ். திருவாய்.8.8.)

இலகு *ilku n* ['letting light though' , 'not dense' - ஒளியூடறுக்கவிடுவது, செறிவில்லாதது. 1. Levity ease இலேசு. 2. Mitigation தணிவு. 3. short vowel. குற்றெழுத்து. (யாப்.வி.95). 4. *A variety of musical time;* காலவகை. 5. [Perh. By Metathesis of akil] Eagle wood;

Gr. elachus, elaphros, lagos; Lat, Levis, lepus (lephus) Goth leihts, A Sax light, skt laghu, raghu, swift, light.

இலங்கு *ilanku v. intr* [ilaku; by euphonic nunnation இலகு; மெல்லொற்றணைந்தது.] To shine; பிரகாசித்தல்.

இலக்கம், *ila-kkam n* [id + am & + அம்] 1. Brightness (தொல்.சொல்.271) 2.Target குறிப்பொருள் (குறள் 627) 3. Numerical figure; எண்குறி.

இலக்கு *ila-kku n* [id 'what shines' 'appears' - 'துலங்குவது' 'தோற்றுவது'] 1. Distinguishineng mark or sign; அடையாளம். 2. Target அம்பெய்யுங்குறி 3. Favourable opotunity; சமயம் 4. Place; இடம் 5. Competitor எதிரி 6. Measure; அளவு

Skt. laksha. Note the putative Skt root for this and the following words is very probably a nominal verb from laksha and which are best explained by the tam verb ilanku above.

இலக்கணம் *ila-kkanam n [ilakku+anam ' what appears prominently* - இலக்கு + அணம் 'புறப்பாடாய்த் தோற்றுவது'] *1. Destanctive mark;* அடையாளம். *2. Attribute;* சிறப்பியல்பு. *3. Beauty;* அழகு *4. Definition;* வரைவிலக்கணம். *4. Grammer;* வியாகரணம்

Skt. Lakshana

இலக்கணை *ila-kkanai n [ilakku + anam (vu) 'propriety'* - இலக்கு+அண(வு) 'சிறப்புப்பொருள்'] *Secondary significative capacity of a word;* தந்துரைக்கும் பொருள் (நன்.269.விருத்.)

இலக்கி *ila-kki v. tr [ila + kki-i for U 'make clear'* - இலக்கு+இ = உ 'தெளிவாக்குதல்'] *To shetch on a canvas* உருவரைதல் (சீவக.180)

Skt. likh

இலக்கியம் *ila-kkiyam n [ila+kk-iyam 'made clear' 'difined'* - இல + க்கு - இயம் 'தெளிவாக்கியது' 'வரையறுத்தது' *1. mark, butt;* குறி (பிரபோத.44.19) *2. The thing difined;* இலக்கணம் அமைந்தது. *3. Example from classical writing;* உதாகரணம் (காரிகை,செய்.5 உரை). *4. classical writing,* ஆன்றோர் நூல்.

Skt

இலக்கு *ila-kki v. tr [id-] 1. To cause to blaze;* கொலிப்பித்தல். *2. To deliniate;* வரைதல் (சைவ.பொது.274).

Skt

இலங்கை *ila-nkai n [ilank(u)+ai 'prominent to view'* - இலக்கு + ஐ] 'வெளிப்பட்டுத்தோன்றுவது' *1. Islet in a river;* ஆற்றிடைக்குறை. *2. The capital of Oyman Villiyatam;* தொண்டை நாட்டில் ஓரூர் (புறம்.379) *3. The ancient capital of Ravana;* இராவணன் தலைநகர். *4. Ceylon;* ஈழமண்டலம்.

இலச்சினை *ila.ccina n [from ilakkana;* இலக்கணையின் திரிபு] *Signet ring;* முத்திரை மோதிரம்.

Skt lanchana

இலச்சை *ila-ccai n [for ilakk+ai=ilankukai 'becoming white'* - இலக்கை (இலங்குகை) எனும் உருவத்தின் திரிபு] *Blushing;* நாணுதல். *Cf vedku from vel (=el) 'to become white;* ஒப், வெட்குதல் வெள் (=எல்)

தமிழ் இலங்குதலினின்று இலக்கணமும் இலக்கியமும் பிறந்தமையைக் கண்டோம். இலகுதலினுக்கு அடி எல் எனுஞ் சொல். ''எல்லே இலக்கம்'' எனத் தொல்காப்பியனாரும் குறித்துள்ளபடி, எல் தான் இல என ''மடிந்து'', வினைக்குறியாகிய உகரத்தை வகர உடம்படு மெய்யினின்று பிறந்த கிகரத்தோடு கூடப்பெற்றது. இல + வ் - உ = இலவு, இலகு. தமிழ்ச்சொற் பிறப்பின்கண் மடக்கல் எனுங் கட்டளையின் வெளிப்படையை எமது 'தமிழ்ச்சொற் பிறப்பாராய்ச்சி' நூலினுட் காண்க. (6-ம் கட்டளை, பக்கம் 24). அப்பால் எல் எனுஞ் சொல்லும் ஓர் தலையடிச் சொல்லன்று, எழு-தலினின்று இழிந்த கிளைச் சொல்லாம். எழுந்துவருவதே எல் = கதிரவன். இவ் எல் சொல் சூரியனையும் அதன் பிரகாசம் ஆதியவற்றையும் குறிப்பதால் இந்திய ஐரோப்பிய மொழிகளிலெல்லாம் பயிலுவது. தமிழில் எல்லினின்று முன் காட்டிய இலகுதலோடு எழில் ஆதியனவும் இவ்வெழிலின்று ''வலியுறுத்துகின்ற முதனிலை மெய்கள்'' எனுங்கட்டளையால் (தமிழ்ச் சொற்பிறப்பாராய்ச்சி, பக்.19) வேறுபல சொற்களும் கிளைத்தெழுந்துள்ளன. ககர மெய் முன்னிற்றலால் கெழு - மை, கேழ் ஆதிய பிறக்கும். தகரமெய் முன்வரலால் தெளிவு துலங்குதல் (திளங்கு) திகழ்தல் ஆதியன உண்டாகும். பகரமெய் முன்னுறலால் பிளங்குதல் ஆதியன தோன்றும். மகரமெய் முன்சேர்தலால் மிளிர்தல், மினுங்குதல் ஆதியன பெறப்படும். வகரமெய் முற்படலால் விளங்குதல் விளக்கம் வெளிச்சம் வெள்ளை விலங்கல் விடங்கல் விடிதல் ஆதியன நிலைபெறும். (இத்திரிபுகளுக்குரிய விதிகளை எடுத்தோதிய நூலினுட் காண்க). ஈண்டு தந்த கிளைச்சொற்களும் ஐரோப்பிய மொழிகளுள் பலதிறப்பட்டு மருவிப் பயில்கின்றன.

இவ்வாறே ஒருசொல் தனது உற்பத்தித்தானமான ஆதிச்சொல்லை தமிழிற்கொண்டதாய்த் தன்னோடு ஒத்த உருவும் பொருளுமுள்ள பல்வேறு சொற்கள் அவ்வாதிச்சொல்லினின்று பிறந்தனவாய்த் தன்னைப் புடைசூழ்ந்து நிற்கப்பெற்றதாய் விளங்குமாயின், அது தமிழ்ச்சொல்லேயாம். ஆதிச்சொல்லென யாம் குறியீடு செய்வது: எண்ணங்களுக்கெல்லாம் அடிப்படையாயுள்ள இடச்சம்பந்தக் கருத்தினையே காட்டுகின்றதும், அதற்கப்பால் இனித் துருவித்துருவிச்சென்று வேறொரு அடி காணக்கூடாததாய் நிற்கின்றதுமான ஓரசை ஈரசைச் சொல்லையே என அறிக. இனி ஒரு சொல் வடமொழியில் தனக்கு ஏற்ற பெற்றியான அடியில்லாததாய், தன்னைப்போன்ற வேறுபல வியுற்பன்னங்களோடு கூடி நில்லாததாய் விளங்குமாயின் அது வடமொழிக்குரிய சொல்லன்று எனவே

அறுதியிடுக. அப்பால் ஒரு சொல்லினுக்கு வடமொழித்தாது உள்ளவிடத்தும் அத்தாது வழியடியாய் மட்டில் நிற்ப, அதற்கப்பால் அம்மொழியில் தலைய்டி இல்லாதொழிய தமிழில் அதற்குத் தலையடி காணப்படுமாயின், இருமொழிக்கும் பொதுவான சொல்லினுக்குத் தமிழே தலையடியைக் காப்பாற்றிக்கொண்டது என முடிக்க எனத் தமிழ்ச் சொற்பிறப்பாராச்சியில் நாட்டியுள்ள விதிப்படி (பக்.61-2) இலக்கணமும் இலக்கியமும் தமிழ்ச் சொற்களே யாமென முடிவுகட்டுதல் பொருத்தமுடைத்து எனலாம்.

தமிழ்ப் பொழில் பத்திரிகையில் எழுதிய பண்டிதர் ஒருவர் இலக்கண இலக்கியச் சொற்களைச் சுட்டி நன்றாக ஆராய்ந்து வரைந்திருந்தார் ஆயின் அன்னவர் இச்சொற்களின் தலையடிவரைக்கும் துருவிச் செல்லாது விட்டமை பற்றி யாம் இவ்வுரையை வெளியிட்டனம் என அறிக.

ஞானப்பிரகாசரின் பண்டைத்தமிழர் நூலிலுள்ள கட்டுரைகள் வெளிவந்த இதழ்கள் மற்றும் ஆண்டு விபரங்கள்

1. பண்டைத்தமிழர் (செந்தமிழ், தொகுதி - 40, 1941, / தொகுதி - 41, 1942, / தொகுதி - 42, 1943)

    அ. ஒரு புதிய கொள்கை
    ஆ. தமிழரின் முன்னைய இருப்பிடக் கொள்கைகள்
    இ. மத்தியதரைக்கடலைச் சூழ்ந்த நாடுகளில் தமிழரின் முன்னோர்
    ஈ. ஒத்த ஐதீகங்களும் பழக்கவழக்கங்களும்
    உ. பழங்கால எழுத்துமுறை
    ஊ. மேற்காசியாவிலும் ஐரோப்பாவிலும் தமிழ் இடப்பெயர்கள்
    எ. குறிப்பான தெய்வ வழிபாடுகள்
    ஏ. பணியர்களும் பண்டு தேசமும்
    ஐ. பரத கண்ட தமிழர் நாகரீகம்

2. பூனையும் பூசையும் (செந்தமிழ், தொகுதி - 34, இதழ் - 6, 1935)

3. பனையின் பெயர்கள் (செந்தமிழ், தொகுதி - 34, இதழ் - 2, 1935)

4. தண்ணீரும் எண்ணெயும் (செந்தமிழ், தொகுதி - 32, இதழ் - 3, 1933)

5. 2000 ஆண்டுகளுக்கு முன்னிருந்த தமிழ்நாட்டெல்லை

6. தமிழ் பாஷையின் விசித்திரங்கள் (செந்தமிழ், தொகுதி - 28, இதழ் - 8, 1929)

7. தமிழில் உள்ள நிறச் சொற்கள் (செந்தமிழ், தொகுதி - 28, இதழ் - 9, 1929)

8. தவறான மனப்பதிவைத்தரும் சரித்திரக் குறிப்புக்கள் (செந்தமிழ், தொகுதி - 37, இதழ் - 12, 1938)

9. பழையவற்றில் பழைய குறள் வெண்பாக்கள் (செந்தமிழ், தொகுதி - 34, இதழ் - 7, 1935)

10. பண்டைய மக்களின் பொது இருப்பிடம் (செந்தமிழ், தொகுதி - 43, இதழ் - 13, 1944)

11. குடஞ்சுட்டு (செந்தமிழ், தொகுதி - 32, இதழ் - 1, 1933)

12. இலக்கணமும் இலக்கியமும் (தமிழ்ப்பொழில், 1940)